ചാർളിയും ചോക്ലേറ്റ് ഫാക്ടറിയും

റുവോൾഡ് ഡാൽ

വിവർത്തനം: ഇബ്രാഹിം ബാദ്ഷാ

ചിത്രീകരണം: ക്വേന്റിൻ ബ്ലാക്ക്

MANJUL

മഞ്ജുൾ പബ്ലിഷിങ് ഹൗസ്

റോൾഡ് ഡാൽ ഒരു ചാരനും, വൈദഗ്ധ്യമുള്ള യുദ്ധവിമാന പൈലറ്റും, ചോക്ലേറ്റ് ചരിത്രകാരനും, വൈദ്യശാസ്ത്ര കണ്ടുപിടുത്തക്കാരനുമായിരുന്നു. *ചാർലി ആൻഡ് ചോക്ലേറ്റ് ഫാക്ടറി, മട്ടിൽഡ, ദി ബിഎഫ്ജി* തുടങ്ങി നിരവധി മികച്ച കഥകളുടെ രചയിതാവായ അദ്ദേഹം, ലോകത്തെ പ്രമുഖ കഥാകൃത്തുക്കളിൽ ഒരാളാണ്.

ക്വെന്റിൻ ബ്ലാക്ക് മുന്നൂറിലധികം പുസ്തകങ്ങൾ ചിത്രീകരിച്ചിട്ടുണ്ട് കൂടാതെ റോൾഡ് ഡാലിന്റെ പ്രിയപ്പെട്ട ചിത്രകാരനാണ്. 1980-ൽ അദ്ദേഹം പ്രശസ്തമായ കേറ്റ് ഗ്രീൻഅവേ മെഡൽ നേടി. 1999-ൽ അദ്ദേഹം ആദ്യത്തെ ബാല സമ്മാന ജേതാവാകുകയും 2013-ൽ ചിത്രീകരണത്തിലെ സേവനങ്ങൾക്ക് നൈറ്റ്ഹുഡ് കൊടുത്ത് ആദരിക്കുകയും ചെയ്തു.

ഇവരെ പരിചയപ്പെട്ടു!

ചാർളി
ബക്കറ്റ്

മിസ്റ്റർ
വില്ലി
വോങ്ക

അഗസ്റ്റസ്
ഗ്ലൂപ്പ്

മൈക്
ടീവീ

വെറൂക
സോൾട്ട്

വയലറ്റ്
ബ്യൂർഗാർഡ്

ഊംപ-ലൂംപ

First published in India by

MANJUL

Manjul Publishing House

Corporate and Editorial Office

• 2nd Floor, Usha Preet Complex, 42 Malviya Nagar, Bhopal 462 003 – India

Sales and Marketing Office

• C-16, Sector 3, Noida, Uttar Pradesh 201301 – India

Website: www.manjulindia.com

Distribution Centres

Ahmedabad, Bengaluru, Bhopal, Kolkata, Chennai,
Hyderabad, Mumbai, New Delhi, Pune

Malayalam translation of *Charlie and the Chocolate Factory* by Roald Dahl

This Malayalam edition first published in 2023

ISBN 978-93-5543-068-7

Translated by Ibrahim Badshah

Printed and bound in India by Manipal Technologies Limited

ഫ്രിയോക്ക്

ഉള്ളടക്കം

ഈ പുസ്തകത്തിൽ അഞ്ചു കുട്ടികളെ പ്രതിപാദിച്ചിരിക്കുന്നു :

അഗസ്റ്റസ് ഗ്ലൂപ്പ്
അത്യാഗ്രഹിയായ ഒരു ബാലൻ

വെറൂക്കാ സോൾട്
സ്വന്തം മാതാപിതാക്കളാൽ വികൃതമാക്കപ്പെട്ട ഒരു പെൺകുട്ടി

വയലറ്റ് ബ്യൂർഗാർഡ്
ദിവസം മുഴുവനും ഗം ചവച്ചുകൊണ്ടിരിക്കുന്ന ഒരു പെൺകുട്ടി

മൈക് ടീവീ
ടി വി കാണുന്നതൊഴിച്ചാൽ മറ്റൊന്നും ചെയ്യാത്ത ഒരു പയ്യൻ

കൂടാതെ

ചാർളി ബക്കറ്റ്
ഹീറോ

1

ഇതാ ചാർളി!

ഈ കാണുന്ന വൃദ്ധ ദമ്പതികൾ മിസ്റ്റർ ബക്കറ്റിന്റെ അപ്പച്ചനും അമ്മച്ചിയുമാണ്. ജോ അപ്പാപ്പനും ജോസഫീൻ അമ്മാമ്മയും.

ഇനി, ഈ കാണുന്നത് മിസ്സിസ് ബക്കറ്റിന്റെ മാതാപിതാക്കളാണ്. ജോർജ് അപ്പാപ്പനും, ജോർജീന അമ്മാമ്മയും.

ഇത് മിസ്റ്റർ ബക്കറ്റ്. ഇത് മിസ്സിസ് ബക്കറ്റ്.

ഇവർക്ക് ഒരു കുഞ്ഞു മകനുണ്ട്. അവന്റെ പേരാണ് ചാർളി ബക്കറ്റ്.

ഇതാണ് ചാർളി.

എന്തൊക്കെയുണ്ട് വിശേഷങ്ങൾ? പിന്നെ എന്തൊക്കെയുണ്ട് വിശേഷങ്ങൾ? വേറെ എന്തൊക്കെയുണ്ട് വിശേഷങ്ങൾ? നിങ്ങളെ പരിചയപ്പെട്ടതിൽ അവൻ വളരെയധികം സന്തോഷവാനാണ്.

ആറു മുതിർന്നവരും (വേണമെങ്കിൽ എണ്ണി നോക്കാം) പിന്നെ നമ്മുടെ കുഞ്ഞു ചാർളി ബക്കറ്റും അടങ്ങിയ ഇവരുടെ കുടുംബത്തിലെ എല്ലാവരും ചേർന്ന് ഈ വലിയ പട്ടണത്തിന്റെ ഒരു കോണിലെ ഒരു കുഞ്ഞു വീട്ടിലാണ് താമസം.

ഇത്രയധികം പേർക്ക് ഒന്നിച്ച് താമസിക്കാൻ സൗകര്യമുള്ള ഒരു വീടായിരുന്നില്ല അത്. ആ വീട്ടിലെ ഇടുങ്ങിയ ജീവിതം എല്ലാവർക്കും ദുസ്സഹമായി തോന്നി. അവിടെയാകെ ഉണ്ടായിരുന്നത് രണ്ടു മുറികളും ഒരു കട്ടിലും മാത്രമാണ്.

വാർദ്ധക്യത്തിന്റെ അവശതകൾ ഉള്ളതിനാൽ ആകെയുള്ള ഒരു കട്ടിൽ അപ്പാപ്പന്മാർക്കും അമ്മാമ്മമാർക്കുമായി നൽകണമായിരുന്നു. അവർക്കാണെങ്കിൽ, അവശത കൂടിപ്പോയതു കൊണ്ട് അതിൽ നിന്ന് ഇറങ്ങാനും പറ്റില്ലെന്നായി.

ജോ അപ്പാപ്പനും ജോസഫീൻ അമ്മാമ്മയും കട്ടിലിന്റെ ഒരു ഭാഗത്തും, ജോർജ് അപ്പാപ്പനും ജോർജീന അമ്മാമ്മയും മറുവശത്തുമായിരുന്നു കിടന്നിരുന്നത്.

മിസ്റ്റർ ബക്കറ്റും ഭാര്യയും, അവരുടെ കുഞ്ഞു മകൻ ചാർളി ബക്കറ്റും തൊട്ടടുത്ത മുറിയിൽ നിലത്ത് മെത്ത വിരിച്ച് കിടന്നു.

വേനൽക്കാലത്ത് ഇതുകൊണ്ട് കാര്യമായ ബുദ്ധിമുട്ടൊന്നും ഉണ്ടാകാറില്ലെങ്കിലും, ശൈത്യകാലത്ത്, നേരം പുലരുവോളം വീശിയടിക്കുന്ന തണുത്ത കാറ്റും സഹിച്ച് തറയിൽ കിടക്കുക അസാദ്ധ്യമായിരുന്നു.

പുതിയ വീട് വാങ്ങുന്നതു പോയിട്ട് പുതിയൊരു മെത്ത വാങ്ങിക്കുന്നതിനെക്കുറിച്ച് പോലും ചിന്തിക്കാൻ സാധിക്കാത്തത്ര ദാരിദ്ര്യത്തിലായിരുന്നു അവർ.

ആ കുടുംബത്തിൽ മിസ്റ്റർ ബക്കറ്റ് മാത്രമായിരുന്നു ഏക ജോലിക്കാരൻ. ഒരു ടൂത്ത്പേസ്റ്റ് കമ്പനിയിൽ, നിറച്ചുവെച്ച ടൂത്ത്പേസ്റ്റ് ട്യൂബുകൾക്ക് മൂടി ഇട്ടു കൊടുക്കുകയായിരുന്നു അയാളുടെ ജോലി. ഈ ജോലിക്ക് ലഭിച്ചിരുന്നതാകട്ടെ തുച്ഛ വേതനവും. എത്ര കഠിനാദ്ധ്വാനം ചെയ്തിട്ടും, പരമാവധി വേഗത്തിൽ മൂടിയിട്ടു കൊണ്ടിരുന്നിട്ടും, ആ വലിയ കുടുംബത്തിനു കഴിഞ്ഞു പോകാൻ ആവശ്യമായ സാധനങ്ങളുടെ പകുതി പോലും വാങ്ങാനുള്ള പണമുണ്ടാക്കാൻ പാവം മിസ്റ്റർ ബക്കറ്റിന് കഴിഞ്ഞിരുന്നില്ല. അവർക്ക് വേണ്ട ഭക്ഷണം വാങ്ങാൻ പോലും ആവശ്യമായത്ര പണം അയാൾക്കു ലഭിച്ചിരുന്നില്ല എന്നതാണ് യാഥാർത്ഥ്യം. പ്രാതലിന് റൊട്ടിയും മാർഗറിനും[1], ഉച്ചയ്ക്ക് പുഴുങ്ങിയ ഉരുളക്കിഴങ്ങും കാബേജും, അത്താഴത്തിന് കാബേജ് സൂപ്പും മാത്രമായിരുന്നു

[1] വെണ്ണ പോലുള്ള ഒരു തരം കൊഴുപ്പ്

അവർക്ക് ലഭ്യമായിരുന്ന ആകെയുള്ള ഭക്ഷണം. എങ്കിലും ഞായറാഴ്ചകളിൽ ഇതിന് ചെറിയ മാറ്റമുണ്ടാകും. ഭക്ഷണം ഇതു തന്നെയാകുമെങ്കിൽ കൂടി ഞായറാഴ്ചകളിൽ രണ്ടാമതൊരു തവണ കൂടി വിളമ്പിക്കഴിക്കാനുള്ള ഭക്ഷണമുണ്ടാകുന്നതു കൊണ്ട് അവരെല്ലാവരും ആ സുദിനം വരുന്നത് പ്രതീക്ഷിച്ചിരിക്കുമായിരുന്നു.

പട്ടിണിയെന്നു പറയാൻ സാധിക്കില്ലെങ്കിലും, പ്രായമായ രണ്ട് അപ്പാപ്പന്മാരും അമ്മാമ്മമാരും, ചാർളിയുടെ അപ്പച്ചനും അമ്മച്ചിയും, പ്രത്യേകിച്ച് കുഞ്ഞു ചാർളിയുമടക്കം ആ കുടുംബത്തിലെ ഓരോരുത്തർക്കും രാവിലെ മുതൽ രാത്രി വരെ വയറ്റിൽ തീർത്തും ദാരുണമായ ഒരു തരം ശൂന്യത അനുഭവപ്പെടാറുണ്ടായിരുന്നു.

ഇത് ഏറ്റവും കൂടുതൽ അലട്ടിയത് ചാർളിയെയായിരുന്നു. അപ്പച്ചനും അമ്മേച്ചിയും പലപ്പോഴും തങ്ങളുടെ ഭക്ഷണം അവനുവേണ്ടി മാറ്റി വെക്കാറുണ്ടായിരുന്നിട്ടു കൂടി ചാർളിയെ പോലെ വളർന്നു വരുന്ന ഒരു ആൺകുട്ടിക്ക് അതൊന്നും പോരെന്നു വന്നു. കാബേജും കാബേജ് സൂപ്പുമല്ലാതെ വയറു നിറയെ എന്തെങ്കിലും കഴിക്കാൻ അവൻ അതിയായി ആശിച്ചു. മറ്റെന്തിനേക്കാളും കൂടുതൽ അവൻ കൊതിച്ചു നടന്ന ഒരു സംഗതി ഉണ്ടായിരുന്നു... ചോക്ലേറ്റ്.

രാവിലെ സ്കൂളിലേക്ക് പോകുന്ന വഴിക്ക് കടയിൽ വലിയ ചോക്ലേറ്റ് ബാറുകൾ ഉയരത്തിൽ അടുക്കിവെച്ചിരിക്കുന്നത് അവൻ കാണാറുണ്ടായിരുന്നു. പലപ്പോഴും നടത്തം നിർത്തി കടയുടെ ചില്ലിൽ മൂക്കമർത്തി വായിൽ വെള്ളമൂറി ചാർളി നോക്കി നിൽക്കും. മറ്റു കുട്ടികൾ ദിവസത്തിൽ പല തവണ അവരുടെ കീശയിൽ നിന്ന് കൊതിയൂറുന്ന ചോക്ലേറ്റ് എടുത്ത് ആർത്തിയോടെ നുണയുന്നത് കണ്ടു നിൽക്കേണ്ടി വരുന്നതിലെ വേദന പറഞ്ഞറിയിക്കാൻ സാധിക്കില്ല.

വർഷത്തിൽ ഒരേയൊരു തവണ, തന്റെ ജന്മദിനത്തിൽ മാത്രമാണ് ചാർളി ബക്കറ്റിനു ഒരു കഷണം ചോക്ലേറ്റിന്റെ മധുരം നുണയാൻ സാധിച്ചിരുന്നത്. അന്ന് വീട്ടിലെ എല്ലാവരും കുറേശ്ശെ പണം മിച്ചം വെച്ച് ചാർളിക്ക് ഒറ്റയ്ക്ക് കഴിക്കാനായി ഒരു കുഞ്ഞു ചോക്ലേറ്റ് ബാർ സമ്മാനിക്കുമായിരുന്നു. അങ്ങനെ പിറന്നാളിനു ലഭിക്കുന്ന ചോക്ലേറ്റ് അവൻ തന്റെ കൊച്ചു പെട്ടിയിൽ ഒരു സ്വർണ്ണക്കട്ടിയെന്ന പോലെ സൂക്ഷിച്ചു വെക്കും. അതിനു ശേഷമുള്ള

ഏതാനും ദിവസങ്ങളിൽ പെട്ടി തുറന്നു നോക്കുമെന്നല്ലാതെ അതൊന്നു തൊടുവാൻ പോലും ചാർളി സ്വയം അനുവദിക്കാറില്ല. അവസാനം, കൊതി സഹിക്ക വയ്യാതാകുമ്പോൾ അവൻ ഒരു മൂലയിൽ നിന്ന് അത് പൊതിഞ്ഞിരിക്കുന്ന വർണ്ണക്കടലാസ് നീക്കി ഒരു കുഞ്ഞു തുണ്ട് ചോക്ലേറ്റ് നുള്ളിയെടുക്കും. അതിന്റെ മധുരമൂറും രുചി നാവിലാകെ പടരാൻ പാകത്തിനൊരു നുള്ളു മാത്രം. അടുത്ത ദിവസം അവൻ മറ്റൊരു തുണ്ടെടുത്ത് വായിലിടും. അങ്ങനെയങ്ങനെ യങ്ങനെ ആറ് പെന്നി വിലയുള്ള ആ ചോക്ലേറ്റ് ബാർ ഒരു മാസമെടുത്ത് കുഞ്ഞു ചാർളി കഴിച്ചു തീർക്കും.

പക്ഷെ, ചോക്ലേറ്റ് പ്രേമിയായ കുഞ്ഞു ചാർളിയെ മറ്റെന്തിനെക്കാളും അലട്ടിക്കൊണ്ടിരുന്ന ആ ഒരു ഭയങ്കര സംഗതിയെക്കുറിച്ച് ഞാനിതു വരെ പറഞ്ഞില്ല. കടയിൽ അടുക്കി വെച്ചിരിക്കുന്ന ചോക്ലേറ്റ് ബാറുകൾ കാണുന്നതി നേക്കാളും മറ്റു കുട്ടികൾ വലിയ ചോക്ലേറ്റ് മിഠായികൾ നുണഞ്ഞിറക്കുന്നതു നോക്കി നിൽക്കുന്നതിനേക്കാളും കഷ്ടമാ യിരുന്നു ഇത്. നിങ്ങൾക്ക് ചിന്തിക്കാവുന്നതിൽ വെച്ചേറ്റവും ദാരുണമായൊരു സംഗതി.

ആ നാട്ടിൽ തന്നെ, സത്യം പറഞ്ഞാൽ ചാർളിയുടെ വീട്ടിൽ നിന്ന് നോക്കിയാൽ കാണുന്നത്ര ദൂരത്ത്, **വലിയൊരു ചോക്ലേറ്റ് ഫാക്ടറി പ്രവർത്തിച്ചിരുന്നു.**

അതൊന്ന് ആലോചിച്ചു നോക്കൂ!

അതും, ഏതെങ്കിലുമൊരു സാധാരണ ചോക്ലേറ്റ് ഫാക്ടറിയല്ല. ലോകത്തേറ്റവും വലുതും പ്രശസ്തവുമായ ഫാക്ടറി. **'വോങ്കയുടെ ഫാക്ടറി'** എന്നറിയപ്പെട്ടിരുന്ന അതിന്റെ ഉടമ, ഇതുവരെ കണ്ടതിൽ വെച്ച് ഏറ്റവും നല്ല ചോക്ലേറ്റ് നിർമ്മാതാവായ **വില്ലി വോങ്ക** ആയിരുന്നു. എന്തൊരു വിസ്മയ ലോകമാണത്. കൂറ്റൻ ഇരുമ്പു കവാടങ്ങളും ഉയർന്ന മതിൽക്കെട്ടും പുക തുപ്പുന്ന ചിമ്മിനിയും, പിന്നെ, എവിടെ നിന്നൊക്കെയോ വരുന്ന സീൽക്കാര ശബ്ദങ്ങളും. മതിലിനു പുറത്ത് അര മൈൽ ചുറ്റളവിൽ എല്ലാ ദിശയിലും അന്തരീക്ഷത്തിൽ ഉരുകുന്ന ചോക്ലേറ്റിന്റെ ശക്തമായ മണം സദാ തങ്ങിനിന്നിരുന്നു.

സ്കൂളിലേക്കു പോകുമ്പോഴും തിരിച്ചു വരുമ്പോഴുമായി ദിവസവും രണ്ടു തവണ, കുഞ്ഞു ചാർളിക്ക് ആ ഫാക്ടറിയുടെ കവാടത്തി നരികിലൂടെ പോകണമായിരുന്നു. അവിടെയെത്തുമ്പോൾ അവൻ നടത്തത്തിന്റെ വേഗത കുറയ്ക്കും. അങ്ങനെ പതിയെ നീങ്ങുന്ന

തിനിടയ്ക്ക് മൂക്കു വിടർത്തി വെച്ച് അന്തരീക്ഷത്തിൽ തങ്ങി നിൽക്കുന്ന ആ സുഗന്ധം അകത്തേക്ക് ശക്തിയായി വലിച്ചു കയറ്റും.

ആഹ്! ആ ഗന്ധത്തെ അവൻ ഒരുപാട് ഇഷ്ടപ്പെട്ടു പോയി!

ആ ഫാക്ടറിക്കകത്തു കയറി എല്ലാമൊന്നു നോക്കിക്കാണാൻ സാധിച്ചിരുന്നെങ്കിലെന്ന് അവൻ സദാ കൊതിച്ചു കൊണ്ടിരുന്നു.

2

മിസ്റ്റർ വില്ലി വോങ്കയുടെ ഫാക്ടറി

അത്താഴം കഴിച്ച് ചാർളി നേരെ അപ്പാപ്പന്മാരും അമ്മാമ്മമാരും കിടക്കുന്ന മുറിയിലേക്ക് പോയി അവർ പറയുന്ന കഥ കേട്ടിരിക്കും. പിന്നെ ശുഭരാത്രി നേർന്ന് തിരിച്ചു പോരും.

തൊണ്ണൂറ് വയസ്സിനു മുകളിൽ പ്രായമുണ്ടായിരുന്ന അവർ ഉണങ്ങിയ പഴങ്ങൾ കണക്കെ ചുളുങ്ങിയും അസ്ഥികൂടങ്ങൾ കണക്കെ മെലിഞ്ഞുമിരുന്നു. ചാർളി മുറിയിലേക്കു വരുന്നതു വരെയുള്ള നേരം ഒന്നും ചെയ്യാനില്ലാതെ അവർ കമ്പിളിത്തൊപ്പി ധരിച്ച് ആ ഒറ്റക്കട്ടിലിന്റെ ഇരു തലയ്ക്കലുമായി തിരിഞ്ഞും മറിഞ്ഞും കിടന്ന് സമയത്തെ കൊന്നുകൊണ്ടിരിന്നു. എന്നാൽ വാതിൽ തുറന്ന്, ശുഭ സായാഹ്നം നേർന്നു കൊണ്ടു നടന്നു വരുന്ന ചാർളിയുടെ ശബ്ദം കേൾക്കുന്ന മുറയ്ക്ക് നാലു പേരും കട്ടിലിൽ എഴുന്നേറ്റിരിക്കും. ചുക്കിച്ചുളിഞ്ഞ ആ മുഖങ്ങളിൽ സന്തോഷത്താൽ പുഞ്ചിരിയുടെ പ്രകാശം പരക്കും. പിന്നെ വർത്തമാനം തുടങ്ങുകയായി. അവർക്കെല്ലാം ഈ കൊച്ചു കുട്ടിയെ വലിയ കാര്യമായിരുന്നു. അവരുടെ ജീവിതത്തിൽ അവശേഷിക്കുന്ന ഒരേയൊരു നല്ല കാര്യം അവൻ മാത്രമായിരുന്നു. പകലന്തിയോളം അവർ കാത്തിരിക്കുന്നതുപോലും വൈകുന്നേരങ്ങളിലെ അവന്റെ സന്ദർശനങ്ങൾക്കു വേണ്ടിയായിരുന്നു. പലപ്പോഴും ചാർളിയുടെ മാതാപിതാക്കളും വാതിലിനരികിൽ വന്നു നിന്ന് അവർ പറയുന്ന കഥകൾക്കു കാതോർത്തിരിക്കും. അങ്ങനെ ഒട്ടുമിക്ക രാത്രികളിലും അര മണിക്കൂർ നേരം ഈ മുറിയിൽ സന്തോഷം നിറയും. അവിടെ നിറഞ്ഞു നിൽക്കുന്ന വിശപ്പും ദാരിദ്ര്യവും ആ കുടുംബം കുറച്ചു നേരത്തേക്ക് മറന്നു കളയും.

അത്തരമൊരു വൈകുന്നേരം ചാർളി അവരോട് ചോദിച്ചു : "വോങ്കയുടെ ചോക്ലേറ്റ് ഫാക്ടറി ലോകത്തേറ്റവും വലുതാണെന്ന് പറയുന്നത് ശരിക്കും സത്യമാണോ?"

"സത്യമാണോയെന്നോ?" നാലു പേരും ഒരുമിച്ച് ചോദിച്ചു. "തീർച്ചയായും സത്യമാണ്. കർത്താവേ! നിനക്കിതു വരെ അത് മനസ്സിലായിരുന്നില്ലേ? മറ്റുള്ള ഫാക്ടറികളേക്കാളെല്ലാം ഏകദേശം അമ്പതിരട്ടി വലുപ്പമുണ്ടതിന്."

"അങ്ങനെയാണെങ്കിൽ, വില്ലി വോങ്ക ലോകത്തെ ഏറ്റവും ബുദ്ധിശാലിയായ ചോക്ലേറ്റ് നിർമ്മാതാവാണെന്ന് പറയുന്നതും നേരാണോ?"

"എന്റെ കുഞ്ഞേ..." ജോ അപ്പാപ്പൻ തലയണയിൽ നിന്ന് അല്പം മുന്നോട്ടാഞ്ഞു കൊണ്ട് പറഞ്ഞു, "വില്ലി വോങ്ക ലോകം കണ്ടതിൽ വെച്ചേറ്റവും സമർത്ഥനും നിപുണനും ബുദ്ധിമാനുമായ ചോക്ലേറ്റ് നിർമ്മാതാവാണ്! ഞാൻ വിചാരിച്ചത് ഇതെല്ലാവർക്കും അറിയാമെന്നാണ്!"

"അദ്ദേഹം പ്രശസ്തനാണെന്ന് എനിക്കറിയാമായിരുന്നു, ജോ അപ്പാപ്പാ. അദ്ദേഹം വലിയ ബുദ്ധിമാനായിരുന്നു എന്നും..."

"ബുദ്ധിമാനോ?" അപ്പാപ്പന്റെ ഒച്ച പൊന്തി. "അതിനുമപ്പുറമാണ് അയാൾ. ചോക്ലേറ്റ് നിർമ്മാതാക്കളിലെ മായാജാലക്കാരനാണയാൾ. ചോക്ലേറ്റ് കൊണ്ട് ആഗ്രഹിക്കുന്നതെന്തും ഉണ്ടാക്കാൻ അയാൾക്കറിയാം. എന്താ ശരിയല്ലെ?"

മറ്റു മൂന്നു പേരും പതിയെ തലയാട്ടിക്കൊണ്ട് അത് ശരി വെച്ചു. "തീർച്ചയായും ശരിയാണ്. അക്ഷരം പ്രതി!"

"നീ പറഞ്ഞു വരുന്നത് വില്ലി വോങ്കയെയും അയാളുടെ ഫാക്ടറിയെക്കുറിച്ചും ഞാൻ ഇതേവരെ നിനക്ക് പറഞ്ഞു തന്നിട്ടില്ലെന്നാണോ?" ജോ അപ്പാപ്പൻ ചോദിച്ചു.

"അതെ. ഇന്നേവരെ പറഞ്ഞു തന്നിട്ടില്ല." കുഞ്ഞു ചാർളി പറഞ്ഞു.

"കർത്താവേ, എനിക്കിതെന്താണ് പറ്റിയത്?"

"ഇപ്പോൾ പറഞ്ഞു തരുമോ ജോ അപ്പാപ്പാ? പ്ലീസ്..."

"തീർച്ചയായും. എന്റെയടുത്ത് വന്നിരുന്ന് ശ്രദ്ധിച്ചു കേൾക്കണം."

നാലു പേരിൽ ഏറ്റവും പ്രായമുള്ളത് ജോ അപ്പാപ്പനായിരുന്നു. തൊണ്ണൂറ്റി ആറര വയസ്സായിരുന്നു അപ്പാപ്പന്റെ പ്രായം. ഒരു

മനുഷ്യന് ആകാവുന്നതിന്റെ പരമാവധിയോളം പ്രായമായിരുന്നു അത്. മറ്റേതു പടു വൃദ്ധന്മാരെയും പോലെ അപ്പാപ്പനും അവശനും ക്ഷീണിതനുമായിരുന്നു. പകൽ മുഴുവൻ വളരെ കുറച്ചു മാത്രമേ സംസാരിക്കുകയുള്ളൂ. എന്നാൽ വൈകുന്നേരമാകുമ്പോൾ തന്റെ പ്രിയപ്പെട്ട കൊച്ചുമകൻ മുറിയിലേക്കു വരുന്നതോടു കൂടി ഒരു മായാജാലം പോലെ അപ്പാപ്പൻ വീണ്ടും യുവത്വത്തിലേക്കു മടങ്ങിവരും. എല്ലാ ക്ഷീണങ്ങളും വിട്ടകന്ന് ഒരു കുഞ്ഞിനെപ്പോലെ കുതൂഹലവും ആവേശവുമുള്ള ഒരാളായി അദ്ദേഹം മാറും.

"ഹൊ! വില്ലി വോങ്ക എന്തൊരു അസാമാന്യ മനുഷ്യനാണ്!" ജോ അപ്പാപ്പന്റെ ശബ്ദത്തിൽ ആവേശം നിറഞ്ഞു. "നിനക്കറിയാമോ, ഇരുന്നൂറിലധികം പുതിയ ഇനം ചോക്ലേറ്റുകൾ അദ്ദേഹം കണ്ടെത്തി. മറ്റു ഫാക്ടറികളിൽ ഉണ്ടാക്കുന്ന ചോക്ലേറ്റുകളേക്കാൾ ഒരുപാടിരട്ടി മധുരവും മിനുസവും രുചിയുമുള്ള ചോക്ലേറ്റുകൾ."

"സത്യം!" ജോസഫീൻ അമ്മാമയും ആവേശത്തോടെ പറഞ്ഞു. "എന്നിട്ടദ്ദേഹം അത് ലോകത്തിന്റെ നാനാ ദിക്കുകളിലേക്കും കൊടുത്തയച്ചു! അല്ലേ?"

"അതെ, പ്രിയേ! തീർച്ചയായും. അതുപോലെതന്നെ ലോകത്തെ സകല രാജാക്കന്മാർക്കും രാഷ്ട്രത്തലവന്മാർക്കും കൊടുത്തയച്ചു. എന്നാൽ ചോക്ലേറ്റ് മാത്രമല്ല അദ്ദേഹം ഉണ്ടാക്കുന്നത്. ഇതു കൂടാതെ ധാരാളം അസാമാന്യ കണ്ടുപിടുത്തങ്ങളും അദ്ദേഹം നടത്തിയിട്ടുണ്ട്. നിനക്കറിയുമോ, ഫ്രിഡ്ജിൽ സൂക്ഷിക്കാതെ തന്നെ മണിക്കൂറുകളോളം തണുത്ത് തന്നെയിരിക്കുന്ന ഇനം ചോക്ലേറ്റ് ഐസ് ക്രീം ഉണ്ടാക്കുന്ന വിദ്യയും അദ്ദേഹം കണ്ടെത്തിയിട്ടുണ്ട്. പകൽ മുഴുവൻ വെയിലത്തു വെച്ചാലും അത് അലിഞ്ഞു പോവുകയില്ല."

"അത് അസാദ്ധ്യമാണ്!" കുഞ്ഞു ചാർളി തന്റെ അപ്പാപ്പനെ തുറിച്ചു നോക്കിക്കൊണ്ടു പറഞ്ഞു.

"അതെ. തീർച്ചയായും സാധാരണ ഗതിയിൽ അത് അസാദ്ധ്യമാണ്." ജോ അപ്പാപ്പൻ പറഞ്ഞു. "അസംബന്ധം. പക്ഷെ, വില്ലി വോങ്ക അത് ചെയ്തിട്ടുണ്ട്."

"അതെയതെ!" മറ്റു മൂന്നു പേരും തല കുലുക്കിക്കൊണ്ട് അത് ശരി വെച്ചു. "വില്ലി വോങ്ക അത് ചെയ്തിട്ടുണ്ട്."

"ഇതു മാത്രമല്ല," ചാർളി ശ്രദ്ധിച്ചു കേൾക്കാൻ വേണ്ടി ജോ അപ്പാപ്പൻ വളരെ പതിയെ മാത്രം സംസാരിക്കാൻ തുടങ്ങി. "വില്ലി വോങ്കയ്ക്ക് റോസാപ്പൂ മണമുള്ള ഇഞ്ചിമുട്ടായിയും ചപ്പിക്കൊണ്ടി

രിക്കുമ്പോൾ ഓരോ പത്തു സെക്കന്റിലും നിറം മാറി വരുന്ന കോലുമുട്ടായിയും ചുണ്ടിൽ വെക്കുമ്പോഴേക്കും അലിഞ്ഞു പോകുന്ന പഞ്ഞിമുട്ടായിയും ഉണ്ടാക്കാൻ അറിയാം. ഒരിക്കലും മധുരം പോകാത്ത ചൂയിങ് ഗം, വീർപ്പിച്ച് വലുതാക്കി പിന്നെ സൂചി കൊണ്ട് കുത്തിപ്പൊട്ടിച്ച് പിന്നെ തുന്നിച്ചേർക്കാൻ പറ്റുന്ന പഞ്ചാര ബലൂണുകളും ഉണ്ടാക്കും. പിന്നെ, നീലയിൽ കറുത്ത പുള്ളികളുള്ള അതി സുന്ദരമായ പക്ഷിമുട്ടകൾ ഉണ്ടാക്കാനുള്ള അതിരഹസ്യമായ ഒരു വഴിയും അദ്ദേഹത്തിനറിയാം. അത് വായിലേക്കിട്ടാൽ മതി അത് ചെറുതായിച്ചെറുതായി വന്ന് അവസാനം നാവിൻ തുമ്പത്ത് ചെറിയൊരു പഞ്ചാരപ്പക്ഷിക്കുഞ്ഞായി മാറും."

ജോ അപ്പാപ്പൻ സംസാരം നിർത്തി നാവിൻ തുമ്പു കൊണ്ട് ചുണ്ട് നനച്ചു. "അതിനെക്കുറിച്ച് ഓർക്കുമ്പോൾ തന്നെ വായിൽ വെള്ളമൂറുന്നു."

"എന്റെയും!" കുഞ്ഞു ചാർളി പറഞ്ഞു.

"ബാക്കി കൂടി പറയൂ."

ഇതിനിടയ്ക്ക് ചാർളിയുടെ അപ്പനുമമ്മയും ഒച്ചയുണ്ടാക്കാതെ മുറിയിലേക്കു വന്നിരുന്നു. ഇപ്പോൾ രണ്ടു പേരും മുറിക്കകത്ത് കഥ കേട്ടു നിൽക്കുകയാണ്.

"ചാർളിക്ക് ആ ഇന്ത്യക്കാരൻ രാജകുമാരന്റെ കാര്യം പറഞ്ഞു കൊടുക്ക്." ജോസഫീൻ അമ്മാമ്മ പറഞ്ഞു. "അവനത് കേട്ടാൽ ഇഷ്ടപ്പെടും."

"പോണ്ടിച്ചേരി രാജകുമാരന്റെ കഥയാണോ?" ജോ അപ്പാപ്പൻ അതും പറഞ്ഞ് കുലുങ്ങിച്ചിരിക്കാൻ തുടങ്ങി.

"മുഴുവട്ടൻ!" ജോർജ്ജ് അപ്പാപ്പൻ പറഞ്ഞു.

"പക്ഷെ, കൈയിൽ ധാരാളം പണം." ജോർജിന അമ്മാമ്മ കൂട്ടിച്ചേർത്തു.

"അയാളെന്താണ് ചെയ്തത്?" ചാർളിയുടെ ആകാംക്ഷ വർദ്ധിച്ചു.

"ശ്രദ്ധിച്ചു കേൾക്കണം," ജോ അപ്പാപ്പൻ പറഞ്ഞു. "ഞാൻ പറയാം."

3

മിസ്റ്റർ വോങ്കയും ഇന്ത്യക്കാരൻ രാജകുമാരനും

"പോണ്ടിച്ചേരി രാജകുമാരൻ വോങ്കയ്ക്കൊരു കത്തെഴുതി." ജോ അപ്പാപ്പൻ ആ കഥ പറഞ്ഞു തുടങ്ങി. "അദ്ദേഹത്തോട് ഇന്ത്യ വരെ വന്ന് ചോക്ലേറ്റ് കൊണ്ട് വലിയൊരു കൊട്ടാരം പണിതു കൊടുക്കാൻ ആവശ്യപ്പെട്ടായിരുന്നു കത്ത്."

"എന്നിട്ട് വോങ്ക അത് ചെയ്തോ, അപ്പാപ്പാ?"

"പിന്നല്ലാതെ... അദ്ദേഹമത് ചെയ്തു. ഹൊ! എന്തൊരു കൊട്ടാരമായിരുന്നു അത്. നൂറു മുറികളുള്ള ആ കൊട്ടാരത്തിലെ സർവ്വതും കറുത്തതോ വെളുത്തതോ ആയ ചോക്ലേറ്റ് കൊണ്ടുണ്ടാക്കിയതായിരുന്നു. ഇഷ്ടികകൾ ചേക്ലേറ്റ് കൊണ്ടുണ്ടാക്കിയത്, അവയെ ചേർത്തു നിർത്തുന്ന സിമന്റ് ചോക്ലേറ്റ് കൊണ്ടുള്ളത്, ചോക്ലേറ്റ് ജനാലകൾ, ചുവരുകളും മേൽക്കൂരയും ചോക്ലേറ്റിൽ നിർമ്മിച്ചത്, പിന്നെ പരവതാനികളും കട്ടിലുകളും മറ്റു സാധനങ്ങളും. കുളിമുറിയിലെ ടാപ്പു തുറന്നാൽ വരുന്നതോ ചൂട് ചോക്ലേറ്റ്.

എല്ലാം പണിതു തീർന്നപ്പോൾ വോങ്ക പോണ്ടിച്ചേരി രാജകുമാരനോടായി പറഞ്ഞു. 'ഇത് അധിക കാലം നിലനിൽക്കുകയില്ലെന്ന് ഞാൻ ആദ്യമേ മുന്നറിയിപ്പു നൽകുകയാണ്. അധികം വൈകാതെ കഴിച്ചു തുടങ്ങുന്നതാണ് നല്ലത്.'

"അസംബന്ധം." രാജകുമാരൻ ആക്രോശിച്ചു. "ഞാൻ എന്റെ കൊട്ടാരമൊരിക്കലും ഭക്ഷിക്കുകയില്ല. ഗോവണിപ്പടിയിൽ നിന്നൊരു കഷണം എടുക്കുകയോ ചുവരുകൾ നക്കുകയോ പോലും ഞാൻ ചെയ്യുകയില്ല. ഇത് എനിക്ക് താമസിക്കാനുള്ളതാണ്."

"എന്നാൽ വോങ്ക പറഞ്ഞതു സത്യമായിരുന്നു. അധികം വൈകാതെ സൂര്യൻ കത്തി നിൽക്കുന്ന ഒരു വേനൽപ്പകലിൽ കൊട്ടാരമാകെ ഉരുകിയൊലിക്കാൻ തുടങ്ങി. അത് പതിയെ നിലംപരിശായി. ഉച്ച മയക്കത്തിലായിരുന്ന മണ്ടൻ രാജകുമാരൻ ഞെട്ടിയുണർന്നു നോക്കുമ്പോൾ താൻ വലിയൊരു ചോക്ലേറ്റ് പുഴയിൽ നീന്തിക്കൊണ്ടിരിക്കുകയാണ്."

കുഞ്ഞു ചാർളി ശ്വാസമടക്കിപ്പിടിച്ച് അപ്പാപ്പനെ ഇമ വെട്ടാതെ നോക്കിക്കൊണ്ടിരുന്നു. അവന്റെ മുഖമാകെ ആകാംക്ഷ കൊണ്ട് വിടർന്നു. ആ കണ്ണുകൾ അത്ഭുതം കൊണ്ട് പുറത്തേക്കു തള്ളി വന്നു.

"ഇതെല്ലാം സത്യമാണോ?" അവൻ ചോദിച്ചു. "അതോ എന്നെ പറ്റിക്കാൻ വേണ്ടി പറയുന്നതാണോ?"

"എല്ലാം സത്യമാണ്." നാലു പേരും ഒരുമിച്ച് അത് ശരി വെച്ചു.

"സത്യമായിട്ടും ഇതെല്ലാം സംഭവിച്ചതാണ്. നിനക്ക് വേണമെങ്കിൽ ആരോടും ചോദിക്കാം."

"ഇനി ഞാൻ നിനക്ക് മറ്റൊരു സത്യം കൂടി പറഞ്ഞു തരാം." ജോ അപ്പാപ്പൻ അവന്റെ മുഖത്തോട് മുഖമടുപ്പിച്ചു പിടിച്ച് മന്ത്രിക്കുന്ന സ്വരത്തിൽ ശബ്ദം താഴ്ത്തിപ്പറഞ്ഞു : "ആരും... ഒരിക്കലും... പുറത്തു വരാറില്ല!"

"എവിടെ നിന്ന്?" ചാർളി ആകാംക്ഷയോടെ ചോദിച്ചു.

"ആരും... ഒരിക്കലും... അകത്തേക്കും പോകാറില്ല!"

"എന്തിന്റെ?"

"വോങ്കയുടെ ഫാക്ടറിയുടെ... അല്ലാതെന്തിന്റെ!"

"അപ്പാപ്പാ, നിങ്ങളെന്തോന്നാ ഈ പറഞ്ഞു വരുന്നത്?"

"ജോലിക്കാരെയാണ് ഞാൻ ഉദ്ദേശിച്ചത്."

"ജോലിക്കാരോ?"

"അതെ. എല്ലാ ഫാക്ടറികളിലും രാവിലെയും വൈകുന്നേരവും ജോലിക്കാർ അകത്തേക്കും പുറത്തേക്കും ഒഴുകിക്കൊണ്ടിരിക്കും, വോങ്കയുടേതിലൊഴിച്ച്! നീ ഇന്നേവരെ ആരെങ്കിലും അതിനകത്തേക്കോ അതിൽ നിന്ന് പുറത്തേക്കോ പോകുന്നത് കണ്ടിട്ടുണ്ടോ?"

ചാർളി തന്റെ മുന്നിലുള്ള നാലു വൃദ്ധ മുഖങ്ങളിലേക്കും മാറി മാറി നോക്കി. എല്ലാവരും അവനെയും ഉറ്റു നോക്കി. എല്ലാ മുഖങ്ങളിലും ഊഷ്മളമായൊരു പുഞ്ചിരിയുണ്ടായിരുന്നു. എന്നാൽ

അതിലെല്ലാം ഗൗരവം തങ്ങി നിന്നിരുന്നു. ആ മുഖങ്ങളിലൊന്നും തമാശയുടേയോ പരിഹാസത്തിന്റെയോ ഒരംശം പോലും കണ്ടില്ല.

"പറയൂ, നീ കണ്ടിട്ടുണ്ടോ?" ജോ അപ്പാപ്പൻ പിന്നെയും ചോദിച്ചു.

"എനിക്ക്... എനിക്കറിയില്ല, അപ്പാപ്പാ." ചാർളി വിക്കി വിക്കിപ്പറഞ്ഞു.

"ഞാൻ അതു വഴി പോകുമ്പോഴെല്ലാം ഫാക്ടറിയുടെ കവാടങ്ങൾ അടഞ്ഞു കിടക്കുന്നതായാണ് കാണാറുള്ളത്."

"അതു തന്നെ!" ജോ അപ്പാപ്പൻ പറഞ്ഞു.

"എന്നാലും അവിടെ ആളുകൾ പണിയെടുക്കുന്നുണ്ടാകണം."

"ആളുകളല്ല, ചാർളി. അവർ സാധാരണ ആളുകൾ അല്ല..."

"പിന്നെയാരാണ്?"

"ആഹ്... അതാണ്. അത് വോങ്കയുടെ ബുദ്ധിസാമർത്ഥ്യത്തിന്റെ മറ്റൊരു ഉദാഹരണമാണ്."

"മോനെ, ചാർളി." വാതിലിനടുത്തു നിന്ന് അമ്മച്ചിയുടെ ശബ്ദം വന്നു. "ഉറങ്ങാൻ സമയമായി. ഇന്നത്തേക്കിതു മതി."

"പക്ഷെ, അമ്മച്ചീ, എനിക്കിത് കേൾക്കണം."

"ഇനി നാളെ കേൾക്കാം, മോനെ."

"അതെ. അത് ശരിയാണ്" ജോ അപ്പാപ്പൻ പറഞ്ഞു. "ഇതിന്റെ ബാക്കി നാളെ വൈകുന്നേരം പറഞ്ഞു തരാം."

4

രഹസ്യ തൊഴിലാളികൾ

പിറ്റേന്ന് വൈകുന്നേരം ജോ അപ്പാപ്പൻ കഥ തുടർന്നു.

"കേൾക്കു, ചാർളി," അദ്ദേഹം പറഞ്ഞു തുടങ്ങി.

"കുറച്ചു കാലം മുൻപ് വരെ വില്ലി വോങ്കയുടെ ചോക്ലേറ്റ് ഫാക്ടറിയിൽ ആയിരക്കണക്കിനാളുകൾ പണിയെടുത്തിരുന്നു. പെട്ടെന്നൊരു ദിവസം എല്ലാവരെയും അദ്ദേഹത്തിന് വീട്ടിലേക്കു പറഞ്ഞു വിടേണ്ടി വന്നു. ഇനിയൊരിക്കലും ഒരാൾ പോലും തിരിച്ചു വരാൻ പാടില്ലെന്നും അദ്ദേഹം പറഞ്ഞു."

"അതെന്താ, അങ്ങനെ?" ചാർളി ചോദിച്ചു.

"ചാരന്മാർ കാരണം."

"ചാരന്മാരോ?"

"അതെ. വോങ്കയുണ്ടാക്കുന്ന അത്ഭുത ചോക്ലേറ്റുകൾ കണ്ട് മറ്റെല്ലാ ചോക്ലേറ്റ് നിർമ്മാതാക്കൾക്കും അതിനോടകം അസൂയ വളർന്നിരുന്നു. അവയുടെ രഹസ്യക്കൂട്ട് മോഷ്ടിക്കാനായി അവരെല്ലാം ചാരന്മാരെ നിയോഗിക്കാൻ തുടങ്ങി. ഈ ചാരന്മാരെല്ലാം സാധാരണ തൊഴിലാളികളുടെ വേഷത്തിൽ വോങ്കയുടെ ഫാക്ടറിയിൽ കയറിപ്പറ്റി. അങ്ങനെ, അവരിൽ ഓരോരുത്തരും ഓരോ സംഗതി എങ്ങനെയാണ് ഉണ്ടാക്കുന്നതെന്ന് മനസ്സിലാക്കി."

"എന്നിട്ടവർ സ്വന്തം ഫാക്ടറിയിലേക്ക് തിരിച്ചു പോയി അത് അവിടെയുള്ളവർക്ക് പറഞ്ഞു കൊടുത്തുവോ?" ചാർളി ചോദിച്ചു.

"പറഞ്ഞു കൊടുത്തിട്ടുണ്ടാവണം." ജോ അപ്പാപ്പൻ പറഞ്ഞു.

"കാരണം, അധികം വൈകാതെ ഫിക്കൽഗ്രൂബറുടെ ഫാക്ടറിയിൽ കൊടും വെയിലത്തും അലിഞ്ഞു പോകാത്ത ഐസ്

ക്രീം നിർമ്മിക്കാൻ തുടങ്ങി. പ്രോഡ്നോസിന്റെ ഫാക്ടറിയിൽ എത്ര ചവച്ചാലും മധുരം പോകാത്ത ച്യൂയിങ് ഗം ഉണ്ടാക്കാൻ തുടങ്ങി. വീർപ്പിച്ച് വലുതാക്കി പിന്നെ സൂചി കൊണ്ട് കുത്തിപ്പൊട്ടിച്ച് പിന്നെയും തുന്നിച്ചേർക്കാവുന്ന തരം പഞ്ചാര ബലൂണുകൾ ഉണ്ടാക്കിയത് സ്ലഗ്വർത്തിന്റെ ഫാക്ടറിയിൽ ആണ്. അങ്ങനെ യങ്ങനെ... വില്ലി വോങ്ക കലി തുള്ളിക്കൊണ്ട് അലറി വിളിച്ചു.

'ഇതെന്തൊരു കഷ്ടമാണ്. ഇങ്ങനെ പോയാൽ ഞാൻ തകർന്നു പോകും. ചുറ്റും ചാരൻമാരാണ്. എനിക്ക് ഫാക്ടറി പൂട്ടേണ്ടി വരും!'"

"എന്നിട്ട് അദ്ദേഹമങ്ങനെ ചെയ്തില്ലല്ലോ?" ചാർളി പറഞ്ഞു.

"ചെയ്തു. അദ്ദേഹം എല്ലാ തൊഴിലാളികളോടും ക്ഷമ ചോദിച്ചു. എന്നിട്ടവരെയെല്ലാം വീട്ടിലേക്കു പറഞ്ഞു വിട്ടു. ശേഷം ഫാക്ടറിയുടെ മുഖ്യകവാടം അടച്ചു പൂട്ടി വലിയൊരു ചങ്ങല വെച്ച് അത് ബന്ധിച്ചു. അങ്ങനെ, വോങ്കയുടെ കൂറ്റൻ ചോക്ലേറ്റ് ഫാക്ടറി ആളൊഴിഞ്ഞു നിശബ്ദമായി. ചിമ്മിനികൾ പുക തുപ്പുന്നതു നിർത്തി, യന്ത്രങ്ങളുടെ ഞരക്കം നിലച്ചു, അതിനു ശേഷം ഒരു ചോക്ലേറ്റോ മിഠായിയോ അവിടെ നിന്ന് വരാതെയായി. ഒരാൾ പോലും അതിനകത്തേക്കോ അവിടെ നിന്ന് പുറത്തേക്കോ പോകാതെയായി. അധികം വൈകാതെ വില്ലി വോങ്കയും പൂർണ്ണമായി അപ്രത്യക്ഷനായി."

"അങ്ങനെ മാസങ്ങൾ കടന്നു പോയി." ജോ അപ്പാപ്പൻ കഥ തുടർന്നു. "ഫാക്ടറി അപ്പോഴും അടഞ്ഞു തന്നെ കിടന്നു. എല്ലാവരും പരസ്പരം പറഞ്ഞു കൊണ്ടിരുന്നു. 'പാവം വോങ്ക. നല്ലൊരു മനുഷ്യനായിരുന്നു. അസാമാന്യ സാധനങ്ങളാണ് അദ്ദേഹം ഉണ്ടാക്കിക്കൊണ്ടിരുന്നത്. പക്ഷെ, ഇപ്പോൾ അയാളുടെ കാലം കഴിഞ്ഞു പോയിരിക്കുന്നു. എല്ലാം നശിച്ചു.'

“പെട്ടെന്നൊരു ദിവസം അത്ഭുതം സംഭവിച്ചു. അതിരാവിലെ തന്നെ ഫാക്ടറിയുടെ ചിമ്മിനികളിൽ നിന്ന് വെളുത്ത പുക ഉയരാൻ തുടങ്ങി. പട്ടണത്തിലെ ആളുകളെല്ലാം ആശ്ചര്യത്തോടെ മിഴിച്ചു നോക്കാൻ തുടങ്ങി.

‘എന്താണ് സംഭവിക്കുന്നത്?’ അവർ പരസ്പരം വിളിച്ചു ചോദിച്ചു.

‘ആരോ അവിടെ അടുപ്പു കത്തിച്ചിരിക്കുന്നു. വോങ്ക ഫാക്ടറി വീണ്ടും തുറക്കുന്നതാകും!’ കവാടം തുറന്നു വെച്ച് തന്റെ തൊഴിലാളികളെ സ്വീകരിക്കാനായി വോങ്ക അവിടെ നിൽക്കുന്നുണ്ടാകുമെന്ന പ്രതീക്ഷയിൽ അവരെല്ലാവരും അവിടേക്ക് ഓടിച്ചെന്നു.

ഇല്ല! കവാടങ്ങൾ അടഞ്ഞു തന്നെ കിടക്കുകയാണ്. അതിനെ ബന്ധിച്ച ചങ്ങല ഇപ്പോഴും അവിടെയുണ്ട്. വോങ്കയെ അവിടെയെങ്ങും കാണാനുമില്ല.

‘പക്ഷെ, ഫാക്ടറി പ്രവർത്തിക്കുന്നുണ്ടല്ലോ.’ ആളുകൾ അത്ഭുതം കൂറി. ‘ശ്രദ്ധിച്ചു കേൾക്കൂ! യന്ത്രങ്ങൾ ഞെരുങ്ങുന്നുണ്ട് അവയെല്ലാം പ്രവർത്തിക്കുന്നുണ്ട്. അതും കൂടാതെ, വായുവിൽ ചോക്ലേറ്റിന്റെ ഗന്ധം നിറഞ്ഞു നിൽക്കുന്നത് ശ്രദ്ധിക്കൂ.’”

ജോ അപ്പാപ്പൻ മുന്നോട്ടാഞ്ഞ് തന്റെ നീണ്ടു മെലിഞ്ഞ വിരലുകൾ ചാർളിയുടെ കാൽമുട്ടിൽ വെച്ചു. എന്നിട്ട് ശബ്ദം താഴ്ത്തിപ്പറഞ്ഞു :

“എന്നാൽ ഏറ്റവും നിഗൂഢമായ സംഗതി ഫാക്ടറിയുടെ ജനാലച്ചില്ലുകളിൽ കണ്ട നിഴലുകളായിരുന്നു. മഞ്ഞു പുതഞ്ഞു കിടന്ന ജനാലകൾക്കപ്പുറത്ത് നീങ്ങിക്കൊണ്ടിരിക്കുന്ന മങ്ങിയ നിഴലുകൾ പുറത്തു നിൽക്കുന്നവർക്ക് കാണാമായിരുന്നു.”

“ആരുടെ നിഴലുകൾ?” ചാർളി പെട്ടെന്നു ചോദിച്ചു.

“അതു തന്നെയായിരുന്നു എല്ലാവർക്കും അറിയേണ്ടിയിരുന്നത്.

‘അകത്ത് നിറയെ തൊഴിലാളികളാണ്!’ ആളുകൾ ആക്രോശിക്കാൻ തുടങ്ങി.

‘പക്ഷെ, ആരും അകത്തു കയറിയിട്ടില്ലല്ലോ. പോരാത്തതിന് കവാടവും പൂട്ടിക്കിടക്കുകയാണ്. എന്താണിവിടെ സംഭവിക്കുന്നത്? ആരും പുറത്തു വരുന്നുമില്ല.’

എന്നാൽ ഫാക്ടറി പ്രവർത്തിക്കുന്നുണ്ടെന്ന കാര്യത്തിൽ ആർക്കും സംശയമില്ലായിരുന്നു. അന്നു മുതൽ കഴിഞ്ഞ പത്തു

വർഷക്കാലമായി അതങ്ങനെ പ്രവർത്തിച്ചു കൊണ്ടിരിക്കുകയാണ്. അതുകൂടാതെ, അവിടെ നിന്നു വരുന്ന ചോക്ലേറ്റുകളും മിഠായികളും കൂടുതൽ കൂടുതൽ സ്വാദിഷ്ടമായിക്കൊണ്ടിരിക്കുകയാണെന്നും പിന്നീട് മനസ്സിലായി. ഇപ്പോൾ വോങ്ക കണ്ടുപിടിക്കുന്ന പുതിയ മിഠായികൾ ഫിക്കൽഗ്രൂബറിനോ പ്രോഡ്നോസിനോ സ്ലഗ്വർത്തിനോ മറ്റാർക്കെങ്കിലുമോ അനുകരിക്കാൻ പറ്റാറുമില്ല. അവയെല്ലാം എങ്ങനെയാണ് ഉണ്ടാക്കുന്നതെന്നറിയാനായി ചാരന്മാരെ അതിനകത്തേക്ക് പറഞ്ഞു വിടാനും സാധിക്കുകയില്ല."

"പക്ഷെ, അപ്പാപ്പാ, ആരെയാണ് വോങ്ക ഇപ്പോൾ ഫാക്ടറിയിൽ പണിയെടുപ്പിക്കുന്നത്?"

"ആർക്കുമറിയില്ല, ചാർളി."

"അസംബന്ധം. ആരും ഇതുവരെ വോങ്കയോട് ചോദിച്ചിട്ടില്ലേ?"

"ഇപ്പോൾ അദ്ദേഹത്തെയും ആരും കാണാറില്ല. അദ്ദേഹം പുറത്തു വരാറില്ല. അവിടെ നിന്ന് പുറത്തു വരുന്നത് ചോക്ലേറ്റുകളും മറ്റു മിഠായികളുമാണ്. അതു തന്നെ വരുന്നത് മതിലിലെ ഒരു കൊച്ചു വാതിൽ വഴിയാണ്. വൃത്തിയായി പാക്ക് ചെയ്ത് വിലാസം എഴുതി വരുന്ന ഈ സാധനങ്ങൾ ദിവസവും പോസ്റ്റ് ഓഫീസ് ട്രക്കുകൾ വന്ന് എടുത്തു കൊണ്ടുപോകും."

"എന്നാലും അപ്പാപ്പാ, അവിടെ പണിയെടുക്കുന്നത് ഏതു തരം ആളുകളാവും?"

"ചോക്ലേറ്റ് നിർമ്മാണലോകത്തെ ഏറ്റവും വലിയ നിഗൂഢതകളിലൊന്നാണത്. അവരെക്കുറിച്ച് നമുക്ക് ഒരു കാര്യം മാത്രമേ അറിയുകയുള്ളൂ. അവർ നന്നേ ചെറിയ ആളുകളാണ്. ജനാലയിൽ പ്രത്യക്ഷപ്പെടുന്ന മങ്ങിയ നിഴലുകൾ, പ്രത്യേകിച്ചും രാത്രി കാലങ്ങളിൽ വിളക്കുകളുടെ വെളിച്ചത്തിൽ കാണുന്നവ, ചെറിയ മനുഷ്യരുടേതാണ്. കാൽമുട്ടോളം പോലും പൊക്കമില്ലാത്ത മനുഷ്യരുടെ നിഴലുകൾ..."

"അങ്ങനെയൊരു തരം ആളുകൾ ഇല്ല." ചാർളി പറഞ്ഞു.

പെട്ടെന്ന് ചാർളിയുടെ പിതാവ് മുറിയിലേക്ക് കയറി വന്നു. ടൂത്ത് പേസ്റ്റ് ഫാക്ടറിയിൽ നിന്ന് അപ്പോൾ പുറത്തു വന്നതേയുണ്ടായിരുന്നുള്ളൂ. കൈയിലുള്ള സായാഹ്ന പത്രം വളരെ ആവേശത്തോടെ അദ്ദേഹം വീശിക്കാണിച്ചു.

"നിങ്ങളീ വാർത്ത കേട്ടോ?" മിസ്റ്റർ ബക്കറ്റ് വിളിച്ചു ചോദിച്ചു.

ആ പത്രം നിവർത്തിപ്പിടിച്ച് അതിലെ വലിയ അക്ഷരത്തിൽ എഴുതിയ തലക്കെട്ട് എല്ലാവർക്കും കാണിച്ചു കൊടുത്തു. അതിൽ ഇങ്ങനെ എഴുതിയിരുന്നു :

അവസാനമായി, തിരഞ്ഞെടുക്കപ്പെടുന്ന ഭാഗ്യശാലികൾക്കായി വോങ്കയുടെ ഫാക്ടറി വീണ്ടും തുറക്കുന്നു

5

സുവർണ്ണാവസരം!

"ശരിക്കും ആളുകളെ ഫാക്ടറിയുടെ അകത്തേക്ക് കടത്തിവിടും എന്നാണോ പറയുന്നത്?" ജോ അപ്പാപ്പൻ ആർത്തു വിളിച്ചു.

"അതിലെന്താണ് പറയുന്നതെന്ന് ഉറക്കെ വായിച്ച് കേൾപ്പിക്ക്. വേഗം!"

"ശരി." പത്രക്കടലാസ് തട്ടിക്കൊണ്ട് മിസ്റ്റർ ബക്കറ്റ് പറഞ്ഞു.

"ശ്രദ്ധിച്ചു കേൾക്കൂ!"

സായാഹ്ന വാർത്തകൾ

പത്തു വർഷമായി ആരും കണ്ടിട്ടില്ലാത്ത ചോക്ലേറ്റ് നിർമ്മാണ പ്രതിഭ, വില്ലി വോങ്ക ഇന്ന് താഴെ പറയുന്ന സന്ദേശം പൊതുജനങ്ങൾക്കായി അയച്ചിരിക്കുന്നു :

വില്ലി വോങ്കയെന്ന ഞാൻ, ഈ വർഷം അഞ്ചു കുട്ടികളെ – വെറും അഞ്ചു പേരെ മാത്രം. അതിൽ കൂടാൻ പറ്റില്ല. എന്റെ ഫാക്ടറി സന്ദർശിക്കാനായി അനുവദിക്കാൻ തീരുമാനിച്ചിരിക്കുകയാണ്. ഈ അഞ്ചു ഭാഗ്യശാലികളെ ഞാൻ തന്നെ ഫാക്ടറിയാകെ കൊണ്ടു നടന്ന് കാണിക്കുന്നതായിരിക്കും. ഫാക്ടറിക്കകത്തെ സർവ്വ രഹസ്യങ്ങളും മായാജാലങ്ങളും കണ്ടു മനസ്സിലാക്കാൻ അവർക്ക് അവസരമുണ്ടാകും. അതും കൂടാതെ, ഈ സന്ദർശനത്തിന്റെ അവസാനം, ജീവിതകാലം മുഴുവൻ കഴിക്കാനുള്ള ചോക്ലേറ്റുകളും

മിഠായികളും അവർക്ക് സമ്മാനമായി നൽകുന്നതായിരിക്കും. അതുകൊണ്ട്, ആ സുവർണ്ണ ടിക്കറ്റുകൾക്കായി കാത്തിരിക്കുക. സ്വർണ്ണ വർണ്ണത്തിലുള്ള കടലാസുകളിൽ അഞ്ച് സ്വർണ്ണ ടിക്കറ്റുകൾ അച്ചടിച്ച് അഞ്ച് സാധാരണ ചോക്ലേറ്റുകളുടെ പൊതിയുടെ അകത്തായി ഒളിച്ച് വെച്ചിട്ടുണ്ട്. ഈ അഞ്ചു ചോക്ലേറ്റുകൾ ലോകത്തെവിടെയെങ്കിലുമുള്ള ഏതെങ്കിലുമൊരു പട്ടണത്തിലെ ഏതെങ്കിലുമൊരു തെരുവിലെ ഏതെങ്കിലുമൊരു കടയിലുണ്ടാകും. വോങ്ക മിഠായികൾ വിൽക്കുന്ന എവിടെയുമാകാമെന്നർത്ഥം. ഈ അഞ്ചു പേർക്കു മാത്രമാകും എന്റെ ഫാക്ടറി സന്ദർശിക്കാനും അതിനകത്ത് നടക്കുന്ന സംഗതികൾ കണ്ടു മനസ്സിലാക്കാനും അവസരമുണ്ടാവുക. എല്ലാവർക്കും ഭാഗ്യം ആശംസിക്കുന്നു. ഇനിയീ നിധിവേട്ട തുടങ്ങിക്കൊള്ളൂ.

വില്ലി വോങ്ക (ഒപ്പ്)

"ഇയാൾക്ക് കിറുക്കാണ്." ജോസഫീൻ അമ്മാമ്മ പിറുപിറുത്തു.

"അദ്ദേഹം അസാമാന്യ ബുദ്ധിമാനാണ്." ജോ അപ്പാപ്പൻ പറഞ്ഞു.

"ഒരു മാന്ത്രികനാണദ്ദേഹം. ഇപ്പോൾ എന്താണ് സംഭവിക്കാൻ പോകുന്നതെന്നു നോക്കൂ. ഈ ലോകം മുഴുവൻ ആ സ്വർണ്ണ ടിക്കറ്റുകൾക്കു വേണ്ടി തിരയുകയാവും. അതു കിട്ടുമെന്ന പ്രതീക്ഷയിൽ എല്ലാവരും ഇപ്പോൾ വോങ്കയുടെ ചോക്ലേറ്റുകൾ വാങ്ങുകയാവും. ഇതുവരെയില്ലാത്തത്ര വില്പന ഇപ്പോൾ നടക്കും. ആ ടിക്കറ്റിലൊരെണ്ണം കിട്ടുന്ന അവസ്ഥയൊന്ന് ആലോചിച്ച് നോക്കൂ!"

"പിന്നെ ജീവിതകാലം മുഴുവൻ കഴിക്കാനുള്ള ചോക്ലേറ്റുകളും മിഠായികളും സൗജന്യം." ജോർജ് അപ്പാപ്പന് ആവേശമായി.

"അതൊന്ന് ആലോചിച്ച് നോക്കൂ!"

"വലിയ ലോറിയിലാകും അതെല്ലാം വീട്ടിൽ എത്തിച്ചു കൊടുക്കുന്നത്." ജോർജിന അമ്മാമ്മ പറഞ്ഞു.

"എനിക്കിതെല്ലാം ആലോചിക്കുമ്പോഴേ അസ്വസ്ഥത തോന്നുന്നു." ജോസഫീന അമ്മാമ്മ പറഞ്ഞു.

"അസംബന്ധം!" ജോ അപ്പാപ്പന്റെ ഒച്ച പൊന്തി.

"ചാർളി, ഒരു ചോക്ലേറ്റ് തുറക്കുന്നതും അതിനകത്ത് ഒരു തിളങ്ങുന്ന സ്വർണ്ണ ടിക്കറ്റ് കിട്ടുന്നതും ഒരു സംഭവം തന്നെയാവില്ലേ?"

"തീർച്ചയായും, അപ്പാപ്പാ. പക്ഷെ, അതിലൊരു തരി പ്രതീക്ഷ പോലും എനിക്കില്ല." ചാർളി ദുഃഖത്തോടെ പറഞ്ഞു.

"എനിക്ക് വർഷത്തിൽ ഒരു ചോക്ലേറ്റ് മാത്രമാണ് കിട്ടുന്നത്."

"ആർക്കറിയാം, തങ്കക്കുടമേ." ജോർജിന അമ്മാമ്മ അവനെ സമാധാനിപ്പിച്ചു.

"അടുത്തയാഴ്ച നിന്റെ പിറന്നാളാണ്. മറ്റാരെയും പോലെ നിനക്കും അത് കിട്ടാനുള്ള അവസരമുണ്ട്."

"അത് ശരിയല്ലെന്നാണ് എനിക്ക് തോന്നുന്നത്." ജോർജ് അപ്പാപ്പൻ പറഞ്ഞു.

"ദിവസവും ചോക്ലേറ്റ് ബാറുകൾ വാങ്ങാൻ കഴിയുന്നവർക്കാണ് ഈ സ്വർണ്ണ ടിക്കറ്റ് കണ്ടെത്താൻ സാദ്ധ്യത കാണുന്നത്. നമ്മുടെ ചാർളിക്ക് വർഷത്തിൽ ഒരു ചോക്ലേറ്റാണ് കിട്ടുന്നത്. എനിക്കതിൽ പ്രതീക്ഷയൊന്നുമില്ല."

6

ആദ്യ രണ്ടു ഭാഗ്യശാലികൾ

പിറ്റേന്ന തന്നെ ആദ്യ സ്വർണ്ണ ടിക്കറ്റ് കണ്ടുകിട്ടി. അഗസ്റ്റസ് ഗ്ലൂപ്പ് എന്ന പേരുള്ള ഒരു കുട്ടിയായിരുന്ന ഭാഗ്യശാലി. സായാഹ്ന പത്രത്തിന്റെ ആദ്യ പേജിൽ തന്നെ കുട്ടിയുടെ വലിയൊരു ചിത്രം ഉൾപ്പെടെ അത് വാർത്തയായി വന്നു. തടിയനായ ഒരു ഒമ്പതു വയസ്സുകാരന്റെ ചിത്രമായിരുന്നു അതിൽ. കണ്ടാൽ ആരോ വലിയ പമ്പുപയോഗിച്ച് അവനെ ഊതി വീർപ്പിച്ചതാണെന്നു തോന്നും. അവന്റെ ദേഹത്തിലെ ഓരോ അവയവങ്ങളിലും കൊഴുപ്പിന്റെ മടക്കുകൾ കാണാമായിരുന്നു. കുഴച്ചു വെച്ച മാവിന്റെ വലിയൊരു ഉണ്ട പോലെ തോന്നിക്കുന്ന അവന്റെ മുഖത്ത് രണ്ട് കുഞ്ഞു കണ്ണുകൾ ഈ ലോകത്തെ ആർത്തിയോടെ നോക്കുന്നതായി തോന്നി. അഗസ്റ്റസ് ഗ്ലൂപ്പിന്റെ നാടാകെ ആഘോഷത്തിമിർപ്പിലാണെന്ന് പത്രവാർത്തയിൽ പറഞ്ഞു. എല്ലാ ജനാലകളിൽ നിന്നും പതാകകൾ പാറിക്കളിച്ചു. വിദ്യാലയങ്ങൾ കുട്ടികൾക്ക് അവധി നൽകി. ഈ യുവ താരോദയത്തെ ആദരിക്കാനായി ഒരു പരേഡ് തന്നെ അവിടെ അരങ്ങേറി.

"അഗസ്റ്റസ് ആ സ്വർണ്ണ ടിക്കറ്റ് കണ്ടെത്തുമെന്ന് എനിക്കറിയാമായിരുന്നു." അവന്റെ അമ്മച്ചി പത്രക്കാരോട് പറഞ്ഞു.

"ദിവസവും ഇത്രയധികം ചോക്ലേറ്റ് കഴിക്കുന്നത് കൊണ്ട് ടിക്കറ്റ് അവന് കിട്ടാതിരിക്കുക എന്നത് അസാദ്ധ്യമാണ്. തീറ്റയാണ് അവന്റെ ഇഷ്ടവിനോദം, കേട്ടോ. അതിൽ മാത്രമേ അവന് താത്പര്യമുള്ളൂ. തെമ്മാടിപ്പിള്ളേരെപ്പോലെ കളിത്തോക്ക് കൊണ്ട് അതുമിതും വെടിവെച്ചിട്ടും മറ്റും വികൃതി കാണിക്കുന്നതിനേക്കാൾ എന്തുകൊണ്ടും നല്ലത് ഇതു തന്നെയാണ്. ശരിയല്ലേ? പിന്നെ ഞാൻ എപ്പോഴും പറയാറുണ്ട്, അവന് പോഷണം ആവശ്യമുള്ളതു

കൊണ്ടാണ് അവൻ ഇങ്ങനെ കഴിച്ചു കൊണ്ടിരിക്കുന്നത്? എന്തായാലും ഇതെല്ലാം വൈറ്റമിൻ ആണല്ലോ. അവൻ വോങ്കയുടെ ഫാക്ടറി സന്ദർശിക്കുന്നതിലെ ആവേശമൊന്ന് ആലോചിച്ചു നോക്കൂ. ഞങ്ങളുടെ അഭിമാനം പറഞ്ഞറിയിക്കാനാകുന്നില്ല."

"എന്തൊരു അരോചകയായ സ്ത്രീയാണവർ!" ജോസഫീൻ അമ്മാമ്മ പറഞ്ഞു.

"എന്തൊരു വൃത്തികെട്ട ചെക്കൻ." ജോർജീന അമ്മാമ്മ പറഞ്ഞു.

“ഇനി നാല് ടിക്കറ്റുകൾ കൂടിയേ ബാക്കിയുള്ളൂ.” ജോർജ് അപ്പാപ്പൻ പറഞ്ഞു.

“അതാർക്കാവും കിട്ടുക എന്നാണ് ഞാൻ ആലോചിക്കുന്നത്.”

ഇപ്പോൾ രാജ്യമെമ്പാടും, എന്നു വേണ്ട, ലോകമാകെ ഒരു ചോക്ലേറ്റ് വാങ്ങൽ ആഘോഷത്തിൽ ഏർപ്പെട്ടിരിക്കുന്നതു പോലെ തോന്നി. സർവ്വരും ബാക്കിയുള്ള സ്വർണ്ണ ടിക്കറ്റുകൾക്കു വേണ്ടി അവിശ്രമം തിരഞ്ഞു കൊണ്ടിരിക്കുകയായിരുന്നു. മുതിർന്ന സ്ത്രീകൾ വരെ മിഠായിക്കടകളിലേക്ക് പോയി പത്ത് ചോക്ലേറ്റുകൾ ഒന്നിച്ചു വാങ്ങി അതിനകത്ത് സ്വർണ്ണത്തിളക്കം ഉണ്ടോ എന്ന് ആകാംക്ഷയോടെ തുറന്നു നോക്കിക്കൊണ്ടിരുന്നു. കുട്ടികൾ തങ്ങളുടെ കാശുകുടുക്ക തല്ലിപ്പൊട്ടിച്ച് അതിലെ പണം മുഴുവൻ എടുത്ത് കടകളിലേക്കോടി. ഒരു നഗരത്തിൽ, ഒരു കൊള്ളക്കാരൻ ഒരു ബാങ്ക് മുഴുവനായി കൊള്ളയടിച്ച് അന്നു വൈകുന്നേരം തന്നെ ആ പണം മുഴുവൻ ചിലവഴിച്ച് വോങ്ക ചോക്ലേറ്റുകൾ വാങ്ങി. അയാളെ പിടികൂടാനായി വീട്ടിലേക്കു കയറിച്ചെന്ന പൊലീസ് കണ്ടത് ചോക്ലേറ്റിന്റെ ഒരു കൂമ്പാരത്തിനരികിൽ നിലത്തിരുന്ന് ഒരു കഠാരത്തല ഉപയോഗിച്ച് ആവേശത്തോടെ അവ തുറന്നു നോക്കുന്ന കൊള്ളക്കാരനെയാണ്. അങ്ങകലെ റഷ്യയിൽ ഷാർലോട്ട് റൂസ്സ് എന്നൊരു സ്ത്രീ രണ്ടാമത്തെ ടിക്കറ്റ് കിട്ടിയെന്ന വാദവുമായി വന്നു. എന്നാൽ ഇത് വ്യാജമായിരുന്നുവെന്ന് പിന്നീട് തെളിഞ്ഞു. പ്രൊഫസ്സർ ഫൗൾബോഡിയെന്ന ഇംഗ്ലണ്ടുകാരനായ വിഖ്യാത ശാസ്ത്രജ്ഞൻ, തുറന്നു നോക്കാതെ തന്നെ ചോക്ലേറ്റ് പൊതിക്കകത്ത് സ്വർണ്ണ ടിക്കറ്റുണ്ടോ എന്ന് പ്രവചിക്കാൻ സാധിക്കുന്ന ഒരു യന്ത്രം കണ്ടു പിടിച്ചു. സ്വർണ്ണത്തിന്റെ നേരിയ അംശമെങ്കിലുമുള്ള എന്തും ഒറ്റയടിക്ക് പിടിച്ചെടുക്കുന്ന ഒരു കൈ ആയിരുന്നു യന്ത്രത്തിന്റെ മുഖ്യഭാഗം. ഈ സമസ്യക്കുള്ള ഉത്തരമാണ് ഇതെന്ന് ഒരുവേള പലർക്കും തോന്നി. ദൗർഭാഗ്യകരമെന്നല്ലാതെ എന്തു പറയാൻ, ഒരു മിഠായിക്കടയുടെ മുമ്പിൽ ഈ യന്ത്രം പ്രദർശിപ്പിക്കുന്നതിനിടയ്ക്ക് യന്ത്രക്കൈ നീണ്ടു പോയി അതിനടുത്ത് നിന്നിരുന്ന പ്രഭ്വിയുടെ സ്വർണ്ണപ്പല്ല് പറിച്ചെടുത്തു. അതോടെ രംഗം വഷളായി. ആൾക്കൂട്ടം ആ യന്ത്രം തല്ലിത്തകർത്തു.

ചാർളിയുടെ പിറന്നാളിന്റെ തലേ ദിവസം, രണ്ടാമത്തെ സ്വർണ്ണ ടിക്കറ്റും കണ്ടു കിട്ടിയെന്ന വാർത്ത പത്രത്തിൽ വന്നു. വെറൂക സോൾട് എന്നൊരു കൊച്ചു കുട്ടിയായിരുന്നു ഇത്തവണത്തെ ഭാഗ്യശാലി. ദൂരെയുള്ളൊരു നഗരത്തിൽ തന്റെ ധനികരായ

മാതാപിതാക്കൾക്കൊപ്പം ജീവിച്ചിരുന്ന ആ പെൺകുട്ടിയുടെ ചിത്രവും സായാഹ്നപത്രത്തിൽ വലിയ പ്രാധാന്യത്തോടെ പ്രസിദ്ധീകരിച്ചു വന്നു. പുഞ്ചിരിച്ചു കൊണ്ടിരിക്കുന്ന അവളുടെ മാതാപിതാക്കൾക്ക് നടുവിലിരുന്ന് തലയ്ക്കു മുകളിൽ സ്വർണ്ണ ടിക്കറ്റ് വീശി നിറഞ്ഞു പുഞ്ചിരിക്കുന്ന അവളുടെ മുഖം.

വെറൂകയുടെ പിതാവ്, മിസ്റ്റർ സോൾട് എങ്ങനെയാണ് ടിക്കറ്റ് കണ്ടു കിട്ടിയതെന്ന് വളരെ ആവേശത്തോടെ വിശദീകരിച്ചു കൊടുത്തിരുന്നു.

"എന്റെ മകൾക്ക് ഈ സ്വർണ്ണ ടിക്കറ്റ് വേണം എന്നു പറഞ്ഞപ്പോൾ തന്നെ ഞാൻ പട്ടണത്തിലേക്ക് പോയി കിട്ടാവുന്നതിന്റെ പരമാവധി ചോക്ലേറ്റുകൾ വാങ്ങിക്കൂട്ടി. ആയിരക്കണക്കിനാണ് ഞാൻ വാങ്ങിയത്. പതിനായിരക്കണക്കിനുണ്ടാകും, ചിലപ്പോൾ. എന്നിട്ട് അതെല്ലാം വലിയൊരു ലോറിയിൽ കയറ്റി എന്റെ സ്വന്തം ഫാക്ടറിയിലേക്ക് അയച്ചു. എനിക്ക് കപ്പലണ്ടി ബിസിനസ്സാണ്. വറുത്തെടുക്കാനുള്ള കപ്പലണ്ടി തൊണ്ടു പൊളിക്കാനായി എനിക്ക് നൂറിലേറെ തൊഴിലാളികളുണ്ട്. ദിവസം മുഴുവൻ അവർ ചെയ്തു കൊണ്ടിരിക്കുന്നത് ഇങ്ങനെ ഇരുന്ന്

തൊണ്ടു പൊളിക്കുന്ന പണിയാണ്. അങ്ങനെ ഞാൻ അവരോട് പറഞ്ഞു :

'ഇപ്പോൾ മുതൽ കപ്പലണ്ടി തൊണ്ടു പൊളിക്കുന്നത് നിർത്തി നിങ്ങളെല്ലാം ഈ ചോക്ലേറ്റുകൾ പൊതി തുറന്ന് നോക്കണം.' അങ്ങനെ അവരത് ചെയ്യാൻ തുടങ്ങി. ഞാൻ എന്റെ ഫാക്ടറിയിലെ എല്ലാ തൊഴിലാളികളെയും കൊണ്ട് രാവിലെ മുതൽ വൈകുന്നേരം വരെ ഈ ജോലി ചെയ്യിച്ചു.

ഇത്തരത്തിൽ മൂന്നു ദിവസം കഴിഞ്ഞു പോയി. ഞങ്ങളെ ഭാഗ്യം കടാക്ഷിച്ചില്ല. തീർത്തും ദയനീയമായിരുന്നു ആ അവസ്ഥ. ഞാൻ വീട്ടിലേക്ക് വരുമ്പോഴെല്ലാം എന്റെ മകൾ അലറിക്കരഞ്ഞു :

'എന്റെ സ്വർണ്ണ ടിക്കറ്റ് എവിടെ? എനിക്കെന്റെ സ്വർണ്ണ ടിക്കറ്റ് വേണം.' അവൾ മണിക്കൂറുകളോളം തറയിൽ കിടന്ന് കൈകാലിട്ടടിച്ച് കരയുമായിരുന്നു. എന്റെ കുഞ്ഞു മകളെ ഇത്രയും ദുഃഖിതയായി കാണുന്നത് എനിക്ക് സഹിക്കാൻ കഴിയില്ലായിരുന്നു. അതു കൊണ്ടു തന്നെ അത് കണ്ടെത്തും വരെ തിരച്ചിൽ തുടരുമെന്ന് ഞാൻ പ്രതിജ്ഞയെടുത്തു. അങ്ങനെ, നാലാം ദിവസം വൈകുന്നേരം എന്റെ തൊഴിലാളികളിലൊരാൾ ആർത്തു വിളിച്ചു :

'എനിക്കത് കിട്ടി. സ്വർണ്ണ ടിക്കറ്റ് എനിക്ക് കിട്ടി.' ഞാൻ അത് വാങ്ങിയെടുത്ത് എന്റെ പ്രിയപ്പെട്ട വെറൂകയ്ക്ക് നൽകുവാൻ വേണ്ടി ഓടി. ഇപ്പോൾ അവൾ വീണ്ടും പുഞ്ചിരിക്കുകയാണ്. ഞങ്ങളുടെ വീട് വീണ്ടും സന്തോഷത്തിലേക്ക് തിരിച്ചു വന്നിരിക്കുന്നു."

"ഇത് ആ തടിയൻ ചെക്കനേക്കാളും കഷ്ടമാണ്." ജോസഫീൻ അമ്മാമ്മ പറഞ്ഞു.

"നല്ല അടി കിട്ടാത്തതിന്റെ കുഴപ്പമാണ്." ജോർജിന അമ്മാമ്മ പറഞ്ഞു.

"ആ ചെയ്തത് ശരിയാണെന്ന് എനിക്ക് തോന്നുന്നില്ല, അപ്പാപ്പാ. നിങ്ങൾക്കോ?"

"അയാൾ അവളെ വഷളാക്കുകയാണ്." ജോ അപ്പാപ്പൻ കൂട്ടിച്ചേർത്തു.

"കുട്ടികളെ ഇങ്ങനെ വഷളാക്കുന്നതിലൂടെ ഒരു നന്മയും കിട്ടാനില്ല, ചാർളി. നീയത് ശരിക്കും മനസ്സിലാക്കിക്കൊള്ളൂ."

"കിടക്കാൻ സമയമായി, കുഞ്ഞേ." ചാർളിയുടെ അമ്മച്ചി പറഞ്ഞു.

"നാളെ നിന്റെ പിറന്നാളാണ്. അത് മറക്കേണ്ട. സമ്മാനം തുറന്നു നോക്കാനായി നീ നേരത്തെ എഴുന്നേൽക്കുമല്ലോ, അല്ലേ?"

"വോങ്ക ചോക്ലേറ്റ്." ചാർളിക്ക് ആവേശമായി.

"അതൊരു വോങ്ക ചോക്ലേറ്റ് ബാർ ആണ്, അല്ലേ?"

"അതെ, മോനെ. തീർച്ചയായും."

"ഓഹ്! മൂന്നാമത്തെ സ്വർണ്ണ ടിക്കറ്റ് അതിനകത്തു നിന്ന് കിട്ടുകയാണെങ്കിലത്തെ അവസ്ഥ ഒന്നോർത്തു നോക്കൂ."

"സമ്മാനം കിട്ടിയാൽ ഉടനെ അതിവിടെ കൊണ്ടു വരിക." ജോ അപ്പാപ്പൻ പറഞ്ഞു.

"എങ്കിൽ, നീ ആ പൊതി തുറക്കുന്നത് ഞങ്ങൾക്കെല്ലാം കാണാം."

7

ചാർളിയുടെ പിറന്നാൾ!

"ഹാപ്പി ബർത്ത്ഡേ!" പിറ്റേന്ന് രാവിലെ ചാർളി മുറിയിലേക്കു വന്നപ്പോൾ നാലു പേരും ഒന്നിച്ച് ജന്മദിനമാശംസിച്ചു.

ചാർളി മന്ദഹസിച്ചു കൊണ്ട് കട്ടിലിന്റെ ഒരു തലയ്ക്കലായി ഇരുന്നു. തന്റെ ജന്മദിന സമ്മാനം, ഒരേയൊരു ജന്മദിന സമ്മാനം ഇരു കൈകളിലുമായി അവൻ വളരെ ശ്രദ്ധയോടെ പിടിച്ചിട്ടുണ്ടായിരുന്നു. **വോങ്കാസ് വിപ്പിൾ-സ്കംപ്റ്റ്യസ് ഫഡ്ജ്മാല്ലോ ഡിലൈറ്റ്** എന്ന് അതിന്റെ പൊതിയിൽ വലിയ അക്ഷരത്തിലായി എഴുതിയിട്ടുണ്ട്.

നാല് വയോധികരും തലയണയിൽ ചാരിയിരുന്ന് ചാർളിയുടെ കൈയിലെ ചോക്ലേറ്റിൽ ഉദ്വേഗത്തോടെ തുറിച്ചു നോക്കിക്കൊണ്ടിരുന്നു.

ചാർളിയുടെ മാതാപിതാക്കൾ വന്ന് കട്ടിലിന്റെ കാൽക്കൽ അവനെ നോക്കി നിന്നു.

മുറി തികച്ചും നിശബ്ദമായി. എല്ലാവരും ചാർളി തന്റെ സമ്മാനപ്പൊതി തുറക്കുന്നതും കാത്തിരിക്കുകയായിരുന്നു. ചാർളി ആ ചോക്ലേറ്റിലേക്കൊന്നു നോക്കി. തന്റെ കൈ വിരലുകളിൽ അതിൻമേൽ പതിയെ തടവി. മുറിയുടെ നിശബ്ദതയിൽ തിളങ്ങുന്ന പൊതിക്കടലാസ് ചിലമ്പി നേരിയ ശബ്ദമുണ്ടാക്കി.

മിസ്സിസ് ബക്കറ്റ് വളരെ സൗമ്യമായി പറഞ്ഞു : "ഈ പൊതിക്കകത്ത് നീ ആഗ്രഹിക്കുന്നത് കണ്ടില്ലെങ്കിലും നീയൊരിക്കലും നിരാശപ്പെടാൻ പാടില്ല. അത്രയധികം ഭാഗ്യമൊന്നും നിനക്ക് പ്രതീക്ഷിക്കാൻ സാധിക്കില്ല."

"ആ പറഞ്ഞത് തീർച്ചയായും ശരിയാണ്." മിസ്റ്റർ ബക്കറ്റ് അത് പിന്താങ്ങി.

ചാർളി ഒന്നും പറഞ്ഞില്ല.

“മാത്രവുമല്ല, ഈ ലോകത്താകെ ഇനി മൂന്നു ടിക്കറ്റുകൾ കൂടി മാത്രമേ കണ്ടുകിട്ടാൻ ബാക്കിയുള്ളൂ.” ജോസഫീൻ അമ്മാമ്മ പറഞ്ഞു.

“എന്തു തന്നെ സംഭവിച്ചാലും നിനക്ക് ആ ചോക്ലേറ്റ് മുഴുവനായും സ്വന്തമാണെന്ന കാര്യം നീ ഒരിക്കലും മറക്കരുത്.” ജോർജീന അമ്മാമ്മ പറഞ്ഞു.

“അതെ, വോങ്കയുടെ ചോക്ലേറ്റുകളിൽ ഏറ്റവും സ്വാദിഷ്ട മായതാണത്. നിനക്കെന്തായാലും ഇതിഷ്ടപ്പെടും.” ജോർജ് അപ്പാപ്പൻ പറഞ്ഞു.

“അതെ, എനിക്കറിയാം.” ചാർളി മന്ത്രിച്ചു.

“സ്വർണ്ണ ടിക്കറ്റും മറ്റുമെല്ലാം മറന്ന് ഈ ചോക്ലേറ്റ് ആസ്വദിച്ചാൽ പോരെ?” ജോ അപ്പാപ്പൻ പറഞ്ഞു.

ഈയൊരു പാവം ചോക്ലേറ്റിനകത്ത് ആ മായാജാല ടിക്കറ്റ് ഉണ്ടാകുമെന്ന് പ്രതീക്ഷിക്കുന്നത് മണ്ടത്തരമാണെന്ന് അവർക്കെല്ലാം അറിയാമായിരുന്നു. അതുകൊണ്ടു തന്നെ തങ്ങളാൽ കഴിയുന്ന നിലയ്ക്ക് എല്ലാവരും ചാർളിയെ ആ നൈരാശ്യത്തിന് വേണ്ടി തയ്യാറാക്കിയെടുക്കാൻ ശ്രമിച്ചു കൊണ്ടിരുന്നു. എന്നാൽ മുതിർന്നവർക്കെല്ലാം മറ്റൊരു സംഗതി കൂടി നല്ലതു പോലെ അറിയാമായിരുന്നു. എത്ര ചെറുതാണെങ്കിൽ കൂടി ഈ മഹാഭാഗ്യ ത്തിനുള്ള സാദ്ധ്യത അപ്പോഴും നിലനിൽക്കുന്നുണ്ടായിരുന്നു.

സാദ്ധ്യത അവിടെ തന്നെ കാണണം.

മറ്റേതു ചോക്ലേറ്റ് ബാറിനെയും പോലെ ഇതിനകത്തും ആ സ്വർണ്ണ ടിക്കറ്റ് ഉണ്ടാകാനുള്ള സാദ്ധ്യതയുണ്ട്.

അതുകൊണ്ടു തന്നെ ആ മുറിയിൽ അപ്പോൾ ഒത്തുകൂടി യിരുന്നവരെല്ലാം തീർത്തും ശാന്തരായി നടിക്കാൻ ശ്രമിക്കു മ്പോഴും ചാർളിയെപ്പോലെതന്നെ ആകാംക്ഷയിലും ആവേശ ത്തിലുമായിരുന്നു.

“വേഗം അത് തുറന്നു നോക്കുന്നതാകും നല്ലത്. അല്ലെങ്കിൽ പിന്നെ സ്കൂളിലേക്ക് പോകാൻ ഇനിയും വൈകും.” ജോ അപ്പാപ്പൻ പറഞ്ഞു.

“ഇതങ്ങ് തീരുമാനമാവുകയും ചെയ്യും.” ജോർജ് അപ്പാപ്പൻ പറഞ്ഞു.

“തുറക്കു, മോനെ.” ജോർജിന അമ്മാമ്മ ആവേശത്തിലായി.

“വേഗം തുറക്കൂ. എനിക്ക് ആകാംക്ഷ അടക്കാനാകുന്നില്ല.”

സാവധാനം, ചാർളിയുടെ വിരലുകൾ ചോക്ലേറ്റിന്റെ പൊതിക്കടലാസിന്റെ ഒരു അരിക് പൊളിക്കാൻ തുടങ്ങി.

കട്ടിലിൽ ഇരിക്കുന്ന വൃദ്ധജനങ്ങൾ നാലു പേരും കഴുത്തു നീട്ടി ഏന്തി വലിഞ്ഞു നോക്കി.

പെട്ടെന്ന്, ഇനിയും ഈ ഉദ്വേഗം താങ്ങാൻ സാധിക്കില്ലെന്ന് തിരിച്ചറിഞ്ഞാവണം ചാർളി ആ പൊതി നടുക്കു നിന്ന് ചീന്തി. തവിട്ടു നിറത്തിലുള്ള ഒരു ചോക്ലേറ്റ് കഷണം അവന്റെ മടിയിലേക്കു വീണു.

അവിടെയൊന്നും സ്വർണ്ണ ടിക്കറ്റിന്റെ പൊടി പോലു മുണ്ടായിരുന്നില്ല.

“ഇത്രയേയുള്ളൂ.” ജോ അപ്പാപ്പൻ പുഞ്ചിരി വിടാതെ പറഞ്ഞു.

“ഇത് നമ്മൾ പ്രതീക്ഷിച്ചതു പോലെ തന്നെയായി.”

ചാർളി തലയുയർത്തി നോക്കി. കട്ടിലിൽ നാലു വൃദ്ധ മുഖങ്ങൾ ദയാവായ്പോടെ തന്നെ ഉറ്റു നോക്കുന്നു. അവൻ ചിരിച്ചു കാണിച്ചു. വിഷാദം നിറഞ്ഞ ഒരു ചെറു പുഞ്ചിരി. എന്നിട്ട് തോൾ കുലുക്കി, ചോക്ലേറ്റ് എടുത്ത് അമ്മച്ചിക്കു നീട്ടിക്കൊണ്ടു പറഞ്ഞു : “ഇതാ അമ്മച്ചീ. ഒരു കഷണം കഴിക്കൂ. ഇത് നമ്മൾക്കെല്ലാം പങ്കിട്ടു കഴിക്കാം. നിങ്ങളെല്ലാവരും ഇത് കഴിക്കണം.”

"അതു പറ്റില്ല." അമ്മച്ചി പറഞ്ഞു.

മറ്റുള്ളവരും ഒരേ ശബ്ദത്തിൽ അത് എതിർത്തു.

"ഞങ്ങൾക്കതു വേണ്ടേ വേണ്ട. ഇത് നിനക്ക് വേണ്ടി മാത്രമായുള്ളതാണ്."

"പ്ലീസ്..." ചാർളി കെഞ്ചിക്കൊണ്ട് ജോ അപ്പാപ്പനും ശേഷം മറ്റുള്ളവർക്കും ആ ചോക്ലേറ്റ് നീട്ടി.

എന്നാൽ അവരാരും അതിൽ നിന്നൊരു കഷണം പോലും എടുക്കാൻ തയ്യാറായില്ല.

"സ്കൂളിൽ പോകാൻ സമയമായി, മോനെ." ചാർളിയുടെ മെലിഞ്ഞ തോളിൽ കൈ വെച്ചു കൊണ്ട് അമ്മച്ചി പറഞ്ഞു.

"വേഗം വാ. ഇല്ലെങ്കിൽ ഇനി സ്കൂളിലെത്താൻ വൈകും."

8

രണ്ട് സ്വർണ്ണ ടിക്കറ്റുകൾ കൂടി

അന്നത്തെ സായാഹ്നപത്രത്തിൽ മൂന്നാമത്തേത് മാത്രമല്ല നാലാമത്തെ സ്വർണ്ണ ടിക്കറ്റും കണ്ടുകിട്ടിയെന്ന തലക്കെട്ട് വാർത്ത നിറഞ്ഞു നിന്നു; **രണ്ടു ടിക്കറ്റുകൾ കൂടി കണ്ടെത്തപ്പെട്ടിരിക്കുന്നു; ഇനി ഒരേയൊരെണ്ണം ബാക്കി.**

"ശരി." അത്താഴശേഷം എല്ലാവരും കൂടി ആ മുറിയിൽ ഒരുമിച്ചു കൂടിയപ്പോൾ ജോ അപ്പാപ്പൻ പറഞ്ഞു,

"അത് രണ്ടും ആർക്കാണ് കിട്ടിയതെന്നു നോക്കാം."

"മൂന്നാമത്തെ ടിക്കറ്റ്..." പത്രം കണ്ണിനടുത്തേക്ക് പിടിച്ചു കൊണ്ട് മിസ്റ്റർ ബക്കറ്റ് വായിച്ചു തുടങ്ങി. അദ്ദേഹത്തിന് കാഴ്ചയ്ക്ക് പ്രശ്നമുണ്ടായിരുന്നെങ്കിൽ കൂടി കണ്ണട വാങ്ങാനുള്ള സാമ്പത്തിക ശേഷിയില്ലാത്തതു കൊണ്ട് അതങ്ങനെ വെച്ചു.

മൂന്നാമത്തെ ടിക്കറ്റ് കിട്ടിയത് വയലറ്റ് ബ്യൂർഗാർഡിനാണ്. ഭാഗ്യശാലിയായ ആ പെൺകുട്ടിയുമായി അഭിമുഖം നടത്താനായി ഞങ്ങളുടെ ലേഖകൻ അവിടെയെത്തിയപ്പോൾ അസാമാന്യമായ ആവേശമാണ് ചുറ്റും കണ്ടത്. ക്യാമറകൾ നിർത്താതെ ചിത്രങ്ങൾ പകർത്തിക്കൊണ്ടിരിക്കുകയും ആളുകൾ പ്രശസ്തയായ പെൺകുട്ടിയുടെ അടുത്തേക്കൊന്ന് എത്തിച്ചേരാൻ വേണ്ടി തിക്കും തിരക്കും കൂട്ടുകയും ചെയ്തുകൊണ്ടിരുന്നു. പെൺകുട്ടിയാകട്ടെ സ്വീകരണ മുറിയിൽ ഒരു കസേരയിൽ എഴുന്നേറ്റ് നിന്ന് ടാക്സിക്ക് കൈ കാണിക്കുന്നതു പോലെ തന്റെ കൈയിലുള്ള സ്വർണ്ണ ടിക്കറ്റ് വീശിക്കാണിച്ചു കൊണ്ടിരുന്നു. അവൾ അതിവേഗത്തിൽ വളരെ ഉച്ചത്തിൽ എന്തൊക്കെയോ പറയുന്നുണ്ടായിരുന്നു. അതേ സമയം ച്യൂയിങ് ഗം ചവയ്ക്കുന്നതു കൊണ്ട് അവൾ എന്താണ് പറഞ്ഞു കൊണ്ടിരുന്നതെന്ന് മനസ്സിലാക്കുക ദുഷ്കരമായിരുന്നു.

"സത്യം പറഞ്ഞാൽ എനിക്ക് ച്യൂയിങ് ഗം ആണിഷ്ടം." അവൾ വിളിച്ചു പറഞ്ഞു.

"പക്ഷെ, വോങ്കയുടെ ടിക്കറ്റുകളെക്കുറിച്ച് കേട്ടപ്പോൾ ഞാൻ ച്യൂയിങ് ഗം ഉപേക്ഷിച്ച് ഭാഗ്യ പരീക്ഷണത്തിനായി ചോക്ലേറ്റ് തീറ്റയാരംഭിച്ചു. ഇപ്പോൾ ഞാൻ പഴയ ശീലത്തിലേക്ക് തിരിച്ചു വന്നിരിക്കുകയാണ്. ച്യൂയിങ് ഗം എനിക്ക് ജീവനാണ്. അതില്ലാതെ എനിക്ക് ജീവിക്കാനാകില്ല. ദിവസം മുഴുവൻ ചവച്ചു കൊണ്ടിരിക്കണം. ആകെ ഭക്ഷണം കഴിക്കുന്ന ഏതാനും നിമിഷങ്ങൾ മാത്രമാണ് ഞാൻ അത് മാറ്റി വെക്കുന്നത്. അന്നേരം, അതെടുത്ത് ചെവിയുടെ പിന്നിൽ തിരുകി വെക്കും. സത്യം പറയാമല്ലോ, വായിൽ സദാ സമയവും ഒരു കഷണം ഗം ഇല്ലെങ്കിൽ എനിക്ക് വല്ലാത്ത അസ്വസ്ഥതയാണ്. എന്റെ അമ്മച്ചി പറയുന്നത് ഇങ്ങനെ സദാസമയവും വായ അനങ്ങിക്കൊണ്ടിരിക്കുന്നത് നല്ല പെൺകുട്ടികളുടെ ലക്ഷണമല്ലെന്നാണ്. പക്ഷെ, ഞാൻ അതിനോട് യോജിക്കുന്നില്ല. കാരണം, ദിവസവും പതിനായിരം വട്ടം എന്നെ ചീത്ത പറയുന്നതു കൊണ്ടു മാത്രം അവരുടെ വായ എന്നേക്കാൾ കൂടുതൽ അനങ്ങിക്കൊണ്ടിരിക്കുന്നുണ്ട്. അങ്ങനെ വരുമ്പോൾ എന്നെ വിമർശിക്കാൻ അവർക്ക് അവകാശമില്ല."

“വയലറ്റ്, മതി!” ആൾക്കൂട്ടത്തിൽ പെട്ട് ഞെരുങ്ങിപ്പോകാതിരിക്കാനായി മുറിയുടെ ഒരു മൂലയിൽ മാറി നിന്നിരുന്ന അവളുടെ അമ്മച്ചി ഉറക്കെ വിളിച്ചു പറഞ്ഞു.

“അമ്മച്ചീ, നിങ്ങളൊന്ന് മിണ്ടാതിരിക്കൂ.” അവൾ ഒച്ച വെച്ചു. വീണ്ടും റിപ്പോർട്ടർമാരിലേക്കു തിരിഞ്ഞു കൊണ്ട് അവൾ തുടർന്നു.

“ഇനി, നിങ്ങൾക്ക് താത്പര്യം തോന്നുന്ന ഒരു കാര്യം പറയാം, ഈ ഗം കഴിഞ്ഞ മൂന്നു മാസമായി ഞാൻ തുടർച്ചയായി ചവച്ചു കൊണ്ടിരിക്കുന്നതാണ്. ഇതൊരു റെക്കോർഡാണ്. എന്റെ ഏറ്റവുമടുത്ത സുഹൃത്ത് മിസ്സ് കോർണീലിയ പ്രിൻസ്മീറ്റലിന്റെ റെക്കോർഡാണ് ഞാൻ തകർത്തത്. അതോടെ അവൾക്ക് എന്നോട് ദേഷ്യമായി. ഈ ച്യൂയിങ് ഗം ആണ് എന്റെ ഏറ്റവും വിലപ്പെട്ട സമ്പാദ്യം. ഉറങ്ങാൻ കിടക്കുമ്പോൾ ഞാൻ അതെടുത്ത് കട്ടിലിൽ ഒട്ടിച്ചു വെക്കും. രാവിലെയാകുമ്പോഴേക്ക് അത് പുതിയതു പോലെയായിട്ടുണ്ടാകും. തുടക്കത്തിൽ അല്പം കട്ടിയുണ്ടാകും. എന്നാൽ ഏതാനും തവണ ചവക്കുമ്പോഴേക്ക് അത് വീണ്ടും മൃദുവായി മാറും. ലോക റെക്കോർഡിനു വേണ്ടി ചവച്ചു തുടങ്ങുന്നതിനു മുമ്പ് ഞാൻ ദിവസവും ഗം മാറ്റാറുണ്ടായിരുന്നു. സ്കൂളിൽ നിന്നു തിരിച്ചു വരുമ്പോൾ ലിഫ്റ്റിൽ വെച്ചാണ് ഞാനത് ചെയ്യാറുള്ളത്. എന്തു കൊണ്ടാണ് ലിഫ്റ്റ് എന്നല്ലേ? ലിഫ്റ്റിന്റെ ബട്ടണുകളിൽ ചവച്ചു കഴിഞ്ഞ ച്യൂയിങ് ഗം ഒട്ടിച്ചു വെക്കുന്നത് എന്റെ ഇഷ്ട വിനോദമായിരുന്നു. ശേഷം, ലിഫ്റ്റിലേക്ക് അടുത്തതായി കയറി വരുന്നയാൾ അതിൽ അമർത്തുന്നതോടെ അവരുടെ വിരലിൽ അത് ഒട്ടിപ്പിടിക്കും. ഹ.. ഹ.. ഇതിൽ ചിലരുടെയെല്ലാം നിലവിളിയുണ്ട്. ഹൊ! വില കൂടിയ കൈയുറ ധരിച്ച സ്ത്രീകളെ ഇങ്ങനെ പറ്റിക്കുന്നതാണ് ഏറ്റവും രസം. ആഹ്, എനിക്ക് വോങ്കയുടെ ഫാക്ടറിയിൽ പോകുന്നതോർത്തു തന്നെ ആവേശം കയറുന്നു. അതു കഴിയുമ്പോൾ ജീവിതകാലം മുഴുവൻ കഴിക്കാനുള്ളത്ര ചോക്ലേറ്റ് എനിക്ക് കിട്ടാൻ പോവുകയാണെന്ന് എനിക്കറിയാം. യാ്ായ്...!”

“കുരുത്തം കെട്ട പെണ്ണ്!” ജോസഫീൻ അമ്മാമ പറഞ്ഞു.

“ജുഗുപ്സാവഹം!” ജോർജീന അമ്മാമ്മ പറഞ്ഞു. “ഈ ച്യൂയിങ് ഗം മുഴുവൻ ചവച്ച് ആ പെണ്ണ് നശിച്ചു പോകും. നോക്കിക്കോ.”

“ആർക്കാണ് നാലാമത്തെ സ്വർണ്ണ ടിക്കറ്റ് കിട്ടിയത്?” ചാർളി ചോദിച്ചു.

“ഞാൻ നോക്കട്ടെ.” മിസ്റ്റർ ബക്കറ്റ് പത്രം വീണ്ടും തുറന്നു നോക്കിക്കൊണ്ടു പറഞ്ഞു.

"ആഹ്. കിട്ടി. മൈക്ക് ടീവീ എന്നൊരു പയ്യനാണ് നാലാമത്തെ ടിക്കറ്റ് കിട്ടിയത്."

"മറ്റൊരു കുരുത്തം കെട്ട ചെറുക്കനാകും അത്. എനിക്കുറപ്പാണ്." ജോസഫീൻ അമ്മാമ്മ പിറുപിറുത്തു.

"അതു വായിക്കട്ടെ, അമ്മച്ചി." മിസ്സിസ് ബക്കറ്റ് പറഞ്ഞു.

റിപ്പോർട്ടർമാർ എത്തുമ്പോൾ മറ്റു വീടുകളെപ്പോലെ ഈ കുട്ടിയുടെ വീടും സന്ദർശകരെക്കൊണ്ട് നിറഞ്ഞിരുന്നു. എന്നാൽ ഭാഗ്യശാലി, മൈക്ക് ടീവീ ഇതൊക്കെക്കണ്ട് ആകെ അലോസരപ്പെട്ടിരിക്കുകയായിരുന്നു.

"ഞാൻ ടിവി കണ്ടിരിക്കുകയാണെന്ന് നിങ്ങൾക്കൊന്നും കണ്ടു കൂടെ! ഒന്ന് ശല്യം ചെയ്യാതിരിക്കൂ." അവൻ ദേഷ്യപ്പെട്ടുകൊണ്ടു പറഞ്ഞു.

ആ ഒമ്പതു വയസ്സുകാരൻ ബാലൻ വലിയൊരു ടിവിയിൽ കണ്ണും നട്ടിരിക്കുകയായിരുന്നു. ഒരു കൊള്ളസംഘം മറ്റൊരു കൊള്ള സംഘത്തെ യന്ത്രത്തോക്ക് കൊണ്ട് വെടിവെച്ചിടുന്ന ഒരു സിനിമ കാണുകയായിരുന്നു അവൻ. മൈക്ക് ടീവീയുടെ ദേഹത്ത് വിവിധ രൂപത്തിലും വലുപ്പത്തിലുമുള്ള ഒന്നര ഡസൻ കളിത്തോക്കുകൾ തൂക്കിയിട്ടിരുന്നു. ഇടയ്ക്കിടയ്ക്ക് അവൻ എഴുന്നേറ്റ് നിന്ന് അതു കൊണ്ട് പത്തിരുപതു തവണ വെടി വെയ്ക്കും.

"മിണ്ടാതിരിക്കൂ." ആരോ ഒരു ചോദ്യം ചോദിക്കാനാഞ്ഞപ്പോൾ അവൻ ആക്രോശിച്ചു.

"മിണ്ടാതിരിക്കാൻ ഞാൻ പറഞ്ഞില്ലേ. ഇതൊരു അടിപൊളി പരിപാടിയാണ്. ഞാൻ എന്നും ഇത് കാണും. അതിലോരോ ഭാഗവും എല്ലാ ദിവസവും കാണും. അതിലെ വെടി വെപ്പില്ലാത്ത ഭാഗങ്ങൾ വരെ കാണും. ഈ കൊള്ളക്കാർ ശരിക്കും അടിപൊളിയാണ്. പ്രത്യേകിച്ചും മറ്റുള്ളവർക്ക് അടയാളം കൊടുത്ത് പറഞ്ഞു വിടുന്നത്, അതു പോലെ കഠാര വീശുന്നത്, അതു പോലെതന്നെ ആംഗ്യത്തിലൂടെ ഒന്നേ-രണ്ടേ-മൂന്നേ പറയുന്നത്. ഇങ്ങനെയൊക്കെ ആകാൻ വേണ്ടി ഞാനെന്തും ചെയ്യും. അതാണ് ജീവിതം. അടിപൊളി ജീവിതം."

"മതി! നിർത്ത്!" ജോസഫീൻ അമ്മാമ്മ ഇടയ്ക്കു കയറി. "ഇനിയെനിക്കിത് കേട്ടിരിക്കാൻ പറ്റില്ല."

"എനിക്കും." ജോർജീന അമ്മാമ്മ പറഞ്ഞു.

"ഇന്നത്തെ കാലത്തെ കുട്ടികളെല്ലാം ഇങ്ങനെയാണോ പെരുമാറുന്നത്. നമ്മളീ കണ്ട കുരുത്തം കെട്ട പിള്ളേരെപ്പോലെ?"

"ഒരിക്കലുമില്ല!" കട്ടിലിൽ ഇരിക്കുന്ന അമ്മാമ്മയെ നോക്കി മിസ്റ്റർ ബക്കറ്റ് പറഞ്ഞു.

"ചിലർ അങ്ങനെയാണ്. ഒരുപക്ഷെ, ഭൂരിപക്ഷവും അങ്ങനെയാണ്. എന്നാൽ എല്ലാവരും അങ്ങനെയല്ല."

"ഇനിയാകെ ഒരു ടിക്കറ്റ് കൂടിയേ കിട്ടാനുള്ളൂ." ജോർജ് അപ്പാപ്പൻ പറഞ്ഞു.

"അതെ." ജോർജിന അമ്മാമ്മ പറഞ്ഞു.

"അതും അർഹതയില്ലാത്ത ഇതുപോലുള്ള ഏതെങ്കിലും കുരുത്തം കെട്ടതിന്റെ കൈയിലെത്തുമെന്ന കാര്യം നാളത്തെ അത്താഴത്തിന് നമ്മൾ കാബേജ് സൂപ്പാണ് കഴിക്കുകയെന്ന കാര്യത്തോളം ഉറപ്പുള്ളതാണ്."

9

ജോ അപ്പാപ്പന്റെ ഭാഗ്യ പരീക്ഷണം

പിറ്റേന്ന് സ്കൂൾ വിട്ടു വന്ന് അപ്പാപ്പൻമാരെയും അമ്മാമ്മമാരെയും കാണാനായി അവരുടെ മുറിയിലേക്ക് ചെന്നപ്പോൾ ജോ അപ്പാപ്പൻ മാത്രമാണ് ഉണർന്നിരിക്കുന്നതായി കണ്ടത്. ബാക്കി മൂന്നു പേരും കൂർക്കം വലിച്ച് ഉറങ്ങുകയായിരുന്നു.

"ശ്ശ്..." ജോ മുത്തശ്ശൻ ചുണ്ടത്ത് വിരൽ വെച്ച് ചാർളിയെ മാടി വിളിച്ചു. അവൻ ശബ്ദമുണ്ടാക്കാതെ കട്ടിലിനടുത്ത് ചെന്നു നിന്നു. അപ്പാപ്പൻ വിളറിച്ചിരിച്ചു കൊണ്ട് തന്റെ തലയിണയ്ക്കടിയിൽ പരതാൻ തുടങ്ങി. കൈ പുറത്തു വന്നപ്പോൾ വിരലുകൾക്കിടയിൽ പഴയൊരു തുകൽ പേഴ്സുണ്ടായിരുന്നു. മെത്ത വിരിയ്ക്കടിയിൽ വെച്ചു തന്നെ അപ്പാപ്പൻ അതു തുറന്ന് കുലുക്കി നോക്കി. ഒരു ആറു പെന്നി വെള്ളി നാണയം പുറത്തേക്ക് വീണു.

"ഇതെന്റെ രഹസ്യ സമ്പാദ്യമാണ്." അപ്പാപ്പൻ ശബ്ദം താഴ്ത്തിപ്പറഞ്ഞു.

"എന്റെ കൈയിൽ ഇതുള്ള വിവരം മറ്റുള്ളവർക്കറിയില്ല. ഇപ്പോൾ, നമ്മൾ രണ്ടു പേരും കൂടി അവസാനത്തെ ആ ടിക്കറ്റ് കണ്ടെത്താനായി ഒരു രഹസ്യ ശ്രമം നടത്താൻ പോവുകയാണ്. എന്തു പറയുന്നു? പക്ഷെ, നീയെനിക്കൊരു സഹായം ചെയ്യണം."

"ഈ പണം അതിനു വേണ്ടി ചിലവഴിക്കണമെന്ന കാര്യം ഉറപ്പാണോ, അപ്പാപ്പാ?" ചാർളി ശബ്ദം താഴ്ത്തി ചോദിച്ചു.

"തീർച്ചയായും." അപ്പാപ്പന് ആവേശമായി.

"ഇവിടെ വാദിച്ചു നിൽക്കല്ലേ. നിന്നെപ്പോലെ ഞാനും ആ ടിക്കറ്റ് കിട്ടുന്ന കാര്യത്തിൽ ആവേശത്തിലാണ്. ഇതാ, ഈ പണം കൊണ്ടുപോയി ഇവിടെ ഏറ്റവുമടുത്തുള്ള കടയിൽ ചെന്ന് നീ ആദ്യം കാണുന്ന വോങ്ക ചോക്ലേറ്റ് ബാർ വാങ്ങി നേരെ എന്റെയടുത്തു വരണം. നമ്മൾ രണ്ടു പേരും ഒന്നിച്ചാകും അത് തുറക്കുന്നത്."

ചാർളി ആ വെള്ളി നാണയമെടുത്ത് പെട്ടെന്നു തന്നെ മുറി വിട്ടു പുറത്തു പോയി. അഞ്ചു മിനിറ്റിനകം തിരിച്ചു വരികയും ചെയ്തു.

"കിട്ടിയോ?" അത് ചോദിക്കുമ്പോൾ ജോ അപ്പാപ്പന്റെ കണ്ണു നിറയെ ആവേശത്തിന്റെ പൂത്തിരിയായിരുന്നു.

ചാർളി തലയാട്ടിക്കൊണ്ട് ചോക്ലേറ്റ് ബാർ പുറത്തെടുത്തു കാണിച്ചു. **വോങ്കാസ് നട്ടി ക്രഞ്ച് സർപ്രൈസ്.**

"ശരി." കൈ കൂട്ടിത്തിരുമ്മിക്കൊണ്ട് അപ്പാപ്പൻ മന്ത്രിച്ചു.

"ഇനി എന്റെ അടുത്തു വന്നിരിക്കു. നമുക്കിത് തുറന്നു നോക്കാം. നീ തയ്യാറാണോ?"

"അതെ, ഞാൻ തയ്യാറാണ്." ചാർളി പറഞ്ഞു.

"ശരി, നീ തന്നെ പൊളിച്ചു തുടങ്ങൂ."

"അതു പറ്റില്ല. അപ്പാപ്പനാണിതിന് പണം ചിലവാക്കിയത്. അപ്പാപ്പൻ തന്നെ തുറന്നു നോക്കണം."

ചോക്ലേറ്റിന്റെ പൊതിയിൽ തൊട്ടു നോക്കുമ്പോൾ ആ വിരലുകൾ അസാമാന്യമായി വിറയ്ക്കുന്നുണ്ടായിരുന്നു.

"ശരിക്കും പറഞ്ഞാൽ, നമുക്കിതിൽ കാര്യമായ പ്രതീക്ഷയൊന്നുമില്ല,." ചെറുതായൊന്നു പുഞ്ചിരിച്ചു കൊണ്ട് അപ്പാപ്പൻ പറഞ്ഞു.

"നമുക്ക് പ്രതീക്ഷയില്ലെന്ന കാര്യം നിനക്കറിയാമല്ലോ, അല്ലേ?"

"അതെ, എനിക്കതറിയാം." ചാർളി പറഞ്ഞു.

രണ്ടു പേരും പരസ്പരം നോക്കി അടക്കിച്ചിരിക്കാൻ തുടങ്ങി.

"എന്നാലും..." ജോ അപ്പാപ്പൻ പറഞ്ഞു,

"ഇതിൽ ആ സ്വർണ്ണ ടിക്കറ്റുണ്ടാകാൻ നേരിയൊരു സാദ്ധ്യതയുണ്ട് താനും, എന്താ ശരിയല്ലേ?"

"അതെ. തീർച്ചയായും. എന്താണ് നിങ്ങളത് തുറക്കാത്തത്, അപ്പാപ്പാ?"

"എല്ലാത്തിനും ഒരു സമയമുണ്ട്, മോനെ. ഏത് അറ്റമാണ് ഞാൻ ആദ്യം തുറക്കേണ്ടത്?"

"ആ മൂല. അങ്ങേത്തലയിലുള്ളത്. കുറച്ച് മാത്രം പൊളിച്ചാൽ മതി. നമ്മൾ ഒന്നും കാണാൻ പാടില്ല."

"ഇതു പോലെയാണോ?"

"അതെ. ഇനിയൊരല്പം കൂടി."

"നീ തന്നെയിത് ചെയ്യൂ." അപ്പാപ്പൻ പറഞ്ഞു.

"എനിക്ക് പേടി തോന്നുന്ന പോലെ."

"അതു പറ്റില്ല, അപ്പാപ്പാ. അപ്പാപ്പൻ തന്നെയിതു ചെയ്യണം."

"ശരി, എന്നാൽ കണ്ടോളൂ." അപ്പാപ്പൻ പൊതി പൂർണ്ണമായി പൊളിച്ചു.

അകത്തെന്താണെന്ന കൗതുകത്തോടെ രണ്ടു പേരും ഉറ്റു നോക്കി. ഒരു ചോക്ലേറ്റ് ബാർ മാത്രം. മറ്റൊന്നുമില്ല!

പെട്ടെന്നു തന്നെ രണ്ടു പേരും അതിലെ തമാശയോർത്ത് പൊട്ടിച്ചിരിക്കാൻ തുടങ്ങി.

"എന്താണിവിടെ നടക്കുന്നത്?" ജോസഫീൻ അമ്മാമ്മ ഉറക്കത്തിൽ നിന്ന് ഞെട്ടിയുണർന്നു കൊണ്ട് ചോദിച്ചു.

"ഒന്നുമില്ല, നീ ഉറങ്ങിക്കോളൂ." ജോ അപ്പാപ്പൻ പറഞ്ഞു.

10

കുടുംബം മുഴുപ്പട്ടിണിയിൽ...

പിന്നീടുള്ള കുറച്ചാഴ്ചകൾക്കുള്ളിൽ തണുപ്പ് കഠിനമായി. ആദ്യം മഞ്ഞ് പെയ്തു. അപ്രതീക്ഷിതമായാണ് അതു വന്നത്. ചാർളി ബക്കറ്റ് സ്കൂളിലേക്കു പോകാൻ വേണ്ടി വസ്ത്രം മാറുകയായിരുന്നു. ഉരുക്കു നിറമാർന്ന ആകാശത്തു നിന്ന് വലിയ മഞ്ഞു ശല്കങ്ങൾ പതിയെ ഊർന്നിറങ്ങുന്നത് ജനാലയ്ക്കരികിൽ നിന്ന് അവൻ കണ്ടു.

വൈകുന്നേരമായപ്പോഴേക്കും നാലടി കനത്തിൽ മഞ്ഞു പെയ്തിരുന്നു. മുൻവാതിലിൽ നിന്ന് നിരത്തു വരെ പോകാൻ മിസ്റ്റർ ബക്കറ്റിന് ഒരു വഴി കുഴിച്ചെടുക്കേണ്ടി വന്നു.

മഞ്ഞുവീഴ്ച്ചയ്ക്കു ശേഷമൊരു ശീതക്കാറ്റു വന്നു. രാപ്പകലുടനീളമത് ഇടതടവില്ലാതെ അടിച്ചു വീശി. ഓഹ്! എന്തൊരു തണുപ്പായിരുന്നു. താൻ തൊടുന്നതെല്ലാം മഞ്ഞു കട്ടയാണെന്നു തോന്നി ചാർളിക്ക്. പുറത്തേക്കിറങ്ങുമ്പോഴെല്ലാം കാറ്റൊരു മൂർച്ചയുള്ള കത്തിയായതു പോലെ.

വീടിനകത്ത് ജനാലയ്ക്കിടയിലും വാതിലിനടിയിലുമുള്ള പഴുതുകളിലൂടെ മരവിപ്പിക്കുന്ന കാറ്റിന്റെ കൂർത്ത പ്രഹരങ്ങൾ ഇരച്ചു വന്നു. അതിൽ നിന്ന് രക്ഷപ്പെടാൻ യാതൊരു വഴിയുമുണ്ടായിരുന്നില്ല. നാലു വൃദ്ധ വയോധികരും കട്ടിലിൽ ചുരുണ്ടുകൂടിക്കിടന്ന് അസ്ഥിയിലേക്കു കയറുന്ന തണുപ്പിൽ നിന്ന് രക്ഷപ്പെടാൻ ശ്രമിച്ചു. സ്വർണ്ണ ടിക്കറ്റിന്റെ ആവേശമെല്ലാം എന്നോ മറന്നുപോയിക്കഴിഞ്ഞിരുന്നു. തണുപ്പകറ്റുക, പട്ടിണിയകറ്റുക എന്നീ സുപ്രധാനമായ രണ്ടു സംഗതികളെക്കുറിച്ചല്ലാതെ മറ്റൊന്നിനെക്കുറിച്ചും ആ വീട്ടിലാരും ചിന്തിച്ചില്ല.

തണുപ്പു കാലത്ത് വിശപ്പു കൂടുമെന്നത് നേരാണ്. നമ്മളെല്ലാവരും ആവി പറക്കുന്ന ഭക്ഷണ പദാർത്ഥങ്ങൾക്കു വേണ്ടി

സദാ കൊതിച്ചു കൊണ്ടിരിക്കും. നാം കരുതുന്നതിലേറെ ഭാഗ്യവാൻമാരാണ് നമ്മളെന്ന കാരണത്താൽ ആഗ്രഹിച്ചതെല്ലാം ഒരു പരിധി വരെയെങ്കിലും നമുക്ക് ലഭിക്കാറുണ്ട്. എന്നാൽ കുടുംബത്തിലെ ദാരിദ്ര്യം കാരണം ചാർളി ബക്കറ്റിന് ഒരിക്കലും അവൻ ആഗ്രഹിച്ച ഭക്ഷണം ലഭിച്ചില്ല. തണുപ്പുകാലം കഴിഞ്ഞു പോകുന്നതിനനുസരിച്ച് അവന്റെ വിശപ്പ് കൂടിക്കൊണ്ടിരുന്നു. പിറന്നാൾ സമ്മാനമായി കിട്ടിയതും അപ്പാപ്പൻ വാങ്ങിപ്പിച്ചതുമായ രണ്ടു ചോക്ലേറ്റ് ബാറുകളും എന്നോ തിന്നു തീർത്തിരുന്നു. ഇപ്പോൾ ആകെ കഴിക്കാൻ കിട്ടുന്നത് മൂന്നു നേരത്തെ കട്ടിയില്ലാത്ത കാബേജ് സൂപ്പു മാത്രമാണ്.

സൂപ്പിന്റെ കട്ടി പിന്നെയും കുറഞ്ഞു.

മിസ്റ്റർ ബക്കറ്റ് ജോലി ചെയ്തിരുന്ന ടൂത്ത് പേസ്റ്റ് ഫാക്ടറി നഷ്ടത്തിലായതിനെത്തുടർന്ന് പിരിച്ചു വിട്ടതായിരുന്നു അതിനു കാരണം. ഉടനെ തന്നെ മറ്റൊരു ജോലിക്ക് വേണ്ടി അദ്ദേഹം ശ്രമിച്ചെങ്കിലും ഭാഗ്യം തുണച്ചില്ല. അവസാനം രണ്ടു പെന്നി സമ്പാദിക്കാൻ അദ്ദേഹം കണ്ടെത്തിയ ഒരേയൊരു വഴി തെരുവിലെ മഞ്ഞു നീക്കിക്കളയൽ മാത്രമായിരുന്നു. പക്ഷെ, ഏഴു പേർക്കു വേണ്ട ഭക്ഷണത്തിന്റെ നാലിലൊന്നു വാങ്ങാൻ പോലും അതു തികയില്ലായിരുന്നു. സാഹചര്യങ്ങൾ തീർത്തും പ്രതികൂലമായി മാറി. ഒരാൾക്ക് ഒരു കഷണം റൊട്ടി വീതമായിരുന്നു പ്രാതൽ. പുഴുങ്ങിയ ഉരുളക്കിഴങ്ങിന്റെ പാതി കൊണ്ട് ഉച്ചഭക്ഷണം.

പതിയെ വീട്ടിലെല്ലാവരും പട്ടിണിയിലായിത്തുടങ്ങി.

എന്നും സ്കൂളിലേക്കുള്ള മഞ്ഞിലൂടെ ഇഴഞ്ഞു നീങ്ങിയ നടത്തത്തിനിടയ്ക്ക് വില്ലി വോങ്കയുടെ ചോക്ലേറ്റ് ഫാക്ടറിയുടെ അടുത്തു കൂടെ പോകണമായിരുന്നു. എന്നും അതിനടുത്തെത്തുമ്പോൾ അവൻ തലയുയുർത്തിപ്പിടിച്ച് ഉരുകുന്ന ചോക്ലേറ്റിന്റെ മധുരമൂറുന്ന ഗന്ധം ശ്വസിക്കും. ചിലപ്പോഴെല്ലാം അവൻ ഫാക്ടറിയുടെ കവാടത്തിനു പുറത്ത് മിനിറ്റുകളോളം അനങ്ങാതെ നിന്ന് ആ ഗന്ധം ഭക്ഷിക്കുന്നതു പോലെ നീണ്ട ശ്വാസങ്ങൾ വിഴുങ്ങിക്കൊണ്ടിരിക്കും.

"ആ കുട്ടിക്ക് കുറച്ചു കൂടി ഭക്ഷണം കിട്ടിയേ തീരൂ."

തണുത്തുറഞ്ഞ ഒരു പ്രഭാതത്തിൽ കമ്പിളിക്കകത്തു നിന്ന് തല പുറത്തേക്കിട്ടു കൊണ്ട് ജോ അപ്പാപ്പൻ പറഞ്ഞു.

"നമ്മുടെ കാര്യമൊരു പ്രശ്നമല്ല. നമുക്കെല്ലാം ഒരുപാട് വയസ്സായി. എന്നാൽ വളർച്ചയുടെ ഘട്ടത്തിലുള്ള ഒരു കുട്ടി. അവന്റെ

കാര്യം ഇങ്ങനെയായാൽ പോരാ. ഇപ്പോഴേ അവനൊരു അസ്ഥികൂടം പോലെയായി."

"ആർക്കെന്തു ചെയ്യാൻ പറ്റും?" ജോസഫീൻ അമ്മാമ്മ നിരാശയോടെ പറഞ്ഞു.

"അവൻ നമ്മുടെയൊന്നും വിഹിതം കഴിക്കാൻ തയ്യാറാവില്ല. അവന്റെ അമ്മച്ചി തന്നെ അവളുടെ റൊട്ടിക്കഷണം അവനു വെച്ചു കൊടുത്തതാണ്. അവനത് തൊട്ടില്ല. അവസാനം അവൾക്കത് തിരിച്ചെടുക്കേണ്ടി വന്നു."

"നല്ലൊരു കുട്ടിയാണവൻ. ഇതിനേക്കാൾ നല്ലൊരു ജീവിതം അവൻ അർഹിക്കുന്നുണ്ട്." ജോർജ് അപ്പാപ്പൻ പറഞ്ഞു.

ക്രൂരമായ കാലാവസ്ഥ അങ്ങനെ തുടർന്നുകൊണ്ടിരുന്നു.

ചാർളി ബക്കറ്റ് ഓരോ ദിവസം കഴിയുംതോറും മെലിഞ്ഞു വന്നു. അവന്റെ മുഖം ഭീകരമായി വിളറിയും ശോഷിച്ചും വന്നു. കവിളൊട്ടിപ്പോയതു കൊണ്ട് ആ മുഖത്തെ എല്ലുകളുടെ രൂപം എടുത്തു കാണിച്ചു. ഇങ്ങനെ അധികകാലം ജീവിക്കാനാകുമോയെന്ന കാര്യത്തിൽ എല്ലാവർക്കും സംശയമായിത്തുടങ്ങി..

ഇപ്പോൾ, ദുരിത കാലത്ത് കൊച്ചു കുട്ടികളിൽ കാണുന്നൊരു തരം പക്വത കാരണം ഊർജ്ജം സംരക്ഷിക്കാനായി ദിനചര്യകളിൽ ചാർളി ചെറിയ മാറ്റങ്ങൾ വരുത്താൻ തുടങ്ങി. രാവിലെ അവൻ പതിവിലും പത്തു മിനുട്ട് നേരത്തെ സ്കൂളിലേക്കിറങ്ങും. അങ്ങനെയാകുമ്പോൾ ഓടാതെ, പതിയെ നടന്നു കൊണ്ടു തന്നെ അവന് സ്കൂളിലെത്താം. ഇടവേളകളിൽ മറ്റു കുട്ടികൾ പുറത്തിറങ്ങി തല്ലുകൂടുകയും മഞ്ഞുപന്തുകൾ കൊണ്ട് പരസ്പരം എറിഞ്ഞു കളിക്കുകയും ചെയ്തു കൊണ്ടിരുന്നപ്പോൾ അവൻ മാത്രം ക്ലാസ്സ് മുറിയിൽ മിണ്ടാതിരുന്ന് വിശ്രമിക്കും. ക്ഷീണം വരാതിരിക്കാൻ വേണ്ടി, ചെയ്യുന്ന കാര്യങ്ങളെല്ലാം പതിയെ ശ്രദ്ധയോടെയാണ് അവൻ ചെയ്തുകൊണ്ടിരുന്നത്.

അങ്ങനെ, ഒരു ദിവസം ഉച്ച തിരിഞ്ഞ് മുഖത്ത് ആഞ്ഞടിക്കുന്ന തണുത്ത കാറ്റും സഹിച്ച് മുമ്പെങ്ങുമില്ലാത്തൊരു വിശപ്പും സഹിച്ചു കൊണ്ട് പതിയെ വീട്ടിലേക്ക് നടന്നു വരുന്ന വഴിക്ക് ഒരു കുഴിയിലായി മഞ്ഞിൽ വീണു കിടക്കുന്ന തിളക്കമുള്ളൊരു വസ്തുവിൽ അവന്റെ കണ്ണു പതിഞ്ഞു. ചാർളി പാതയോരത്തേക്ക് നീങ്ങി നിന്ന് അതെന്താണെന്ന് കുനിഞ്ഞു നിന്നു നോക്കി. അതിന്റെ കുറച്ചു ഭാഗം മഞ്ഞിൽ പുതഞ്ഞു കിടക്കുകയായിരുന്നു. എന്നിട്ടും അതെന്താണെന്ന് ഒറ്റ നോട്ടത്തിൽ തന്നെ അവന് മനസ്സിലായി.

ഒരു അമ്പതു പെന്നി നാണയമായിരുന്നു അത്.

അവൻ തിടുക്കത്തിൽ ചുറ്റും നോക്കി.

ഇപ്പോൾ ആരുടെയെങ്കിലും കൈയിൽ നിന്നു വീണു പോയതാണോ?

അല്ല. അങ്ങനെ വരാൻ വഴിയൊന്നും കാണുന്നില്ല. കാരണം അതിന്റെ ഒരുഭാഗം അപ്പോഴേക്കും മഞ്ഞിൽ പുതഞ്ഞു പോയിട്ടുണ്ട്.

ഒരുപാടു പേർ കവിളുകൾ കോട്ടിന്റെ കോളർ കൊണ്ട് മറച്ചും കാൽപാദങ്ങൾ കൊണ്ട് മഞ്ഞ് ചവിട്ടിയരച്ചും അവനെ കടന്നു പോയി. ആരും പണം തിരയുന്നുണ്ടായിരുന്നില്ല. റോഡരികി ലിരിക്കുന്ന ഈ കൊച്ചു കുട്ടിയെ ആരും ശ്രദ്ധിച്ചതു പോലുമില്ല.

എങ്കിൽ പിന്നെ ഈ അമ്പതു പെന്നി തനിക്കുള്ളതാണോ?

തനിക്കിതെടുക്കാമോ?

അവൻ ശ്രദ്ധയോടെ അത് മഞ്ഞിൽ നിന്ന് പുറത്തെടുത്തു.

അതാകെ നനഞ്ഞും അഴുക്കു പിടിച്ചുമിരുന്നു. അതല്ലാതെ കുഴപ്പമൊന്നും കണ്ടില്ല.

ഒരു അമ്പതു പെന്നി മുഴുവനും തന്റെ കൈയിലിരിക്കുന്നു!

അവനത് വിറയ്ക്കുന്ന വിരലുകൾ കൊണ്ട് മുറുകെ പിടിച്ച് തുറിച്ചു നോക്കി. അപ്പോൾ അതിന് ഒരേയൊരു അർത്ഥം മാത്രമേയു ണ്ടായിരുന്നുള്ളൂ. **ഭക്ഷണം.**

ചാർളി തിരിഞ്ഞ് തൊട്ടടുത്ത കട ലക്ഷ്യം വെച്ചു നടന്നു. വെറും പത്തു വാര ദൂരെ, മിഠായികൾ മുതൽ സിഗരറ്റു വരെ ഏറെക്കുറെ എല്ലാ സാധനങ്ങളും ലഭിക്കുന്ന ഒരു കടയുണ്ടായിരുന്നു. എന്താണ് ചെയ്യാൻ പോകുന്നത്? അവൻ സ്വയം ചോദിച്ചു. സ്വാദിഷ്ടമായ ഒരു ചോക്ലേറ്റ് ബാർ വാങ്ങി അവിടെ വെച്ചു തന്നെ ഒറ്റയടിക്ക് തിന്നു തീർക്കാം. ബാക്കിയുള്ള പണം വീട്ടിലേക്കു കൊണ്ടു പോയി അമ്മച്ചിക്ക് കൊടുക്കാം.

11

മഹാത്ഭുതം!

ചാർളി കടയിലേക്ക് കയറിച്ചെന്ന് ആ നനഞ്ഞ അമ്പതു പെന്നി കൗണ്ടറിൽ വെച്ചു.

"ഒരു വോങ്കാസ് വിപ്പിൾ-സ്കംപ്റ്റ്യസ് ഫഡ്ജ്മെല്ലോ ഡിലൈറ്റ്." തന്റെ പിറന്നാളിനു കിട്ടിയ ചോക്ലേറ്റ് ബാറിന്റെ രുചിയോർത്തു കൊണ്ട് അവൻ പറഞ്ഞു.

കൗണ്ടറിനു പിന്നിലെ ആൾ ഒരു പൊണ്ണത്തടിയനായിരുന്നു. തടിച്ച ചുണ്ടുകളും കൊഴുത്ത കവിളുകളുമുള്ള അയാളുടെ കഴുത്തിനു ചുറ്റുമുള്ള കൊഴുപ്പ് മൊത്തം ആ കോളറിനു മുകളിൽ ഒരു റബ്ബർ വളയം പോലെ കെട്ടിനിന്നു. അയാൾ തിരിഞ്ഞു നിന്ന് ചോക്ലേറ്റ് ബാർ എടുത്ത് പിന്നെയും തിരിഞ്ഞ് അത് ചാർളിക്കു കൊടുത്തു. ചാർളി അതെടുത്ത് പൊതി ചീന്തിക്കളഞ്ഞ് വലിയൊരു കഷണം വായിലാക്കി നുണഞ്ഞു. അതിനു ശേഷം മറ്റൊരു കഷണമെടുത്തു. പിന്നെയുമൊരു കഷണം. മധുരമുള്ള വലിയ കഷണങ്ങൾ വായിലേക്കു വെക്കുന്നതിന്റെ സുഖം. ആഹ്! നല്ല ആഹാരം കൊണ്ട് വാ നിറയ്ക്കാൻ സാധിച്ചതിന്റെ ആനന്ദം.

"നീ ഇതിനു വേണ്ടി ഒരുപാട് കൊതിച്ചിരിക്കുകയായിരുന്നു എന്നു തോന്നുന്നല്ലോ, മോനെ." കടക്കാരൻ ചിരിച്ചു കൊണ്ടു പറഞ്ഞു.

വാ നിറയെ ചോക്ലേറ്റ് വെച്ചു കൊണ്ട് ചാർളി തലയാട്ടി.

കടക്കാരൻ ബാക്കി പണം കൗണ്ടറിൽ തിരികെ വെച്ചു.

"തിരക്കു കൂട്ടേണ്ട. അത് ചവയ്ക്കാതെ വിഴുങ്ങിയാൽ വയറു വേദനിക്കും."

ചാർളി ചോക്ലേറ്റു വിഴുങ്ങുന്നതു തുടർന്നു. അവനത്

നിയന്ത്രിക്കാനായില്ല. അര മിനുട്ടിനുള്ളിൽ മുഴുവൻ അകത്താക്കി. അപ്പോഴേക്കും അവൻ കിതയ്ക്കാൻ തുടങ്ങിയിരുന്നു. എങ്കിലും അസാധാരണമാം വിധം സന്തോഷം തോന്നി. ബാക്കി പണത്തിനായി കൈ നീട്ടി. പിന്നെ അവനൊന്നു നിർത്തി. അവന്റെ കണ്ണുകൾ കൗണ്ടറിനേക്കാൾ അല്പം ഉയരത്തിലായിരുന്നു. അതിൽ നിരന്നിരുന്ന വെള്ളിനാണയങ്ങളിൽ അവ ഉടക്കി നിന്നു. അഞ്ചു-പെന്നി നാണയങ്ങൾ. ആകെ ഒമ്പതെണ്ണമുണ്ടായിരുന്നു. ഒരെണ്ണം കൂടി ചിലവഴിച്ചുവെന്നു വെച്ച് ഒന്നും വരാനില്ല...

"എനിക്ക് ഒരു ചോക്ലേറ്റ് ബാർ കൂടി വേണം. നേരത്തെ കഴിച്ച അതേ സാധനം." അവൻ പറഞ്ഞു.

"അതിനെന്താ?" കടക്കാരൻ അതും പറഞ്ഞു കൊണ്ട് തിരിഞ്ഞ് പുറകിലെ അലമാരയിൽ നിന്ന് ഒരു ചോക്ലേറ്റ് ബാർ കൂടി എടുത്ത് കൗണ്ടറിൽ വെച്ചു.

ചാർളി അതെടുത്ത് പൊതിയഴിച്ചു. പെട്ടെന്ന്... അതിലൊരു സ്വർണ്ണത്തിളക്കം.

ചാർളിയുടെ ഹൃദയം നിശ്ചലമായി.

"ദേ സ്വർണ്ണ ടിക്കറ്റ്." കടക്കാരൻ ആർത്തു വിളിച്ചു കൊണ്ട് ചാടിയെഴുന്നേറ്റു.

"നിനക്ക് സ്വർണ്ണ ടിക്കറ്റ് ലഭിച്ചിരിക്കുന്നു. അവസാനത്തെ സ്വർണ്ണ ടിക്കറ്റ് കണ്ടെത്തിയിരിക്കുന്നു. ഹെയ്, നിനക്കിത്

വിശ്വസിക്കാൻ പറ്റുന്നുണ്ടോ! എല്ലാവരും വന്ന് ഇതൊന്നു നോക്കു! ഈ കുട്ടിയിതാ വോങ്കയുടെ അവസാനത്തെ സ്വർണ്ണ ടിക്കറ്റ് കണ്ടെത്തിയിരിക്കുന്നു. ഇതാ ഇവിടെ. അവന്റെ കൈയിലിതാ അതിരിക്കുന്നു."

കടക്കാരനിപ്പോൾ ബോധം കെട്ടു വീഴുമെന്നു തോന്നി. അയാൾ നിർത്താതെ വിളിച്ചു പറഞ്ഞു കൊണ്ടിരുന്നു.

"എന്റെ കടയിൽ വെച്ചാണിത് കിട്ടിയത്. ഇവിടെ, എന്റെയീ കൊച്ചു കടയിൽ. ആരെങ്കിലുമൊന്ന് പത്രക്കാരെ വിളിച്ച് വിവരമറിയിക്കൂ. സൂക്ഷിച്ച്, മോനെ! പൊതിയഴിക്കുന്ന തിടുക്കത്തിൽ അത് ചീന്തിക്കളയാതെ! അമൂല്യമാണത്."

ഏതാനും നിമിഷങ്ങൾക്കകം ഏകദേശം ഇരുപതു പേർ ചാർളിയെ പൊതിഞ്ഞു. കൂടുതലാളുകൾ നിരത്തിൽ നിന്ന് അങ്ങോട്ടു വരുന്നുണ്ടായിരുന്നു. എല്ലാവർക്കും സ്വർണ്ണ ടിക്കറ്റും അതു കണ്ടു പിടിച്ച ആളെയും ഒരു നോക്കു കാണണമായിരുന്നു.

"എവിടെയാണത്?" ആരോ ആൾക്കൂട്ടത്തിൽ നിന്ന് വിളിച്ചു ചോദിച്ചു.

"എല്ലാവർക്കും കാണാവുന്ന തരത്തിൽ ഉയർത്തിപ്പിടിക്കൂ."

"ഇതാ, ഇവിടെ" മറ്റൊരാൾ ആർത്തു വിളിച്ചു.

"അവൻ അത് കൈയിൽ പിടിച്ചിരിക്കുകയാണ്. ആ സ്വർണ്ണത്തിളക്കം നോക്കൂ."

"എങ്ങനെയാണ് ഇവനിത് കിട്ടിയതെന്ന് എനിക്കൊന്നറിയണം?" ഒരു തടിയൻ ചെക്കൻ ദേഷ്യപ്പെട്ടു.

"ആഴ്ചകളോളമായി ദിവസവും ഇരുപത് ബാർ വെച്ച് ഞാനിത് വാങ്ങിക്കൊണ്ടിരിക്കുന്നതാണ്."

"അവന് കിട്ടാൻ പോകുന്ന സാധനങ്ങളെക്കുറിച്ചോർത്തു നോക്കൂ." മറ്റൊരു കുട്ടി അസൂയയോടെ പറഞ്ഞു.

"ജീവിതകാലത്തേക്ക് ആവശ്യമായത്രയും ചോക്ലേറ്റ്."

"അവനത് വേണ്ടി വരും. മെലിഞ്ഞ് നത്തോലി പോലിരിക്കുന്നതു കണ്ടില്ലേ." ഒരു പെൺകുട്ടി ചിരിച്ചു കൊണ്ട് പറഞ്ഞു.

ചാർളി തീർത്തും നിശ്ചലനായിരുന്നു. ആ സ്വർണ്ണ ടിക്കറ്റ് ചോക്ലേറ്റിൽ നിന്ന് അഴിച്ചെടുക്കാൻ പോലും കഴിയാതെ അവൻ തരിച്ചു നിന്നു. തനിക്ക് ചുറ്റും ആളുകൾ തിക്കും തിരക്കും കൂട്ടി ബഹളം വെക്കുമ്പോഴും അവൻ ആ ചോക്ലേറ്റ് രണ്ടു കൈയിലും മുറുക്കിപ്പിടിച്ച് അനങ്ങാതെ നിന്നു. അവന് തല ചുറ്റുന്നതായും താൻ ആകാശത്ത് ഒരു ബലൂൺ കണക്കെ ഒഴുകി നടക്കുകയാണെന്നതു പോലെയു

മെല്ലാമൊരു തോന്നലുണ്ടായി. തന്റെ കാൽപാദങ്ങൾ നിലം തൊടുന്നില്ലെന്നവനു തോന്നി. ഹൃദയം തൊണ്ടയിലെവിടെയോ ഉറക്കെ ചെണ്ട കൊട്ടുന്നതു പോലെ.

അപ്പോഴാണ് തന്റെ തോളിലിരിക്കുന്ന ഒരു കൈ അവൻ ശ്രദ്ധിച്ചത്. തലയുയർത്തി നോക്കിയപ്പോൾ പൊക്കമുള്ളൊരു മനുഷ്യനെ മുന്നിൽ കണ്ടു.

“കേൾക്കൂ.” അയാൾ മന്ത്രിച്ചു,

“ഞാനിതു വാങ്ങാം. അമ്പതു പൗണ്ട് തരാം. എന്തു പറയുന്നു? ഒരു പുതിയ സൈക്കിൾ കൂടി വാങ്ങിത്തരാം. എന്താ?”

“നിങ്ങൾക്കെന്താ ഭ്രാന്താണോ?” അത്രയുമടുത്തു തന്നെ നിൽക്കുകയായിരുന്ന മറ്റൊരു സ്ത്രീ ഒച്ച വെച്ചു.

“ഈ ടിക്കറ്റിന് ഞാൻ ഇരുന്നൂറ് പൗണ്ട് കൊടുക്കാൻ തയ്യാറാണ്. ഇരുന്നൂറ് പൗണ്ടിന് ആ ടിക്കറ്റ് വില്ക്കാൻ നീ തയ്യാറാണോ, മോനെ?”

“മതി മതി.” ആൾക്കൂട്ടത്തിനിടയിലൂടെ വന്ന് ചാർളിയെ ചേർത്തു പിടിച്ചു കൊണ്ട് കടക്കാരൻ പറഞ്ഞു.

“ഈ കുട്ടിയെ നിങ്ങളൊന്നു വെറുതെ വിടുമോ? അവന് കുറച്ചു സ്ഥലം കൊടുക്കൂ. അവൻ പൊയ്ക്കോട്ടെ.” വാതിലിനടുത്തേക്ക് ആനയിച്ചു കൊണ്ടു പോകുന്നതിനിടയ്ക്ക് ചാർളിയോടായി പറഞ്ഞു:

“ഇത് ആർക്കും കൊടുക്കരുത്, കെട്ടോ. നഷ്ടപ്പെടുന്നതിനു മുമ്പ് ഇത് നേരെ വീട്ടിലേക്കു കൊണ്ടു പോവുക. വേഗം ഓടിക്കോ. വീടെത്തിയിട്ടേ നിൽക്കാൻ പാടുള്ളൂ. മനസ്സിലായോ?”

ചാർളി തലയാട്ടി.

“നിനക്കറിയുമോ...” കടക്കാരൻ ഒന്നു നിർത്തി, ചാർളിയെ നോക്കി മന്ദസ്മിതം തൂകിക്കൊണ്ടു പറഞ്ഞു.

“നിനക്ക് ഇങ്ങനെയൊരു ഭാഗ്യം വരണമായിരുന്നു എന്ന് എനിക്ക് തോന്നുന്നു. ഇപ്പോഴിത് കിട്ടിയതിൽ എനിക്ക് അതിയായ സന്തോഷമുണ്ട്. സർവ്വ ഭാവുകങ്ങളും നേരുന്നു, കുഞ്ഞേ!”

“നന്ദി!” ചാർളി അതും പറഞ്ഞ് പരമാവധി വേഗത്തിൽ മഞ്ഞിലൂടെ നിർത്താതെ ഓടി. വില്ലി വോങ്കയുടെ ഫാക്ടറിക്കടുത്തു കൂടെ പായുന്നതിനിടയ്ക്ക് അവൻ തിരിഞ്ഞു നോക്കി കൈ വീശിക്കൊണ്ട് ഉറക്കെ പാടി.

“ഞാൻ നിന്നെക്കാണാൻ വരുമല്ലോ. ഞാൻ നിന്നെക്കാണാൻ വരുമല്ലോ.” ഏതാനും നിമിഷങ്ങൾ കഴിഞ്ഞപ്പോൾ അവൻ വീട്ടിലെത്തിച്ചേർന്നു.

12

സ്വർണ്ണ ടിക്കറ്റിലുണ്ടായിരുന്നത്...

അമ്മച്ചീ! അമ്മച്ചീ! അമ്മച്ചീ! എന്നാർത്തു വിളിച്ചു കൊണ്ട് ചാർളി മുൻവാതിലിലൂടെ വീടിനകത്തേക്കോടി.

മിസ്സിസ് ബക്കറ്റ് അപ്പാപ്പൻമാരുടെയും അമ്മാമ്മമാരുടെയും മുറിയിലിരുന്ന് അവർക്ക് അത്താഴം വിളമ്പിക്കൊടുക്കുകയായിരുന്നു.

"അമ്മച്ചീ!" ചാർളി ഒരു കൊടുങ്കാറ്റു പോലെ അവർക്കരികിലേക്കോടിച്ചെന്നു.

"നോക്ക്, എനിക്കിതു കിട്ടി. എനിക്ക് സ്വർണ്ണ ടിക്കറ്റ് കിട്ടി. അമ്മച്ചീ, നോക്കൂ. അവസാനത്തെ സ്വർണ്ണ ടിക്കറ്റ്. എനിക്ക് വഴിയിൽ നിന്ന് കുറച്ചു പൈസ കിട്ടി. ഞാനതു കൊണ്ട് രണ്ട് ചോക്ലേറ്റ് വാങ്ങി .അതിൽ രണ്ടാമത്തേതിൽ ഈ ടിക്കറ്റുണ്ടായിരുന്നു. കടയിൽ കുറേ പേർ അതു കാണാൻ വേണ്ടി തടിച്ചു കൂടി. കടക്കാരനാണ് എന്നെ രക്ഷിച്ചത്. പിന്നെ ഞാൻ ഒന്നും നോക്കാതെ വീട്ടിലേക്കോടി. ഇതാ നോക്ക്. **ഇതാ അഞ്ചാമത്തെ സ്വർണ്ണ ടിക്കറ്റ് അമ്മച്ചി. ഞാനതു കണ്ടെത്തി.**"

മിസ്സിസ് ബക്കറ്റ് ഒന്നും മിണ്ടാതെ തുറിച്ചു നോക്കിക്കൊണ്ടു നിന്നു. സൂപ്പു പാത്രം മടിയിൽ വെച്ച് കട്ടിലിൽ ഇരിക്കുകയായിരുന്ന നാലു വൃദ്ധരുടെയും കൈയിൽ നിന്ന് സ്പൂണുകൾ ഒരു കിലുക്കത്തോടെ പാത്രത്തിലേക്കു വീണു. അവരെല്ലാം സ്തബ്ധരായിരുന്നു.

പത്തു നിമിഷത്തോളം ആ മുറിയിൽ പൂർണ്ണ നിശബ്ദത തളം കെട്ടി നിന്നു. ആരും അനങ്ങുകയോ സംസാരിക്കുകയോ ചെയ്തില്ല. അതൊരു മാന്ത്രിക നിമിഷമായിരുന്നു.

ശേഷം, വളരെ സൗമ്യമായി ജോ അപ്പാപ്പൻ പറഞ്ഞു : "നീ ഞങ്ങളെ കളിപ്പിക്കുകയല്ലേ, ചാർളി? ഇതെല്ലാം തമാശയല്ലേ?"

"അല്ലാ!" കട്ടിലിലേക്ക് ചാടിക്കയറി സ്വർണ്ണ ടിക്കറ്റ് കാണിച്ചു കൊടുത്തു കൊണ്ട് ചാർളി പറഞ്ഞു.

അപ്പാപ്പൻ മുന്നിലേക്കാഞ്ഞ് അത് മൂക്കു മുട്ടോളം അടുത്ത് പിടിച്ച് സൂക്ഷിച്ചു നോക്കി. മറ്റുള്ളവർ അദ്ദേഹത്തെ നോക്കി വിധി കാത്തു നിന്നു.

കുറച്ചു കഴിഞ്ഞ്, വളരെ പതിയെ ഒരു നേർത്ത പുഞ്ചിരി ആ മുഖത്താകെ പരത്തിക്കൊണ്ട് ജോ അപ്പാപ്പൻ തലയുയർത്തി ചാർളിയെ നോക്കി. ആ മുഖത്താകെ ചുവപ്പു പരക്കുന്നുണ്ടായിരുന്നു. ആ കണ്ണിൽ, അതിന്റെ ഒത്ത നടുക്കുള്ള കൃഷ്ണമണിയിൽ ആവേശത്തിന്റെ ഒരു കുഞ്ഞു പൂത്തിരി നൃത്തം വെച്ചു കൊണ്ടിരുന്നു. അപ്പാപ്പൻ ദീർഘനിശ്വാസമെടുത്തു. ഉടനെ, മുന്നറിയിപ്പേതുമില്ലാതെ, അദ്ദേഹത്തിനകത്ത് ഒരു വിസ്ഫോടനം സംഭവിച്ചു. അപ്പാപ്പൻ കൈ ഉയർത്തി ആർത്തു വിളിച്ചു.

"യിപ്പീീീ..." അപ്പോഴേക്കും ആ മെലിഞ്ഞുണങ്ങിയ ശരീരം കട്ടിലിൽ നിന്നുയർന്നു പൊന്തി. മടിയിലെ സൂപ്പു പാത്രം ജോസഫീൻ അമ്മാമ്മയുടെ മുഖത്തേക്കു തെറിച്ചു വീണു. കഴിഞ്ഞ ഇരുപതു വർഷക്കാലമായി ആ കട്ടിലിൽ മാത്രം ജീവിക്കുകയായിരുന്ന, തൊണ്ണൂറ്റാറര വയസ്സുള്ള ആ വൃദ്ധൻ ഒറ്റ ചാട്ടത്തിന് തറയിലേക്കു ചാടി വിജയ നൃത്തം ചവിട്ടാൻ തുടങ്ങി.

"യിപ്പീീ.." അപ്പാപ്പൻ ആർത്തു വിളിച്ചു.

"ചാർളിക്ക് മൂന്നു ചിയേഴ്സ്."

അപ്പോഴേക്കും വാതിൽ തുറന്ന് മിസ്റ്റർ ബക്കറ്റ് മുറിയിലേക്കു കയറി വന്നു. അദ്ദേഹം തണുത്തു വിറച്ചും ക്ഷീണിച്ചുമിരിക്കുകയാണെന്ന് ഒറ്റ നോട്ടത്തിൽ മനസ്സിലാകും. പകൽ മുഴുവൻ അദ്ദേഹം പുറത്ത് മഞ്ഞു കോരുകയായിരുന്നു.

"എന്താണിവിടെ നടന്നു കൊണ്ടിരിക്കുന്നത്?" മിസ്റ്റർ ബക്കറ്റിന് ആകാംക്ഷയായി.

സംഭവിച്ചതെന്താണെന്ന് വിശദീകരിച്ചു കൊടുക്കാൻ അധികം സമയം വേണ്ടി വന്നില്ല.

"ഞാനിത് വിശ്വസിക്കില്ല. ഇത് തീർത്തും അസാദ്ധ്യമാണ്."

"ടിക്കറ്റ് കാണിച്ച് കൊടുക്കൂ, ചാർളി." ജോ അപ്പാപ്പൻ അലറി. അദ്ദേഹം അപ്പോഴും തന്റെ വരയൻ പൈജാമ ധരിച്ച് നിലത്ത് ഒരു ദർവീഷിനെപ്പോലെ നൃത്തം ചെയ്യുകയായിരുന്നു. "നിന്റെ അപ്പച്ചന് അഞ്ചാമത്തെയും അവസാനത്തേതുമായ ആ സ്വർണ്ണ ടിക്കറ്റ് കാണിച്ചു കൊടുക്കൂ."

"ഞാനൊന്നു കാണട്ടെ, ചാർളി." കസേരയിലേക്കു വീണ്, കൈനീട്ടിക്കൊണ്ട് മിസ്റ്റർ ബക്കറ്റ് പറഞ്ഞു. ആ വിലപ്പെട്ട നിധിയുമായി ചാർളി മുന്നോട്ടു വന്നു.

സ്വർണ്ണ ടിക്കറ്റ് വളരെ സുന്ദരമായൊരു സംഗതിയായിരുന്നു. ശുദ്ധമായ സ്വർണ്ണം അടിച്ചു പരത്തി വളരെ നേർത്തൊരു കടലാസാക്കി മാറ്റിയായിരുന്നു അത് നിർമ്മിച്ചിരിക്കുന്നതെന്നു തോന്നി. അതിന്റെ ഒരു വശത്ത് കറുത്ത അക്ഷരങ്ങളിൽ മിസ്റ്റർ വോങ്കയുടെ ക്ഷണക്കത്ത്.

"അത് ഉറക്കെ വായിക്കൂ." അവസാനം കട്ടിലിലേക്കു തിരിച്ചു കയറിക്കൊണ്ട് ജോ അപ്പാപ്പൻ പറഞ്ഞു.

"അതിലെന്താണ് പറയുന്നതെന്ന് നമുക്കെല്ലാവർക്കും കേൾക്കാം."

മിസ്റ്റർ ബക്കറ്റ് ആ ടിക്കറ്റ് കണ്ണിലേക്ക് അടുപ്പിച്ചു പിടിച്ചു. അദ്ദേഹത്തിന്റെ കൈകൾ വിറയ്ക്കുന്നുണ്ടായിരുന്നു. ആകെയൊരു ആഘാതത്തിലാണ് അദ്ദേഹമെന്നു തോന്നി. ഒരുപാട് ദീർഘ നിശ്വാസങ്ങൾക്കൊടുവിൽ മുരടനക്കിക്കൊണ്ട് അദ്ദേഹം പറഞ്ഞു. "ശരി. ഞാൻ വായിക്കാം. കേട്ടു കൊള്ളൂ.

'ഈ സ്വർണ്ണ ടിക്കറ്റ് കണ്ടെത്തിയ ഭാഗ്യശാലിക്ക് വില്ലി വോങ്കയുടെ അഭിവാദനങ്ങൾ. നിങ്ങൾക്കെന്റെ സ്നേഹം നിറഞ്ഞ ഷേക്ക് ഹാന്റ്. നിങ്ങളെ കാത്ത് അതിഗംഭീരമായ ഒരുപാട് സംഗതികൾ ഇരിപ്പുണ്ട്. ഒരുപാട് വിസ്മയങ്ങൾ നിങ്ങൾ കാണാനുണ്ട്. ഇപ്പോൾ, എന്റെ ഫാക്ടറിയിലേക്ക് വന്ന് ഒരു ദിവസം മുഴുവൻ എന്റെ അതിഥിയാകാൻ ഞാൻ നിങ്ങളെയും ടിക്കറ്റു ലഭിച്ച മറ്റു നാല് ഭാഗ്യശാലികളെയും ക്ഷണിക്കുകയാണ്. ഞാൻ തന്നെ നിങ്ങളെ ഫാക്ടറി ചുറ്റി നടന്നു കാണിച്ചു തരും. അവിടെയുള്ളതെല്ലാം നിങ്ങൾക്കു കാണാം. അവസാനം നിങ്ങൾക്കു തിരിച്ചു പോകാൻ സമയമാകുമ്പോൾ കൂടെ വലിയ ട്രക്കുകളുടെ ഒരു നിര തന്നെ കാണും. ഈ ട്രക്കുകളിൽ നിങ്ങൾക്കും കുടുംബത്തിനും വർഷങ്ങളോളം കഴിക്കാനുള്ള സാധനങ്ങളുണ്ടാകും. പിന്നീടെപ്പോഴെങ്കിലും ഇത് തീർന്നു പോയാൽ ഫാക്ടറിയിൽ വന്ന് ഈ ടിക്കറ്റ് കാണിച്ചാൽ മാത്രം മതിയാകും. നിങ്ങൾക്ക് വേണ്ടതെല്ലാം തരാൻ എനിക്ക് സന്തോഷമേയുള്ളൂ. അങ്ങനെ, ജീവിതകാലം മുഴുവൻ നിങ്ങൾക്ക് ആവശ്യമുള്ള മിഠായികളും ചോക്ലേറ്റുകളും ലഭിച്ചു കൊണ്ടിരിക്കും. എന്നാൽ നിങ്ങളുടെ സന്ദർശന ദിവസം നടക്കാൻ

പോകുന്ന ഏറ്റവും ആവേശകരമായ സംഗതി ഇതായിരിക്കുകയില്ല. ഇതിനേക്കാൾ ആശ്ചര്യജനകവും അതിശയകരവുമായ ഒരുപാട് സംഗതികൾ നിങ്ങൾക്കും മറ്റു ടിക്കറ്റ് ജേതാക്കൾക്കുമായി ഞാനൊരുക്കുന്നുണ്ട്. നിങ്ങളെ അളവറ്റ് ഹർഷോന്മാദരാക്കുകയും ആഹ്ളാദിപ്പിക്കുകയും അമ്പരപ്പിക്കുകയും അത്ഭുതപ്പെടുത്തുകയും ചെയ്യുന്ന മായികവും അതിവിശിഷ്ടവുമായ മറ്റൊരുപാട് ഒരുക്കങ്ങൾ ഞാനിവിടെ നടത്തുന്നുണ്ട്. സ്വപ്നത്തിൽ പോലും വിചാരിക്കാൻ സാധിക്കാത്ത സംഗതികളായിരിക്കും അത്. കാത്തിരുന്നു കാണുക. ഇപ്പോൾ നിങ്ങൾക്കായി കുറച്ചു നിർദ്ദേശങ്ങൾ : ഫെബ്രുവരി ആദ്യ ദിനമാണ് ഞാൻ നിങ്ങളുടെ സന്ദർശനത്തിനായി തിരഞ്ഞെടുത്തിരിക്കുന്നത്. ആ ദിവസം രാവിലെ പത്തു മണിക്ക് നിങ്ങൾ ഫാക്ടറിയുടെ കവാടത്തിലെത്തിച്ചേരണം. വൈകാൻ പാടില്ല. നിങ്ങളെ നോക്കാനും നിങ്ങൾ കുസൃതികൾ ഒപ്പിക്കുന്നില്ലെന്ന ഉറപ്പു വരുത്താനുമായി വീട്ടിലെ ഒന്നോ രണ്ടോ അംഗങ്ങളെ കൂടെ കൂട്ടാവുന്നതാണ്. മറ്റൊരു കാര്യം കൂടി : ഈ ടിക്കറ്റ് കൂടെ കരുതിയിട്ടുണ്ടെന്ന് ഉറപ്പു വരുത്തുക. അല്ലാത്ത പക്ഷം പ്രവേശനം ലഭിക്കുന്നതല്ല.'

വില്ലി വോങ്ക (ഒപ്പ്)"

"ഫെബ്രുവരി ഒന്ന്." മിസ്സിസ് ബക്കറ്റ് പറഞ്ഞു.

"അതു നാളെയല്ലേ! ഇന്ന് ജനുവരിയിലെ അവസാന ദിവസമാണ്. അതെ."

"അതെ. നീ പറഞ്ഞത് ശരിയാണ്." മിസ്റ്റർ ബക്കറ്റ് പറഞ്ഞു.

"കൃത്യ സമയത്താണ് നിനക്കിത് കിട്ടിയത്." ജോ അപ്പാപ്പൻ പറഞ്ഞു.

"ഇനി ഒട്ടും സമയം പാഴാക്കാനില്ല. തയ്യാറെടുപ്പുകൾ ഇപ്പോഴേ തുടങ്ങണം. മുഖം കഴുകണം, മുടി ചീകണം, കൈകൾ ഉരച്ചു കഴുകണം, പല്ലു തേക്കണം, മൂക്കു ചീറ്റിക്കളയണം, നഖം വെട്ടണം, ഷൂ പോളിഷ് ചെയ്യണം, ഷർട്ട് ഇസ്തിരിയിടണം, പിന്നെ ദൈവത്തെയോർത്ത് വസ്ത്രത്തിലെ ചെളിയെല്ലാം കളയണം. നല്ലവണ്ണം ഒരുങ്ങണം, മോനെ. നിന്റെ ജീവിതത്തിലെ ഏറ്റവും വലിയ ദിവസത്തിനു വേണ്ടി നീ നല്ലവണ്ണം ഒരുങ്ങണം."

"ഇപ്പോൾ അതോർത്ത് ആവേശം കൊള്ളാതെ, അപ്പാപ്പാ." മിസ്സിസ് ബക്കറ്റ് പറഞ്ഞു.

"പാവം ചാർളിയെ വെറുതെ പരിഭ്രമിപ്പിക്കാതെ. നമ്മളെല്ലാം

ശാന്തരായിരിക്കാൻ പരമാവധി ശ്രമിക്കണം. ഇപ്പോൾ ആദ്യം തീരുമാനിക്കേണ്ടത് ആരാണ് ചാർളിയുടെ കൂടെ ഫാക്ടറിയിലേക്കു പോകുന്നതെന്നാണ്."

"ഞാൻ പോകാം." ജോ അപ്പാപ്പൻ ഒച്ചയിട്ടുകൊണ്ട് ഒരിക്കൽ കൂടി കട്ടിലിൽ നിന്ന് ചാടിയെഴുന്നേറ്റു.

"ഞാൻ കൊണ്ടു പോയ്ക്കോളാം. ഞാൻ അവനെ നോക്കിക്കൊള്ളാം. അതെനിക്കു വിട്ടു തന്നേക്കൂ."

മിസ്സിസ് ബക്കറ്റ് വൃദ്ധനെ നോക്കി പുഞ്ചിരിച്ചു. എന്നിട്ട് തന്റെ ഭർത്താവിനു നേരെ തിരിഞ്ഞു കൊണ്ട് ചോദിച്ചു.

"നിങ്ങളെന്തു പറയുന്നു? നിങ്ങൾ തന്നെയല്ലേ പോകേണ്ടത്?"

"ഉംം... ഞാൻ തന്നെ പോകണമെന്നൊന്നും എനിക്ക് തോന്നുന്നില്ല." കുറച്ചു നേരം ആലോചിച്ചു നിന്നിട്ട് മിസ്റ്റർ ബക്കറ്റ് പറഞ്ഞു.

"പക്ഷെ, നിങ്ങൾ പോയേ തീരൂ."

"അങ്ങനെ നിർബന്ധം പിടിക്കേണ്ട കാര്യമില്ല, ഡിയർ." മിസ്റ്റർ ബക്കറ്റ് വളരെ സൗമ്യനായി പറഞ്ഞു.

“പോകുന്ന കാര്യം എനിക്ക് വലിയ ഇഷ്ടമാണ്. തീർത്തും ആവേശകരമായൊരു സംഗതിയായിരിക്കും അത്. അതേ സമയം... എനിക്ക് തോന്നുന്നത് ഫാക്ടറിയിലേക്കു പോകാൻ ഏറ്റവും അർഹതയുള്ളത് ജോ അപ്പാപ്പന് തന്നെയാണെന്നാണ്. അതിനെക്കുറിച്ച് നമുക്കറിയാവുന്നതിനേക്കാളേറെ അറിയുന്നത് അദ്ദേഹത്തിനാണ്. അദ്ദേഹത്തിന്റെ ആരോഗ്യം ഒരു ഘടകമാണെന്നത് മറ്റൊരു കാര്യം...”

“യിപ്പീീീീ..” ജോ അപ്പാപ്പൻ ചാർളിയുടെ കൈ പിടിച്ച് മുറിയാകെ തുള്ളിച്ചാടാൻ തുടങ്ങി.

“അപ്പാപ്പന് ഇപ്പോൾ ആരോഗ്യ പ്രശ്നമൊന്നുമില്ലെന്നാണ് മനസ്സിലാകുന്നത്.” മിസ്സിസ് ബക്കറ്റ് ചിരിച്ചു കൊണ്ടു പറഞ്ഞു.

“ശരി. ഒരുപക്ഷെ, നിങ്ങൾ പറഞ്ഞത് ശരിയാണ്. ഒരുപക്ഷെ, ജോ അപ്പാപ്പൻ തന്നെയാണ് അവനോടൊപ്പം പോകേണ്ടത്. എനിക്കെന്തായാലും ബാക്കി മൂന്നു പേരെയും ഇവിടെ ഒറ്റയ്ക്കാക്കി ദിവസം മുഴുവൻ പുറത്തു പോകാൻ പറ്റില്ല.”

“ഹല്ലേലൂയാ!” ജോ അപ്പാപ്പൻ അലറി.

“ദൈവത്തിന് സ്തുതി.”

അപ്പോഴേക്കും മുൻവാതിലിൽ ഒരു മുട്ടു കേട്ടു. മിസ്റ്റർ ബക്കറ്റ് അത് തുറന്നു കൊടുക്കാൻ വേണ്ടി പോയി. അടുത്ത നിമിഷം പത്രക്കാരുടെയും ഫോട്ടോഗ്രാഫർമാരുടെയും ഒരു കൂട്ടം തന്നെ വീടിനകത്തേക്ക് ഇരച്ചു കയറി. അഞ്ചാമത്തെ സ്വർണ്ണ ടിക്കറ്റ് കണ്ടെത്തിയ വ്യക്തിയെ തേടി വന്നിരിക്കുകയാണ് അവർ. ഇപ്പോൾ അവർക്കു വേണ്ടത് പത്രത്തിന്റെ ആദ്യ പേജിലേക്കൊരു വിശദമായ വാർത്തയാണ്. ആ കൊച്ചു വീട്ടിൽ മണിക്കൂറുകളോളം ബഹളമായിരുന്നു. പാതിരാത്രിയായപ്പോഴാണ് ചാർളിക്ക് ഉറങ്ങാൻ പോകണമെന്നു പറഞ്ഞ് മിസ്റ്റർ ബക്കറ്റ് എല്ലാവരെയും പറഞ്ഞു വിട്ടത്.

13

ആ സുദിനം വന്നെത്തി!

ആ വിശേഷ ദിവസത്തിലെ പ്രഭാതത്തിൽ സൂര്യൻ കത്തിജ്വലിക്കുന്നുണ്ടായിരുന്നു. എന്നിട്ടും നിലം മഞ്ഞു വീണ് വെളുത്തും അന്തരീക്ഷം തണുത്തും ഇരുന്നു.

ഭാഗ്യശാലികളായ അഞ്ച് ടിക്കറ്റ് ജേതാക്കൾ അകത്തേക്കു കയറിപ്പോകുന്നതു കാണാൻ വേണ്ടി വോങ്കയുടെ ഫാക്ടറിക്ക് പുറത്ത് ഒരു ജനാവലി തന്നെയുണ്ടായിരുന്നു. എങ്ങും ആവേശം അലതല്ലി. പത്തു മണിയായിട്ടില്ല. ആളുകൾ തിക്കും തിരക്കും കൂട്ടിത്തുടങ്ങിയിരുന്നു. ആയുധമേന്തിയ പോലീസുകാർ അവരെ മുഖ്യ കവാടത്തിൽ നിന്ന് തടുത്തു നിർത്താൻ പാടു പെട്ടു.

കവാടത്തിനു തൊട്ടടുത്ത്, പോലീസുകാരുടെ സംരക്ഷണത്തിൽ, പ്രശസ്തരായ ആ അഞ്ചു കുട്ടികളും അവരുടെ രക്ഷിതാക്കളുമടങ്ങുന്ന കൊച്ചു സംഘം നിന്നു.

ജോ അപ്പാപ്പന്റെ നീണ്ടു മെലിഞ്ഞ ശരീരം ആ കൂട്ടത്തിൽ എടുത്തു കാണാമായിരുന്നു. തൊട്ടടുത്തായി, അപ്പാപ്പന്റെ കൈ പിടിച്ച് കൊച്ചു ചാർളിയും നിന്നു.

ചാർളിയൊഴികെ മറ്റെല്ലാ കുട്ടികളുടെയും മാതാപിതാക്കൾ കൂടെയുണ്ടായിരുന്നു. അതൊരു കണക്കിനു നല്ലതായിരുന്നു. അല്ലെങ്കിൽ ഈ ദിവസം മൊത്തത്തിൽ അലങ്കോലപ്പെട്ടേനെ. അകത്തേക്കു കടക്കാനുള്ള അവരുടെ ഔത്സുക്യം അതിതീവ്രമായിരുന്നു. ഗേറ്റു ചാടിക്കടക്കാതിരിക്കാൻ വേണ്ടി രക്ഷിതാക്കൾക്ക് അവരുടെ കൈ ബലം പ്രയോഗിച്ച് പിടിച്ചു നിർത്തേണ്ടി വന്നു.

“ഒന്നു ക്ഷമിക്ക്! അടങ്ങി നിൽക്ക്! സമയമായിട്ടില്ല. പത്തു മണിയാകാൻ ഇനിയും സമയമുണ്ട്.”

പ്രശസ്തരായ കുട്ടികളെ ഒരു നോക്കു കാണാൻ വേണ്ടി തിക്കും തിരക്കും കൂട്ടുന്ന പുരുഷാരത്തിന്റെ കോലാഹലം ചാർളിക്ക് കേൾക്കാമായിരുന്നു.

"അതാ വയലറ്റ് ബ്യൂർഗാർഡ്!" ആരോ വിളിച്ചു പറയുന്നത് അവൻ കേട്ടു.

"അതെ. അത് അവൾ തന്നെയാണ്. ആ മുഖം പത്രത്തിൽ കണ്ടത് എനിക്കോർമ്മയുണ്ട്."

"നിങ്ങൾക്കറിയുമോ? മൂന്നു മാസമായി ആ ച്യൂയിങ് ഗം അവൾ ചവച്ചു കൊണ്ടിരിക്കുകയാണ്." മറ്റൊരാൾ പറഞ്ഞു.

"അവളുടെ വായിലേക്കു നോക്കൂ. അതിപ്പോഴും അവിശ്രമം പണിയെടുത്തു കൊണ്ടിരിക്കുകയാണ്."

"ആ തടിച്ച പയ്യൻ ഏതാണ്?"

"അതാണ് അഗസ്റ്റസ് ഗ്ലൂപ്പ്."

"അതെ."

"പൊണ്ണത്തടിയൻ അല്ലേ?"

"ആഹ്. അസാമാന്യം."

"ജാക്കറ്റിൽ ലോൺ റേഞ്ചറുടെ ചിത്രമുള്ള ആ കുട്ടിയേതാണ്?"

"അതാണ് മൈക്ക് ടീവീ. ടി വി പിശാച്."

"അവന് ഭ്രാന്തായിരിക്കും. ആ ദേഹത്താകെ തൂങ്ങിക്കിടക്കുന്ന കളിത്തോക്കുകൾ നോക്ക്!"

"എനിക്ക് കാണേണ്ടത് വെറൂക സോൾടിനേയാണ്." ആൾക്കൂട്ടത്തിൽ നിന്ന് മറ്റൊരു ശബ്ദം ഉയർന്നു.

"അവളുടെ അപ്പനാണ് അഞ്ചാറ് ലക്ഷം ചോക്ലേറ്റ് വാങ്ങി അയാളുടെ കപ്പലണ്ടി ഫാക്ടറിയിലെ തൊഴിലാളികളെക്കൊണ്ട് അതിന്റെയെല്ലാം പൊതിയഴിപ്പിച്ച് സ്വർണ്ണ ടിക്കറ്റ് കണ്ടെത്തിയത്. അവൾക്കു വേണ്ടതെല്ലാം അയാൾ കൊടുക്കും. എന്തു വേണമെങ്കിലും കൊടുക്കും. എന്തെങ്കിലും വേണമെങ്കിൽ അവൾക്ക് വാ പൊളിച്ച് കരഞ്ഞാൽ മാത്രം മതി. അതു കിട്ടും."

"ഭയങ്കരം തന്നെ, അല്ലേ?"

"അതിഭീകരം."

"ഇക്കൂട്ടത്തിൽ അവൾ ഏതായിരിക്കും?"

“ആ നിൽക്കുന്ന കൊച്ച്. ഇടത്തേ അറ്റത്ത്. വെള്ളി നിറത്തിലുള്ള കോട്ട് ധരിച്ച കൊച്ചു പെൺകുട്ടി.”

“ഇതിലേതാണ് ചാർളി ബക്കറ്റ്?”

“ചാർളി ബക്കറ്റ്? ആ അസ്ഥികൂടം പോലിരിക്കുന്ന കിളവന്റെ അടുത്തു നിൽക്കുന്ന മെലിഞ്ഞ് നത്തോലി പോലിരിക്കുന്ന പയ്യനായിരിക്കും. നമ്മുടെ തൊട്ടടുത്ത്. ഇവിടെ തന്നെ. കാണുന്നില്ലേ?”

“ഇത്ര തണുപ്പായിട്ടും അവനെന്താ ഒരു കോട്ടിടാത്തത്?”

“എന്നോട് ചോദിച്ചിട്ടെന്താ? ഒരുപക്ഷെ, അതു വാങ്ങാനുള്ള പണമില്ലാത്തതിനാലാകും.”

“എന്റെ അമ്മോ. അവനിപ്പോൾ തണുത്ത് വിറയ്ക്കുകയാകും.”

അവരുടെ അരികിൽ നിന്ന് ഏതാനും വാര മാത്രം അകലെ നിന്നിരുന്ന ചാർളി ജോ അപ്പാപ്പന്റെ കൈ പിടിച്ചിറുക്കി. അപ്പാപ്പൻ അവന്റെ മുഖത്തേക്ക് നോക്കി ചിരിച്ചു.

ദൂരെയെവിടെയോ പത്തു മണിയുടെ പള്ളി മണി മുഴങ്ങി.

പതിയെ, പഴകിയ വിജാഗിരിയുടെ ഉച്ചത്തിലുള്ള കരകര ശബ്ദത്തോടെ ഫാക്ടറിയുടെ വലിയ കവാടങ്ങൾ തുറന്നു വന്നു.

ആൾക്കൂട്ടം ഒറ്റയടിക്ക് നിശബ്ദമായി. കുട്ടികൾ തുള്ളിച്ചാട്ടം നിർത്തി. എല്ലാ കണ്ണുകളും ഗേറ്റിൽ മാത്രം ഉടക്കി നിന്നു.

“അദ്ദേഹമിതാ!” ആരോ അലറി വിളിച്ചു.

“അദ്ദേഹമാണത്!”

അതെ. അദ്ദേഹമായിരുന്നു അത്.

14

മിസ്റ്റർ വില്ലി വോങ്ക!

ഫാക്ടറിയുടെ തുറന്നിട്ട കവാടങ്ങൾക്കകത്ത് ഒറ്റയ്ക്കു നിൽക്കുക യായിരുന്നു മിസ്റ്റർ വോങ്ക.

എന്തൊരു അസാധാരണ മനുഷ്യൻ.

അദ്ദേഹം ഒരു കറുത്ത തൊപ്പി വെച്ചിരുന്നു.

കടും ചുവപ്പു നിറത്തിലുള്ളൊരു നീളൻ കോട്ടും പച്ച നിറത്തിലുള്ള കാലുറകളുമായിരുന്നു ധരിച്ചിരുന്നത്.

ചാരനിറത്തിലുള്ള കൈയുറകളും. പിന്നെ, ഒരു കൈയിൽ സ്വർണ്ണപ്പിടിയുള്ള ഊന്നു വടിയും.

കറുത്ത കൂർത്ത ഊശാൻ താടി.

പിന്നെയാ കണ്ണുകൾ. ആ കണ്ണുകൾക്ക് അസാമാന്യ തിളക്കമായിരുന്നു. അവ സദാ സമയവും നമ്മളെ നോക്കി മിന്നിത്തിളങ്ങുകയാണെന്നു തോന്നും. സത്യം പറഞ്ഞാൽ, ആ മുഖമാകെയും കളിയും ചിരിയുമായി തിളങ്ങുകയായിരുന്നു.

അദ്ദേഹത്തെ കണ്ടാൽ തന്നെ ഒരു തന്ത്രശാലിയാണെന്ന് തോന്നും. ജീവസ്സുറ്റ പെരുമാറ്റം. അദ്ദേഹം തല വെട്ടിച്ചും തിരിച്ചുമെല്ലാം എന്തെല്ലാമോ ചെയ്തു കൊണ്ടിരുന്നു. ഇടയ്ക്കത് ചെരിച്ച് പിടിച്ചു. തിളക്കമാർന്ന ആ കണ്ണുകൾ കൊണ്ട് സർവ്വതും ഒപ്പിയെടുത്തു. ചടുലത കണ്ടാൽ അദ്ദേഹമൊരു അണ്ണാറ ക്കണ്ണനാണെന്നു തോന്നും. പാർക്കിലെല്ലാം കാണുന്ന സൂത്രശാലി യായൊരു അണ്ണാറക്കണ്ണൻ.

പെട്ടെന്ന്, അയാൾ മഞ്ഞിൽ ഒരു ചടുല നൃത്തം ചെയ്തു. എന്നിട്ട് ആ കൈകൾ വിടർത്തിപ്പിടിച്ചു കൊണ്ട് കവാടത്തിനടുത്ത് കൂടി

നിൽക്കുന്ന അഞ്ചു കുട്ടികളെയും നോക്കി പുഞ്ചിരിച്ചു. ഉറക്കെ വിളിച്ചു പറഞ്ഞു :

"സ്വാഗതം കൊച്ചു കൂട്ടുകാരേ! ഫാക്ടറിയിലേക്കു സ്വാഗതം."

അദ്ദേഹത്തിന്റെ ശബ്ദം ഉച്ചത്തിലുള്ളതും സംസാരം ഈണത്തിലുള്ളതുമായിരുന്നു.

"നിങ്ങൾ രക്ഷിതാക്കളെയും കൂട്ടി ഓരോരുത്തരായി കടന്നു വരുമോ? എന്നിട്ട് സ്വർണ്ണ ടിക്കറ്റ് കാണിച്ച് ഓരോരുത്തരുടെയും പേരും പറഞ്ഞു തരണം. ആരാണ് ആദ്യം വരുന്നത്?"

തടിയൻ ചെക്കൻ മുന്നോട്ടു വന്നു. "ഞാൻ അഗസ്റ്റസ് ഗ്ലൂപ്."

"അഗസ്റ്റസ്!" വില്ലി വോങ്ക ആവേശത്തോടെ അവന്റെ കൈ പിടിച്ച് ശക്തിയായി കുലുക്കി.

"പ്രിയപ്പെട്ട കുട്ടീ, നിന്നെ കണ്ടതിൽ ഒരുപാട് സന്തോഷം. ആനന്ദം. പരമാനന്ദം. നീ ഞങ്ങളോടൊപ്പമുള്ളതോർക്കുമ്പോൾ ആഹ്ളാദം. ഇത് നിന്റെ മാതാപിതാക്കളാണല്ലേ? നല്ലത്! വരൂ, വരൂ. അതെ. കവാടത്തിലൂടെ അകത്തു കടക്കൂ."

മറ്റുള്ളവരുടെയത്രയും ആവേശത്തിലാണ് മിസ്റ്റർ വോങ്കയെന്നു തോന്നി.

"എന്റെ പേര് വെറൂക സോൾട്." അടുത്ത കുട്ടി മുന്നോട്ടു വന്നു.

"പ്രിയപ്പെട്ട വെറൂക, എന്തൊക്കെയുണ്ട് വിശേഷം? പരിചയപ്പെട്ടതിൽ ഒരുപാട് സന്തോഷം. വളരെ രസകരമാണ് നിന്റെ പേര്. അല്ലേ? ഞാൻ വിചാരിച്ച് വെച്ചിരുന്നത് വെറൂകയെന്നാൽ ചെരുപ്പിൽ കാണുന്ന തഴമ്പാണെന്നാണ്. എനിക്ക് തെറ്റിയതാവണം, അല്ലേ? ഈ കോട്ട് ധരിച്ച് നിന്നെ കാണാൻ തന്നെ നല്ല ചന്തമുണ്ട്. നീ വന്നതിൽ വളരെ സന്തോഷം. ഈ സുദിനം വളരെ ആവേശകരമാകാൻ പോവുകയാണ്. നീയത് പൂർണ്ണമായും ആസ്വദിക്കുമെന്ന് ഞാൻ ആശിക്കുന്നു. അതെനിക്കുറപ്പാണ്. എനിക്കറിയാം നീയത് ആസ്വദിക്കുമെന്ന്. നിന്റെ മാതാപിതാക്കൾ? എന്തൊക്കെയുണ്ട് വിശേഷം മിസ്റ്റർ ആന്റ് മിസ്സിസ് സോൾട്? കണ്ടതിൽ ഒരുപാടൊരുപാട് സന്തോഷം. അതെ, ടിക്കറ്റ് എല്ലാം ഓക്കെയാണ്. അകത്തേക്കു കടന്നു കൊള്ളൂ."

അടുത്ത രണ്ടു കുട്ടികൾ, വയലറ്റ് ബ്യൂർഗാർഡും മൈക്ക് ടീവീയും മുന്നോട്ടു വന്ന് അവരുടെ ടിക്കറ്റുകൾ കാണിച്ചു കൊടുത്തു. ഊർജ്ജസ്വലനായ വില്ലി വോങ്ക അവരുടെയും കൈകൾ പിടിച്ച് തോളു വരെ കുലുക്കി.

എല്ലാവരും കഴിഞ്ഞപ്പോൾ ആ നേർത്ത പേടിച്ചരണ്ട ശബ്ദം മന്ത്രിച്ചു : "ചാർളി ബക്കറ്റ്."

"ചാർളീീീ..." *മിസ്റ്റർ* വോങ്ക ആർത്തു വിളിച്ചു.

"അപ്പോൾ ഇതാണ് നീ. നിനക്ക് ഇന്നലെയാണ് ടിക്കറ്റ് കിട്ടിയതല്ലേ? അതെ. ഇന്ന രാവിലത്തെ പത്രത്തിലാണ് ഞാനിതെല്ലാം വായിച്ചത്. കൃത്യ സമയത്ത് തന്നെ നിനക്കത് കിട്ടി, കുഞ്ഞേ. അതറിഞ്ഞതിൽ അതിയായ സന്തോഷമുണ്ട്. ഇത്? അപ്പാപ്പനാണോ? നിങ്ങളെ കണ്ടതിലും അതിയായ സന്തോഷം, സർ. ആഹ്ളാദം. നിർവൃതി. ആനന്ദം. ശരി. ഇപ്പോൾ എല്ലാവരും

അകത്തെത്തിയോ? അഞ്ചു കുട്ടികളും? ശരി. നല്ലത്. ഇനി നിങ്ങളെല്ലാവരും എന്റെ കൂടെ വരണം. നമ്മുടെ പര്യടനം ആരംഭിക്കുകയാണ്. എല്ലാവരും ഒരുമിച്ച് നിൽക്കണം. ആരും കൂട്ടം തെറ്റിപ്പോകാൻ പാടില്ല. ഈയൊരു ഘട്ടത്തിൽ നിങ്ങളെയാരെയും നഷ്ടപ്പെട്ടു കാണാൻ എനിക്ക് താത്പര്യമില്ല."

ചാർളി തല വെട്ടിച്ച് പിന്നിലേക്കു നോക്കിയപ്പോൾ വലിയ ഇരുമ്പു കവാടം പതിയെ അടയുന്നതു കണ്ടു. പുറത്തെ ആൾക്കൂട്ടം അപ്പോഴും തിക്കും തിരക്കും കൂട്ടി ബഹളം വെക്കുന്നുണ്ടായിരുന്നു. ചാർളി അവരെ അവസാനമായൊന്നു നോക്കി. ഒരു കിലുക്കത്തോടെ ഗേറ്റ് പൂർണ്ണമായും അടഞ്ഞു തീർന്നതോടെ പുറംലോകത്തെ സകല കാഴ്ചകളും അപ്രത്യക്ഷമായി.

"അങ്ങനെ നമ്മളിവിടെ എത്തിയിരിക്കുന്നു." സംഘത്തെ നയിക്കുന്ന മിസ്റ്റർ വോങ്ക അട്ടഹസിച്ചു.

"ഈ വലിയ ചുവന്ന കവാടത്തിലൂടെ അകത്തേക്കു കടക്കൂ. അങ്ങനെ തന്നെ. അകത്ത് നല്ല ചൂടാണ്. ഇവിടുത്തെ ജോലിക്കാർ കാരണമാണ് ഞാൻ ഫാക്ടറിയുടെ അകത്തെ ചൂട് എപ്പോഴും കൂട്ടിയിടുന്നത്. എന്റെ ജോലിക്കാർ ചൂടുള്ള കാലാവസ്ഥ ശീലിച്ചവരാണ്. അവർക്ക് തണുപ്പ് താങ്ങാൻ സാധിക്കില്ല. ഇപ്പോഴത്തെ കാലാവസ്ഥയിൽ പുറത്തേക്കിറങ്ങിയാൽ അവർ ചത്തു പോകും. തണുത്ത് മരവിച്ച് മരിച്ചു പോകും."

"എങ്കിലും... ആരാണീ ജോലിക്കാർ?" അഗസ്റ്റസ് ഗ്ലൂപ്പ് ചോദിച്ചു.

"എല്ലാത്തിനും ഒരു സമയമുണ്ട്, മോനെ." മിസ്റ്റർ വോങ്ക അഗസ്റ്റസിനെ നോക്കി ചിരിച്ചു കൊണ്ട് പറഞ്ഞു.

"ക്ഷമിക്കൂ. മുന്നോട്ടു പോകുന്ന മുറയ്ക്ക് നിങ്ങൾ എല്ലാം കാണും. എല്ലാവരും അകത്തു കയറിയില്ലേ? നല്ലത്. ഇനി ആ വാതിൽ ഒന്ന് അടയ്ക്കാമോ? നന്ദി."

ചാർളി നോക്കിയപ്പോഴതാ മുന്നിൽ കണ്ണെത്താ ദൂരത്തോളം നീണ്ടു കിടക്കുന്ന ഒരു ഇടനാഴി. ഒരു കാറിന് സുഖമായി കടന്നു പോകാനുള്ള വീതിയുണ്ടതിന്. ചുവരുകൾക്കെല്ലാം ഒരു വിളറിയ പിങ്ക് നിറമായിരുന്നു. മുറിക്കകത്താകെ നേർത്ത സുന്ദരമായ പ്രകാശം തങ്ങി നിന്നു.

"ഹായ്, എന്തു ഭംഗിയാണ്. നല്ല ഇളം ചൂടും." ചാർളി മന്ത്രിച്ചു.

"അതെ! പോരാത്തതിന് നല്ല മണവും." ഒരു നീണ്ട ശ്വാസമെടുത്തു കൊണ്ട് ജോ അപ്പാപ്പൻ പറഞ്ഞു. ലോകത്തെ

അത്ഭുതകരമായ ഗന്ധങ്ങളെല്ലാം അവിടുത്തെ അന്തരീക്ഷത്തിൽ അലിഞ്ഞു ചേർന്നിരിക്കുന്നതു പോലെ തോന്നി. കാപ്പിക്കുരു വറുക്കുന്നതിന്റെയും പഞ്ചസാര കരിക്കുന്നതിന്റെയും ചോക്ലേറ്റ് ഉരുക്കുന്നതിന്റെയും പുതിനയുടെയും വയലറ്റ് പൂക്കളുടെയും അണ്ടിപ്പരിപ്പിന്റെയും കാരമലിന്റെയും നാരങ്ങാത്തൊലിയുടെയുമെല്ലാം സുഗന്ധങ്ങൾ.

പിന്നെ ദൂരെയെവിടെയോ, ഫാക്ടറിയുടെ ഹൃദയഭാഗത്തു നിന്ന്, അസാമാന്യ വേഗത്തിൽ കറങ്ങിക്കൊണ്ടിരിക്കുന്ന ഭീമാകാരമായൊരു യന്ത്രത്തിന്റെ മങ്ങിയ അലർച്ചയും കേൾക്കാമായിരുന്നു.

"ഇതാണ് കുട്ടികളെ പ്രധാന ഇടനാഴി." ഒച്ചയെ ഭേദിച്ചു കൊണ്ട് തന്റെ ശബ്ദമുയർത്തി മിസ്റ്റർ വോങ്ക പറഞ്ഞു.

"എല്ലാവരും കോട്ടും തൊപ്പിയും ആ കാണുന്ന ആണിയിൽ തൂക്കിയിട്ട് എന്റെ കൂടെ വരൂ. ഇതാണ് വഴി. അതെ. എല്ലാവരും തയ്യാറാണോ? ശരി! ഇതാ നമ്മൾ അകത്തേക്കു പോവുകയാണ്." അദ്ദേഹം ഇടനാഴിയിലൂടെ കുതിക്കുമ്പോൾ ആ ചുവന്ന നീളൻ കോട്ടിന്റെ വാൽ പിന്നിൽ ആടിക്കൊണ്ടിരുന്നു. സന്ദർശകരെല്ലാം അദ്ദേഹത്തിനു പിറകെ കൂടി.

ശരിക്കും ആലോചിച്ചു നോക്കിയാൽ ഇതൊരു വലിയ സംഘം തന്നെയാണ്. ഒമ്പത് മുതിർന്നവരും അഞ്ച് കുട്ടികളും. ആകെ പതിനാലു പേർ. അതു കൊണ്ടു തന്നെ മുന്നിൽ കുതിച്ചു കൊണ്ടിരിക്കുന്ന ആ രൂപത്തിന്റെ കൂടെയെത്താൻ വേണ്ടി അവരെല്ലാവരും ഒന്നിച്ച് ശ്രമിക്കുമ്പോൾ ഉണ്ടാകാനിടയുള്ള തിക്കും തിരക്കും ഊഹിക്കാവുന്നതേയുള്ളൂ. "വരൂ! വേഗം നടക്കൂ. ഇങ്ങനെ ഇഴഞ്ഞു നീങ്ങിയാൽ നമ്മൾ ഇന്നൊന്നും അവിടെയെത്താൻ പോകുന്നില്ല." മിസ്റ്റർ വോങ്ക തിടുക്കം കൂട്ടി.

ഉടനെ അയാൾ പ്രധാന ഇടനാഴിയിൽ നിന്ന് കുറച്ച് ഇടുങ്ങിയ മറ്റൊരു വഴിയിലേക്കു കടന്നു.

പിന്നെ ഇടത്തോട്ടു തിരിഞ്ഞു.

പിന്നെയും ഇടത്തോട്ടു തിരഞ്ഞു.

പിന്നെ വലത്തോട്ട്.

പിന്നെ ഇടത്തോട്ട്.

പിന്നെ വലത്തോട്ട്.

പിന്നെ വലത്തോട്ട്.

പിന്നെ ഇടത്തോട്ട്.

എല്ലാ ദിശയിലേക്കും ധാരാളം ശാഖകളായി നീളുന്ന ആ ഇടം ഒരു മുയൽ മാളത്തെ ഓർമ്മിപ്പിച്ചു.

"എന്റെ കൈ വിട്ടു പോകരുത്, ചാർളി." ജോ അപ്പാപ്പൻ മന്ത്രിച്ചു.

"ഈ വഴികളെല്ലാം താഴേക്കു ചരിഞ്ഞു പോകുന്നതു ശ്രദ്ധിക്കൂ." മിസ്റ്റർ വോങ്ക വിളിച്ചു പറഞ്ഞു.

"നമ്മൾ ഭൂഗർഭ അറയിലേക്കാണ് പോകുന്നത്. എന്റെ ഫാക്ടറിയിലെ ഏറ്റവും സുപ്രധാന അറകളെല്ലാം ഭൂമിക്കടിയിലാണ് പ്രവർത്തിക്കുന്നത്."

"അതെന്താണങ്ങനെ?" കൂട്ടത്തിലാരോ ചോദിച്ചു.

"മുകളിൽ അവയ്ക്ക് ആവശ്യമായ സ്ഥലം ഇല്ലാത്തത് കൊണ്ട്. നമ്മൾ ഇപ്പോൾ കാണാൻ പോകുന്ന അറകൾ വളരെ വിശാലമാണ്. ഫുട്ബോൾ ഗ്രൗണ്ടുകളേക്കാൾ വിശാലമായവ. ലോകത്തൊരു കെട്ടിടത്തിനും അത്രയും വലിയൊരു ഇടത്തെ ഉൾക്കൊള്ളാൻ സാധിക്കുകയില്ല. പക്ഷെ, താഴെ, ഭൂമിക്കടിയിൽ എനിക്ക് ആവശ്യമുള്ളത്രയും സ്ഥലം ലഭിക്കും. അവിടെ ഒരു പരിധിയുമില്ല. എനിക്ക് ആവശ്യത്തിനു കുഴിച്ച് സ്ഥലമെടുക്കാം."

മിസ്റ്റർ വോങ്ക വലത്തോട്ടു തിരിഞ്ഞു.

ഇടത്തോട്ടു തിരിഞ്ഞു.

വീണ്ടും വലത്തോട്ടു തിരിഞ്ഞു.

ഇപ്പോൾ വഴികൾ കൂടുതൽ ചരിഞ്ഞു താഴേക്കു പോയിക്കൊണ്ടിരിക്കുകയാണ്.

പെട്ടെന്ന് മിസ്റ്റർ വോങ്ക നടത്തം നിർത്തി. അദ്ദേഹത്തിനു മുമ്പിൽ ലോഹത്തിൽ നിർമ്മിച്ച തിളങ്ങുന്നൊരു കവാടം. കൂടെ വന്നവർ ചുറ്റും കൂടി. കവാടത്തിൽ ഒരു എഴുത്തു കാണാമായിരുന്നു :

ചോക്ലേറ്റ് മുറി!

15

ചോക്ലേറ്റ് മുറി!

"ഇത് വളരെ സുപ്രധാനമായൊരു മുറിയാണ്." കീശയിൽ നിന്നൊരു താക്കോൽക്കൂട്ടം പുറത്തെടുത്ത് അതിലൊരെണ്ണം താക്കോൽ ദ്വാരത്തിലിട്ട് തിരിച്ചു കൊണ്ട് മിസ്റ്റർ വോങ്ക പറഞ്ഞു.

"ഈ ഫാക്ടറിയുടെയാകെ സിരാകേന്ദ്രമാണിത്. ഇതിന്റെയെല്ലാം ഹൃദയം. അതിമനോഹരമാണിത്. എന്റെ മുറികളെല്ലാം അതിമനോഹരമാണെന്നത് സത്യമാണ്. എന്റെ ഫാക്ടറി വൃത്തികേടായിക്കിടക്കുന്നത് എനിക്ക് താങ്ങാൻ കഴിയില്ല. നമുക്ക് അകത്തു പോകാം. സൂക്ഷിച്ചു നടക്കു കുട്ടികളെ. അമിതാവേശം നന്നല്ല. ശാന്തരായി പോകു."

മിസ്റ്റർ വോങ്ക വാതിൽ തുറന്നു. അഞ്ചു കുട്ടികളും ഒമ്പതു മുതിർന്നവരും തിക്കിത്തിരക്കി അകത്തു കടന്നു.

അമ്പോ! അവർ കണ്ട കാഴ്ച ആശ്ചര്യാജനകമായിരുന്നു.

അതിമനോഹരമായ ഒരു താഴ്വരയിലാണ് അവരുടെ ദൃഷ്ടി പതിച്ചത്. അതിന്റെ ഇരുഭാഗങ്ങളിലും പച്ചക്കുന്നുകളുണ്ടായിരുന്നു. താഴ്ഭാഗത്തു കൂടെ ശാന്തമായൊഴുകുന്ന തവിട്ടു നിറത്തിലുള്ള പുഴ.

അതും പോരാതെ, പുഴയുടെ പാതിയിൽ വലിയൊരു വെള്ളച്ചാട്ടം. വെള്ളം ഒരു പാറക്കല്ലിനു മുകളിലൂടെ കയറി നുരയുന്ന ചുഴിയിലേക്കു കുത്തനെ പതിക്കുന്നു.

ഏറ്റവും അതിശയകരമായ കാഴ്ച വെള്ളച്ചാട്ടത്തിനു താഴെയായിരുന്നു. ഒരുപാട് വലിയ ചില്ലു കുഴലുകൾ മുകളിൽ നിന്ന് പുഴയിലേക്ക് തൂങ്ങിക്കിടക്കുന്നുണ്ടായിരുന്നു. നല്ല വലുപ്പമുണ്ടായിരുന്നു അവയ്ക്ക്. ചുരുങ്ങിയത് ഒരു ഡസൻ എണ്ണമെങ്കിലും കാണും. പുഴയിലെ തവിട്ടു നിറത്തിൽ ചെളി പോലുള്ള വെള്ളം വലിച്ചെടുത്ത്

എവിടേക്കോ കൊണ്ടു പോവുകയാണ് ആ കുഴലുകൾ ചെയ്തിരുന്നത്. കുഴലുകൾ ചില്ലു കൊണ്ടുണ്ടാക്കിയതായതു കൊണ്ട് അതിനകത്ത് ഈ ദ്രാവകം ഒഴുകുന്നതും അതിൽ കുമിളകൾ രൂപപ്പെടുന്നതും പുറത്തു നിന്ന് കാണാമായിരുന്നു. വെള്ളച്ചാട്ടത്തിന്റെ ശബ്ദത്തിനു പുറമെ കുഴലുകൾ വെള്ളം വലിച്ചെടുക്കുന്ന ശബ്ദവും ഉച്ചത്തിൽ കേൾക്കാമായിരുന്നു.

പുഴക്കരയിൽ മനോഹരമായ മരങ്ങളും കുറ്റിച്ചെടികളുമെല്ലാം വളരുന്നുണ്ടായിരുന്നു. വില്ലോ മരവും ആൽഡർ മരവും ചുവപ്പും നീലയും പൂക്കളുള്ള റോഡോഡെൻഡ്രോൺ ചെടിയുടെ കൂട്ടങ്ങളും അക്കൂട്ടത്തിൽ കാണാനായി. കുന്നുകളിൽ ആയിരക്കണക്കിന് ബട്ടർ കപ്പ് ചെടികളുണ്ടായിരുന്നു.

"ഇതാ!" തുള്ളിച്ചാടി, തന്റെ സ്വർണ്ണപ്പിടിയുള്ള ഊന്നുവടി പുഴയിലേക്കു ചൂണ്ടിക്കൊണ്ട് മിസ്റ്റർ വോങ്ക വിളിച്ചു പറഞ്ഞു.

"ഇതു മുഴുവൻ ചോക്ലേറ്റാണ്. ആ പുഴയിലെ ഓരോ തുള്ളിയും ഏറ്റവും ഗുണമേന്മയുള്ള ചോക്ലേറ്റ് ഉരുക്കി ഉണ്ടാക്കിയതാണ്. ഏറ്റവും ഗുണമേന്മയുള്ളത് മാത്രം. ഈ രാജ്യത്തെ ഓരോ ബാത്ത് ടബുകളും നീന്തൽ കുളങ്ങളും നിറയ്ക്കാൻ മാത്രം ചോക്ലേറ്റ് ഇതിലുണ്ട്. ഗംഭീരം, അല്ലേ? ആ കുഴലുകളിലേക്കു നോക്കൂ. അവയെല്ലാം ഈ ചോക്ലേറ്റ് വലിച്ചെടുത്ത് ആവശ്യാനുസരണം ഫാക്ടറിയിലെ മറ്റു മുറികളിലേക്കെത്തിക്കുന്നു. ഓരോ മണിക്കൂറിലും ആയിരക്കണക്കിന് ഗാലൺ ചോക്ലേറ്റ്, പ്രിയപ്പെട്ട കുട്ടികളെ! ആയിരക്കണക്കിന് ഗാലൺ!"

കുട്ടികളും രക്ഷിതാക്കളും സംസാരിക്കാനാകാത്ത വിധം അമ്പരന്നു നിൽക്കുകയായിരുന്നു. അവരുടെ അന്ധാളിപ്പ് വിട്ടുമാറിയില്ല. സംഭ്രമിച്ചു പോയി. എല്ലാവരും സ്തബ്ധരായി നിന്നു. ഈ സംഗതിയുടെ വലുപ്പം കണ്ടു തന്നെ അവരുടെ കണ്ണു തള്ളി. അവർ നിശബ്ദരായി അതിലേക്കു തുറിച്ചു നോക്കി നിൽക്കുക മാത്രം ചെയ്തു.

"ഇതിൽ ഏറ്റവും പ്രധാനപ്പെട്ടത് വെള്ളച്ചാട്ടമാണ്." മിസ്റ്റർ വോങ്ക വിവരണം തുടർന്നു.

"അതിലൂടെയാണ് ചോക്ലേറ്റ് കൂട്ടിച്ചേർക്കുന്നതും പിന്നീടത് കടഞ്ഞെടുക്കുകയും, ഇടിക്കുകയും മഥിക്കുകയും ചെയ്യുന്നത്. അങ്ങനെ അതിനെ നേർപ്പിച്ച് മൃദുവാക്കുന്നു. ലോകത്ത് മറ്റൊരു ഫാക്ടറിയും വെള്ളച്ചാട്ടത്തിലൂടെ ചോക്ലേറ്റ് കൂട്ടിച്ചേർക്കുന്നില്ല. പക്ഷെ ചോക്ലേറ്റ് മിശ്രണം ചെയ്യാനുള്ള ഏക വഴി ഇങ്ങനെ

വെള്ളച്ചാട്ടത്തിലൂടെ ചെയ്യലാണ്. ഒരേയൊരു വഴി. നിങ്ങൾക്കെന്റെ മരങ്ങൾ ഇഷ്ടമായോ?" തന്റെ ഊന്നുവടി ചൂണ്ടിക്കൊണ്ട് അദ്ദേഹം ആവേശത്തോടെ ചോദിച്ചു. "പിന്നെയെന്റെ മനോഹരമായ കുറ്റിച്ചെടികൾ. അതെല്ലാം കാണാൻ നല്ല ചന്തമില്ലേ? ഞാൻ പറഞ്ഞില്ലേ, വൃത്തികേട് എനിക്ക് ഇഷ്ടമല്ല. പിന്നെ, ഇതെല്ലാം ഭക്ഷ്യയോഗ്യമായവയാണ്. രുചികരമായ വ്യത്യസ്തയിനം സാധനങ്ങൾ കൊണ്ടുണ്ടാക്കിയതാണ് അവയോരോന്നും. നിങ്ങൾക്കെന്റെ കുന്നുകൾ ഇഷ്ടമായോ? അതിലെ പുല്ലും ബട്ടർ കപ്പ് ചെടികളും ഇഷ്ടമായോ? പ്രിയപ്പെട്ട കുഞ്ഞുങ്ങളേ, നിങ്ങളീ നിൽക്കുന്ന പുല്ല് പോലും ഞാൻ ഈയടുത്തായി കണ്ടു പിടിച്ച ഒരിനം നേർത്ത പഞ്ചസാര കൊണ്ടുണ്ടാക്കിയതാണ്. അതിലൊരു നാമ്പ് എടുത്തു നോക്കൂ. മനോരഞ്ജകമാണത്."

ഉടനെ എല്ലാവരും കുനിഞ്ഞു നിന്ന് ഓരോ നാമ്പ് പറിച്ചെടുത്തു. ഈ എല്ലാവരും എന്നു പറഞ്ഞതിൽ നിന്ന് അഗസ്റ്റസ് ഗ്ലൂപ്പ് ഒഴിവാണ്. അവൻ ഒരു പിടി പുല്ലാണ് പറിച്ചെടുത്തത്.

വയലറ്റ് ബ്യൂർഗാർഡ് പുല്ല് രുചിച്ചു നോക്കുന്നതിനു മുമ്പ് ലോക റെക്കോർഡ് തകർക്കുന്ന ആ ചൂയിങ് ഗം വായിൽ നിന്ന് പുറത്തെടുത്ത് ചെവിക്കു പിറകിൽ ഒട്ടിച്ചു വെച്ചു.

"അവിശ്വസനീയം!" ചാർളി മന്ത്രിച്ചു. "എന്തൊരു രുചിയാണ് ഇതിന്. അല്ലേ, അപ്പാപ്പാ!"

"ഞാൻ വേണമെങ്കിൽ ഈ സ്ഥലം മുഴുവൻ തിന്നു തീർക്കും." സന്തോഷത്താൽ ചിരിച്ചു കൊണ്ട് ജോ അപ്പാപ്പൻ പറഞ്ഞു.

"ഞാൻ ഒരു പശുവിനെപ്പോലെ നാലു കാലിൽ നടന്ന് ഇവിടെയുള്ള പുല്ല് മുഴുവൻ തിന്നും."

"ഒരു ബട്ടർ കപ്പ് കഴിച്ചു നോക്കൂ. അവ പുല്ലിനേക്കാളും സ്വാദിഷ്ടമാണ്." മിസ്റ്റർ വോങ്ക നിലവിളിച്ചു.

പെട്ടെന്ന് അവിടെയാകെ ആവേശത്തിന്റെ ആർപ്പു വിളികൾ അലയടിച്ചു. വെറൂക സോൾട്ടിൽ നിന്നാണ് ആർപ്പു വിളികൾ മുഴങ്ങിക്കേട്ടത്. അവൾ വെകിളി പിടിച്ച് പുഴയുടെ മറുകരയിലേക്ക് ചൂണ്ടിക്കാണിക്കുകയായിരുന്നു.

"നോക്കൂ! അവിടേക്കു നോക്കൂ." അവൾ അലറി വിളിച്ചു.

"എന്താണത്? ആ രൂപം അനങ്ങുന്നുണ്ട്. നടക്കുന്നു. അതൊരു കുഞ്ഞു മനുഷ്യനാണ്. ഒരു കുഞ്ഞൻ മനുഷ്യൻ. വെള്ളച്ചാട്ടത്തിനു കീഴെ."

എല്ലാവരും ബട്ടർ കപ്പ് ചെടികളും കൈയിൽ പിടിച്ച് പുഴയുടെ അക്കരെയ്ക്ക് തുറിച്ചു നോക്കി.

"അവൾ പറയുന്നത് ശരിയാണ്, അപ്പാപ്പാ." ചാർളി പറഞ്ഞു.

"അതാ ഒരു കുഞ്ഞു മനുഷ്യൻ. അപ്പാപ്പന് കാണാൻ പറ്റുന്നുണ്ടോ?"

"എനിക്ക് കാണാൻ പറ്റുന്നുണ്ട്, ചാർളി." അപ്പാപ്പൻ ആവേശത്തോടെ പറഞ്ഞു.

അതോടെ, എല്ലാവരും ഒന്നിച്ച് ഒച്ച വെക്കാൻ തുടങ്ങി.

"അവിടെ രണ്ടു പേരുണ്ട്."

"കർത്താവേ! അതെ, രണ്ടു പേർ."

"രണ്ടിൽ കൂടുതൽ പേരുണ്ട്. ഇതാ, ഒന്ന്, രണ്ട്, മൂന്ന്, നാല്, അഞ്ച്..."

"അവരെന്താണ് ചെയ്യുന്നത്?"

"എവിടെ നിന്നാണവർ വരുന്നത്?"

"ആരാണവർ?"

കുറച്ചു കൂടി വ്യക്തമായി കാണാനായി കുട്ടികളും രക്ഷിതാക്കളും പുഴയുടെ വക്കത്തു പോയി നിന്നു.

"അതിശയകരം തന്നെ, അല്ലേ?"

"എന്റെ മുട്ട് വരെ മാത്രമേ അവർക്ക് പൊക്കമുള്ളൂ."

"അവരുടെ നീണ്ട തലമുടി നോക്കു. നല്ല രസം!"

ഒരു സാധാരണ പാവക്കുട്ടിയുടെയത്ര മാത്രം പൊക്കമുള്ള കുഞ്ഞു മനുഷ്യർ അവർ ചെയ്തു കൊണ്ടിരുന്ന ജോലി നിർത്തി പുഴയുടെ ഇക്കരെ നിൽക്കുന്ന സന്ദർശകരെ തുറിച്ചു നോക്കാൻ തുടങ്ങി. അതിലൊരാൾ കുട്ടികളുടെ നേരെ വിരൽ ചൂണ്ടി. ശേഷം മറ്റു നാലു പേരോടുമായി എന്തോ സ്വകാര്യം പറഞ്ഞു. ശേഷം അവർ അഞ്ചു പേരും പൊട്ടിച്ചിരിക്കാൻ തുടങ്ങി.

"അവർ യഥാർത്ഥ മനുഷ്യന്മാരല്ല." ചാർളി പറഞ്ഞു.

"തീർച്ചയായും അവർ യഥാർത്ഥ മനുഷ്യരാണ്." മിസ്റ്റർ വോങ്ക മറുപടി പറഞ്ഞു.

"അവരാണ് ഊംപ-ലൂംപകൾ."

16

ഊംപ-ലൂംപകൾ

"ഊംപ-ലൂംപകൾ." എല്ലാവരും ഒന്നിച്ച് പറഞ്ഞു. "ഊംപ-ലൂംപകൾ."

"ലൂംപാലാന്റിൽ നിന്ന് നേരിട്ട് ഇറക്കുമതി ചെയ്തതാണ്." മിസ്റ്റർ വോങ്ക അഭിമാനത്തോടെ പറഞ്ഞു.

"അങ്ങനെയൊരു സ്ഥലമില്ലല്ലോ!" മിസ്സിസ് സോൾട് പറഞ്ഞു.

"അതായത്..."

"മിസ്റ്റർ വോങ്ക!" മിസ്സിസ് സോൾട് കയർത്തു.

"ഞാനൊരു ഭൂമിശാസ്ത്ര അദ്ധ്യാപികയാണ്..."

"അങ്ങനെയാണെങ്കിൽ നിങ്ങൾക്കത് അറിയാതിരിക്കാൻ വഴിയില്ല." മിസ്റ്റർ വോങ്ക പറഞ്ഞു.

"എന്തൊരു ദുരിതം പിടിച്ച നാടാണത്. ലോകത്തെ അപകടകാരികളായ വന്യജീവികൾ മാത്രമുള്ള ഗുഢ വനങ്ങൾ. കാപ്രാക്കുനികളും ചോക്കാന്തിപ്പികളും മോട്രാക്കള്ളുകളും നിറഞ്ഞ സ്ഥലം. മോട്രാക്കള്ളുകൾ പ്രാതലിന് പത്ത് ഊംപ-ലൂംപകളെ കഴിച്ച ശേഷം പിന്നെയും ആർത്തി പൂണ്ട് വരും. ഞാനവിടെ പോയപ്പോഴാണ് ഈ പാവം ഊംപ-ലൂംപകൾ ഏറുമാടങ്ങളിൽ താമസിക്കുന്നത് കണ്ടത്. കാപ്രാക്കുനികളിൽ നിന്നും ചോക്കാന്തിപ്പികളിൽ നിന്നും മോട്രാക്കള്ളുകളിൽ നിന്നും രക്ഷ നേടാൻ അവർക്ക് ഏറുമാടങ്ങളിൽ ജീവിക്കുകയല്ലാതെ വേറെ വഴിയുണ്ടായിരുന്നില്ല. പച്ച ശലഭപ്പുഴുക്കളെ ഭക്ഷിച്ചാണ് ഊംപ-ലൂംപകൾ ജീവിച്ചിരുന്നത്. അതിന് വൃത്തി കെട്ടൊരു രുചിയാണ്. അവർ ദിവസം മുഴുവനും മരച്ചില്ലകളിൽ കയറിയിറങ്ങി ഈ പുഴുക്കളുടെ കൂടെ അതിന് അല്പം രുചി കിട്ടാൻ വല്ലതും കിട്ടുമോയെന്ന്

തിരഞ്ഞു കൊണ്ടിരുന്നു. ചുവന്ന ചീവിടുകളോ, യൂക്കാലിപ്സ് ഇലകളോ, ബോംഗ്-ബോംഗ് മരത്തിന്റെ തോലോ മറ്റോ. എല്ലാത്തിനും വൃത്തികെട്ട രുചിയാണ്. എന്നാൽ അവയൊന്നും ശലഭപ്പുഴുക്കളുടെയത്ര അസഹ്യമല്ല. പാവം ഊംപ-ലൂംപകൾ. മറ്റെന്തിനെക്കാളും അവർ കൊതിച്ച ഒരു ഭക്ഷണം കൊക്കോ കുരുവായിരുന്നു. എന്നാൽ, അവരെ സംബന്ധിച്ചിടത്തോളം അത് തീർത്തും ദുർലഭമായ സംഗതിയുമായിരുന്നു. വർഷത്തിൽ മൂന്നോ നാലോ കൊക്കോ കുരു കിട്ടുന്നത് മഹാഭാഗ്യമായിട്ടാണ് അവർ കണക്കാക്കിയിരുന്നത്. അതുകൊണ്ടു തന്നെ അവർ അതിനു വേണ്ടി സദാ കൊതിച്ചു കൊണ്ടിരുന്നു. രാത്രി മുഴുവൻ അവർ കൊക്കോ കുരുക്കളെ സ്വപ്നം കാണുകയും പകൽ മുഴുവൻ അതിനെക്കുറിച്ച് ചർച്ച ചെയ്യുകയും ചെയ്തു. ഒരു ഊംപ-ലൂംപയുടെ മുമ്പിൽ വെച്ച് കൊക്കോ എന്ന വാക്ക് ഉച്ചരിച്ചാൽ മതി, അയാളുടെ വായിൽ വെള്ളമൂറുന്നതു കാണാം." മിസ്റ്റർ വോങ്ക തുടർന്നു.

"കൊക്കോ മരത്തിൽ വളരുന്ന കൊക്കോ കുരുവിൽ നിന്നാണ് ചോക്ലേറ്റ് ഉണ്ടാക്കുന്നത്. കൊക്കോ കുരു ഇല്ലാതെ ചോക്ലേറ്റ് ഉണ്ടാക്കാൻ സാധിക്കില്ല. കൊക്കോ കുരുവാണ് ചോക്ലേറ്റ്. ഞാൻ തന്നെ കോടിക്കണക്കിന് കൊക്കോ കുരുക്കളാണ് ഓരോ ആഴ്ചയും ഈ ഫാക്ടറിയിൽ ഉപയോഗിക്കുന്നത്. അങ്ങനെ, പ്രിയപ്പെട്ട കുട്ടികളെ, ഊംപ-ലൂംപകൾക്ക് ഈ ഭക്ഷണത്തോടുള്ള ആർത്തി

മനസ്സിലായപ്പോൾ ഞാൻ അവരുടെ ഏറുമാട ഗ്രാമത്തിൽ പോയി അവരുടെ ഗോത്രത്തലവന്റെ വീടിനകത്തേക്കു തലയിട്ടു. പട്ടിണി കൊണ്ട് മെലിഞ്ഞ ആ പാവം മനുഷ്യൻ അകത്തിരുന്ന് ഒരു പാത്രം ശലഭപ്പുഴുക്കളെ കഴിക്കുകയായിരുന്നു.

'നോക്കൂ.' ഞാൻ പറഞ്ഞു. (സ്വാഭാവികമായും ഇംഗ്ലീഷിൽ അല്ല. ഊംപ-ലൂംപിഷിലാണ് ഞാൻ സംസാരിച്ചത്.)

'ഇങ്ങോട്ടു നോക്കൂ, നിങ്ങളും നിങ്ങളുടെ ആളുകളും എന്റെ നാട്ടിലേക്കു വന്ന് എന്റെ ഫാക്ടറിയിൽ താമസിക്കുകയാണെങ്കിൽ നിങ്ങൾക്ക് ആവശ്യമുള്ളത്ര കൊക്കോ കുരുക്കൾ കഴിക്കാം. എന്റെ നിലവറയിൽ കുന്നുകണക്കിന് കൊക്കോ കുരുക്കൾ ഉണ്ട്. എല്ലാ നേരവും ഭക്ഷണത്തിന് നിങ്ങൾക്കത് കഴിക്കാം. ഒന്നും ആലോചിക്കാതെ വാരിവലിച്ചു വിഴുങ്ങാം. വേണമെങ്കിൽ നിങ്ങളുടെ കൂലിയും കൊക്കോ കുരുക്കളായി ഞാൻ നൽകാം.'

'സത്യമാണോ നിങ്ങളീ പറയുന്നത്?' ഊംപ-ലൂംപാ ഗോത്രത്തലവൻ തന്റെ കസേരയിൽ നിന്ന് ചാടിയെഴുന്നേറ്റു കൊണ്ട് ചോദിച്ചു.

'തീർച്ചയായും.' ഞാൻ പറഞ്ഞു.

'നിങ്ങൾക്ക് ചോക്ലേറ്റുകളും കഴിക്കാം. പാലും പഞ്ചസാരയും ചേർത്ത് ഉണ്ടാക്കുന്നതിനാൽ ചേക്ലേറ്റിന് കൊക്കോയേക്കാൾ രുചിയാണ്.'

ആ കൊച്ചു മനുഷ്യൻ സന്തോഷം കൊണ്ട് ആർപ്പു വിളിച്ച് തന്റെ കൈയിലെ പാത്രം ഏറുമാടത്തിൽ നിന്ന് താഴേക്കു വലിച്ചെറിഞ്ഞു.

'സമ്മതം! വരൂ, നമുക്കു പോകാം.' അയാൾ ധൃതിയോടെ പറഞ്ഞു.

അങ്ങനെ ഞാൻ അവരെയെല്ലാവരെയും ഇവിടേക്കു കൊണ്ടു വന്നു. ഊംപ-ലൂംപാ ഗോത്രത്തിലെ ഓരോ പുരുഷനെയും സ്ത്രീയെയും കുട്ടിയെയും ഇവിടെയെത്തിച്ചു. വളരെ ലളിതമായിരുന്നു ഇത്. ഞാൻ അവരെയെല്ലാം വലിയ പെട്ടികളിലാക്കി അതിന് ദ്വാരങ്ങളിട്ടു. അങ്ങനെ ഇവരെല്ലാം സുരക്ഷിതരായി ഇവിടെയെത്തി. വളരെ നല്ല ജോലിക്കാരാണിവർ. ഇപ്പോൾ അവരെല്ലാം ഇംഗ്ലീഷ് സംസാരിക്കും. എല്ലാവർക്കും സംഗീതവും നൃത്തവും ഇഷ്ടമാണ്. അവർ സദാ പുതിയ പാട്ടുകൾ നിർമ്മിച്ചു കൊണ്ടിരിക്കും. നിങ്ങളെല്ലാവരും ഇന്ന് ഒരുപാട് പാട്ടുകൾ കേൾക്കും എന്നാണ് എന്റെ അനുമാനം. അവർക്ക് കുസൃതി കുറച്ചു കൂടുതലാണ് എന്ന

കാര്യവും ഞാൻ നിങ്ങളെ ഓർമ്മിപ്പിക്കുകയാണ്. തമാശ അവർക്കിഷ്ടമാണ്. കാട്ടിലായിരുന്നപ്പോൾ ധരിച്ചിരുന്ന അതേ ഇനം വസ്ത്രങ്ങളാണ് അവർ ഇപ്പോഴും ധരിക്കുന്നത്. അക്കാര്യത്തിൽ അവർക്ക് വാശിയുണ്ട്. പുഴയുടെ അക്കരെ നിങ്ങൾക്ക് കാണാൻ സാധിക്കുന്നതു പോലെ ആണുങ്ങൾ മാൻതോലാണ് ധരിക്കുക. സ്ത്രീകൾ ഇലകൾ ധരിക്കും. കുട്ടികൾ ഒന്നും ധരിക്കുകയുമില്ല. സ്ത്രീകൾ എന്നും പുതിയ ഇലകൾ..."

"ഡാഡീീീ.." ചോദിച്ചതെല്ലാം കിട്ടുന്ന വെറൂക സോൾട് അലറി വിളിച്ചു. "ഡാഡി, എനിക്കും ഒരു ഊംപ-ലൂംപയെ വേണം. എനിക്ക് നിങ്ങളൊരു ഊംപ-ലൂംപയെ തരണം. ഇപ്പോൾ തന്നെ എനിക്കൊരു ഊംപ-ലൂംപയെ കിട്ടണം. എന്നിട്ട് എനിക്കതിനെ വീട്ടിൽ കൊണ്ടു പോകണം. വേഗം, ഡാഡി. എനിക്കൊരു ഊംപ-ലൂംപയെ സംഘടിപ്പിച്ചു താ!"

"മോളേ, ഇപ്പോൾ..." അവളുടെ അപ്പച്ചൻ പറഞ്ഞു.

"ഇപ്പോൾ നമ്മൾ മിസ്റ്റർ വോങ്കയെ തടസ്സപ്പെടുത്താൻ പാടില്ല."

"എനിക്ക് ഊംപ-ലൂംപയെ വേണം..." വെറൂക അലറി വിളിക്കാൻ തുടങ്ങി.

"ശരി. പക്ഷെ, ഈ നിമിഷം അതു വേണമെന്നു പറഞ്ഞാൽ എനിക്ക് തരാൻ പറ്റില്ല. ഒന്നു ക്ഷമിക്കു. ഇന്നത്തെ ദിവസം തീരുന്നതിനു മുമ്പ് ഒന്നു കിട്ടുമോയെന്ന് ഞാൻ നോക്കാം."

വെറൂക സമ്മതിച്ചു.

"അഗസ്റ്റസ്!" മിസ്സിസ് ഗ്ലൂപ്പ് ഒച്ചയിട്ടു.

"അഗസ്റ്റസ്. മോനേ, നീയത് ചെയ്യാതിരിക്കുന്നതാണ് നല്ലതെന്ന് എനിക്കു തോന്നുന്നു."

നിങ്ങളുടെ ഊഹം ശരിയാണ്. അഗസ്റ്റസ് ശബ്ദമുണ്ടാക്കാതെ പുഴ വക്കത്തേക്കു പോയിരിക്കുന്നു. ഇപ്പോൾ അവൻ അവിടെ മുട്ടു കുത്തിയിരുന്ന് പരമാവധി വേഗത്തിൽ വായിലേക്ക് ചോക്ലേറ്റ് വാരിപ്പൊത്തിക്കൊണ്ടിരിക്കുകയാണ്.

17

അഗസ്റ്റസ് ഗ്ലൂപ്പ് കുഴലിലൂടെ മുകളിലേക്കു പോകുന്നു...

മിസ്റ്റർ വോങ്ക തിരിഞ്ഞു നോക്കി. അഗസ്റ്റസ് ഗ്ലൂപ്പ് ചെയ്യുന്നതെന്താണെന്നു കണ്ട മാത്രയിൽ അദ്ദേഹം അലറിക്കൊണ്ട് പറഞ്ഞു :

"ഓഹ്! അരുതേ. അഗസ്റ്റസ്, ദയവു ചെയ്ത് അത് ചെയ്യരുത്. ഇതൊരു അപേക്ഷയാണ്. എന്റെ ചോക്ലേറ്റിന് ആളുകളുടെ കരസ്പർശമേൽക്കാൻ പാടില്ല."

"അഗസ്റ്റസ്!" മിസ്സിസ് ഗ്ലൂപ്പ് അലറി.

"അദ്ദേഹം പറഞ്ഞതു നീ കേട്ടില്ലേ? ഇപ്പോൾ തന്നെ പുഴവക്കത്തു നിന്ന് തിരിച്ചു വാ."

"അടിപൊളി സാധനം." തന്റെ അമ്മയോ മിസ്റ്റർ വോങ്കയോ പറയുന്നത് തെല്ലും കൂസാതെ അഗസ്റ്റസ് പറഞ്ഞു.

"കർത്താവേ, ഇത് ഒരു ബക്കറ്റെങ്കിലും കുടിച്ചാലേ മതിയാവുകയുള്ളൂ."

"അഗസ്റ്റസ്, നീ വേഗം തിരിച്ചു വാ. നീയെന്റെ ചോക്ലേറ്റ് നാശമാക്കുകയാണ്." വെപ്രാളപ്പെട്ട് തന്റെ ഊന്നു വടി വായുവിൽ ചുഴറ്റിക്കൊണ്ട് മിസ്റ്റർ വോങ്ക നിലവിളിച്ചു.

"അഗസ്റ്റസ്!" മിസ്സിസ് ഗ്ലൂപ്പ് നിലവിളിച്ചു.

"അഗസ്റ്റസ്!" മിസ്റ്റർ ഗ്ലൂപ്പ് നിലവിളിച്ചു.

എന്നാൽ തന്റെ കുടവയറിന്റെയല്ലാത്ത മറ്റൊരു വിളിയും ചെവിക്കൊള്ളാൻ അഗസ്റ്റസ് അപ്പോൾ തയ്യാറല്ലായിരുന്നു. ഇപ്പോൾ അവൻ പുഴക്കരയിൽ കമഴ്ന്നു കിടന്ന് തല പുഴയിലേക്കിട്ട്

ഒരു നായയെ പോലെ അതിൽ നിന്ന് ചോക്ലേറ്റ് നക്കിക്കുടിക്കുകയാണ്.

"അഗസ്റ്റസ്! നീ നിന്റെയാ വൃത്തികെട്ട ജലദോഷം ഇന്നാട്ടിലെ ലക്ഷക്കണക്കിനാളുകൾക്ക് കൊടുക്കും." മിസ്സിസ് ഗ്ലൂപ്പ് വിളിച്ചു പറഞ്ഞു.

"ശ്രദ്ധിക്കൂ, അഗസ്റ്റസ്! നീ ഒരുപാടധികം അതിലേക്കു ചായുകയാണ്." മിസ്റ്റർ ഗ്ലൂപ്പ് ആക്രോശിച്ചു.

മിസ്റ്റർ ഗ്ലൂപ്പ് പറഞ്ഞത് ശരിയായിരുന്നു. പെട്ടെന്ന് അവിടെയൊരു നിലവിളി മുഴങ്ങി. പിന്നെ വെള്ളം തെറിക്കുന്ന ശബ്ദം. അഗസ്റ്റസ് ഗ്ലൂപ്പ് പുഴയിലേക്കു വീണു. ഒറ്റ നിമിഷം കൊണ്ട് അവൻ അപ്രത്യക്ഷമായി.

"അവനെ രക്ഷിക്കൂ!" കൈയിലെ കുട വീശിക്കൊണ്ട് മിസ്സിസ് ഗ്ലൂപ്പ് നിലവിളിച്ചു. അവരുടെ മുഖം വിളറി വെളുത്തു.

"അവൻ മുങ്ങിച്ചാകും. അവന് നീന്താൻ അറിയില്ല. അവനെ രക്ഷിക്കൂ. ദയവു ചെയ്ത് അവനെ രക്ഷിക്കൂ."

"എന്റെ കർത്താവേ! എനിക്കൊന്നും ചാടാൻ പറ്റില്ല. ഞാനെന്റെ ഏറ്റവും നല്ല സ്യൂട്ട് ആണ് ഇട്ടിരിക്കുന്നത്." മിസ്റ്റർ ഗ്ലൂപ്പ് പറഞ്ഞു.

ചോക്ലേറ്റിൽ മുങ്ങിയ അഗസ്റ്റസ് ഗ്ലൂപ്പിന്റെ മുഖം മുകളിലേക്ക് പൊന്തി വന്നു.

"എന്നെ രക്ഷിക്കൂ! എന്നെ രക്ഷിക്കൂ! എന്നെ വലിച്ചു കയറ്റൂ!" അവൻ നിലവിളിച്ചു കൊണ്ടിരുന്നു.

"ഇങ്ങനെ നിൽക്കാതെ വേഗം എന്തെങ്കിലും ചെയ്യൂന്നേ!" മിസ്സിസ് ഗ്ലൂപ്പ് മിസ്റ്റർ ഗ്ലൂപ്പിനെ ചീത്ത പറഞ്ഞു.

"ഞാൻ ചെയ്യുന്നതു കാണുന്നില്ലേ!" ചോക്ലേറ്റ് പുഴയിലേക്കെടുത്തു ചാടാനായി തന്റെ ജാക്കറ്റ് അഴിച്ചെടുക്കുന്നതിനിടയിൽ മിസ്റ്റർ ഗ്ലൂപ്പ് പറഞ്ഞു. അയാളതു ചെയ്യുന്നതിനിടയിൽ ആ വികൃതിപ്പയ്യൻ പുഴയിലേക്കു നീണ്ടു കിടക്കുന്ന ചില്ലു കുഴലുകളിലൊന്നിനടുത്തേക്ക് ഒഴുകി നീങ്ങുകയായിരുന്നു. പെട്ടെന്ന്, ആ കുഴൽ അവനെ പൂർണ്ണമായും കീഴടക്കി. ഒറ്റ വലിക്ക് അതവനെ അകത്താക്കി.

എവിടെ നിന്നാണ് അവൻ പുറത്തു വരിക എന്നു കാണാൻ പുഴവക്കത്തെ ആൾക്കൂട്ടം ശ്വാസമടക്കിപ്പിടിച്ച് കാത്തു നിന്നു.

"അതാ അവൻ പോകുന്നു!" കൂട്ടത്തിലൊരാൾ മുകളിലേക്കു ചൂണ്ടിക്കാണിച്ചു കൊണ്ട് വിളിച്ചു പറഞ്ഞു.

കുഴൽ ചില്ലു കൊണ്ടുണ്ടാക്കിയതായതു കൊണ്ട് മുകളിലേക്ക് പോകുന്ന അഗസ്റ്റസ് ഗ്ലൂപ്പിനെ പുറത്തു നിന്ന് വ്യക്തമായി കാണാമായിരുന്നു.

"രക്ഷിക്കണേ! പോലീസിനെ വിളിക്ക്!" മിസ്സിസ് ഗ്ലൂപ്പ് നിലവിളിക്കാൻ തുടങ്ങി.

"അഗസ്റ്റസ്, വേഗം തിരിച്ചു വാ! നീയിതെങ്ങോട്ടാണു പോകുന്നത്?"

"ഇതൊരു അത്ഭുതമായാണ് എനിക്ക് തോന്നുന്നത്." മിസ്റ്റർ ഗ്ലൂപ്പ് പറഞ്ഞു. "അവന് പോകാൻ മാത്രം വലുപ്പം ആ കുഴലിനുണ്ടെന്നോ!"

"ഇല്ല. അതിനും മാത്രം വണ്ണം അതിനില്ല." ചാർളി ബക്കറ്റ് പറഞ്ഞു.

"നോക്കു, അവന്റെ പോക്ക് സാവധാനത്തിലായി."

"അതെയതെ." ജോ അപ്പാപ്പൻ അത് ശരി വെച്ചു.

"അവൻ അതിൽ കുടുങ്ങിപ്പോകും." ചാർളി പറഞ്ഞു.

"അതെ. അവൻ പെട്ടു പോകും." അപ്പാപ്പൻ പറഞ്ഞു.

"കർത്താവേ, അവൻ കുടുങ്ങി." ചാർളി പറഞ്ഞു.

"അവന്റെ വയറാണ് കാരണം." മിസ്റ്റർ ഗ്ലൂപ്പ് പറഞ്ഞു.

"അവൻ ആ കുഴൽ ആകെ തടസ്സപ്പെടുത്തിയിരിക്കുകയാണ്." ജോ അപ്പാപ്പൻ പറഞ്ഞു.

"ആ കുഴൽ പൊട്ടിക്കൂ." കുട ചുഴറ്റിക്കൊണ്ട് മിസ്സിസ് ഗ്ലൂപ്പ് പറഞ്ഞു.

"അഗസ്റ്റസ്, വേഗം അതിൽ നിന്ന് പുറത്തു വരൂ."

അവന്റെ പിന്നിൽ കുഴലിലായി ചോക്ലേറ്റ് അടിഞ്ഞു കൂടുന്നതും അതിൽ മർദ്ദം കൂടുന്നതും താഴെ നിൽക്കുന്നവർക്ക് കാണാമായിരുന്നു. മർദ്ദം കൂടിക്കൂടി വന്നു. അതു പരിഹരിക്കാൻ എന്തോ നൽകണമായിരുന്നു. അതു സംഭവിച്ചു. തോക്കിൻ കുഴലിലെ ഉണ്ട പോലെ അഗസ്റ്റസ് ഗ്ലൂപ്പ് ആ കുഴലിലൂടെ മുകളിലേക്കു കുതിച്ചു.

"അവനെ കാണാതായി." മിസ്സിസ് ഗ്ലൂപ്പ് നിലവിളിക്കാൻ തുടങ്ങി.

"ഈ കുഴൽ എങ്ങോട്ടാണ് പോകുന്നത്? വേഗം ജോലിക്കാരെ വിളിക്കൂ."

"സമാധാനമായിരിക്കൂ!" മിസ്റ്റർ വോങ്ക പറഞ്ഞു.

"സമാധാനപ്പെടൂ, മാഡം. അതിൽ അപകടമൊന്നുമില്ല. യാതൊരു അപകടവുമില്ല. അഗസ്റ്റസ് ഒരു ചെറിയ യാത്ര പോയിരിക്കുകയാണ്. അത്ര മാത്രം. വളരെ രസകരമായ ഒരു കൊച്ചു യാത്ര. കുഴപ്പമൊന്നും പറ്റാതെ അവൻ തിരിച്ചു വരും. കാത്തിരുന്നു കാണുക."

"അവൻ കുഴപ്പമൊന്നുമില്ലാതെ എങ്ങനെ തിരിച്ചുവരാനാണ്?" മിസ്സിസ് ഗ്ലൂപ്പ് ദേഷ്യപ്പെട്ടു. "അഞ്ചു മിനിറ്റിനകം അവൻ വല്ല മാർഷ്മെല്ലോ മിഠായിയായി മാറും."

"അസാദ്ധ്യം!" മിസ്റ്റർ വോങ്ക പറഞ്ഞു. "അസംബന്ധം! അവനൊരിക്കലും മാർഷ്മെല്ലോ മിഠായിയായി മാറില്ല."

"അതെന്താ അങ്ങനെ?" മിസ്സിസ് ഗ്ലൂപ്പ് ആക്രോശിച്ചു.

"കാരണം, ആ കുഴൽ അതിന്റെ അടുത്തു പോലും പോകുന്നില്ല. അഗസ്റ്റസ് കയറിപ്പോയ ആ കുഴൽ നേരെ പോകുന്നത് 'സ്ട്രോബറി ഫ്ലേവേർഡ് ചോക്ലേറ്റ് കോട്ടഡ് ഫഡ്ജ്' ഉണ്ടാക്കുന്ന മുറിയിലേക്കാണ്."

"എങ്കിൽ അവൻ സ്ട്രോബറി മണമുള്ള ചോക്ലേറ്റ് പൊതിഞ്ഞ ഫഡ്ജ് ആയി മാറും." മിസ്സിസ് ഗ്ലൂപ്പ് അലറി.

"പാവം എന്റെ അഗസ്റ്റസ്. നാളെ രാവിലെ മുതൽ അവനെ ഒരു പൗണ്ടിന് ഈ നാടാകെ ഇവർ വിൽക്കും."

"അത് ശരിയാണ്." മിസ്റ്റർ ഗ്ലൂപ്പ് പറഞ്ഞു.

"അത് ശരിയാണെന്ന് എനിക്കറിയാം." മിസ്സിസ് ഗ്ലൂപ്പ് പ്രതികരിച്ചു.

"അത് തമാശയല്ലെന്നാണ് ഞാനുദ്ദേശിച്ചത്." മിസ്റ്റർ ഗ്ലൂപ്പ് പറഞ്ഞു.

"പക്ഷെ, മിസ്റ്റർ വോങ്ക അങ്ങനെ കരുതുന്നുണ്ടെന്നു തോന്നുന്നില്ല." മിസ്സിസ് ഗ്ലൂപ്പ് ചൊടിച്ചു.

"അയാളെയൊന്നു നോക്കു! അയാൾ ചിരിച്ചു കൊണ്ടിരിക്കുകയാണ്. എന്റെ മകൻ ഇങ്ങനെയൊരു കുഴലിൽ കിടക്കുമ്പോൾ ഇങ്ങനെ കിടന്നു ചിരിക്കാൻ നിങ്ങൾക്കെങ്ങനെ ധൈര്യം വന്നു, രാക്ഷസാ!" തന്റെ കുട മിസ്റ്റർ വോങ്കയ്ക്കു നേരെ ചൂണ്ടിക്കൊണ്ട് ഉടനെ അയാളുടെ നേരെ പാഞ്ഞടുക്കാൻ പോവുകയാണെന്ന മട്ടിൽ അവർ അലറി.

"നിങ്ങൾക്ക് ഇതൊരു തമാശയായി തോന്നുന്നുണ്ടല്ലേ? എന്റെ മോനെ നിങ്ങളുടെ ഫഡ്ജ് മുറിയിലേക്കു വലിച്ചെടുക്കുന്നത് വലിയൊരു ഫലിതമാണെന്ന് നിങ്ങൾക്കു തോന്നുന്നുണ്ടല്ലേ?"

"അവൻ പൂർണ്ണ സുരക്ഷിതനായിരിക്കും." മിസ്റ്റർ വോങ്ക ചിരി നിർത്താതെ പറഞ്ഞു.

"അവൻ ചോക്ലേറ്റ് ഫഡ്ജ് ആയി മാറും." മിസ്സിസ് ഗ്ലൂപ്പ് ആക്രോശിച്ചു.

"ഒരിക്കലുമില്ല." മിസ്റ്റർ വോങ്ക പറഞ്ഞു.

"ഉറപ്പായും അതു സംഭവിക്കും." മിസ്സിസ് ഗ്ലൂപ്പ് കയർത്തു.

"ഞാൻ അതനുവദിക്കില്ല." മിസ്റ്റർ വോങ്ക പറഞ്ഞു.

"എന്തു കൊണ്ടില്ല?" മിസ്സിസ് ഗ്ലൂപ്പ് പിന്നെയും ശബ്ദമുയർത്തി.

"കാരണം, അതിന്റെ സ്വാദ് അസഹ്യമാകും." മിസ്റ്റർ വോങ്ക പറഞ്ഞു.

"ഒന്നാലോചിച്ചു നോക്കു, അഗസ്റ്റസ് ഫ്ലേവേർഡ് ചോക്ലേറ്റ് കോട്ടഡ് ഗ്ലൂപ്പ്. ആരും അതു വാങ്ങാൻ പോകുന്നില്ല."

"തീർച്ചയായും ആളുകളത് വാങ്ങും." മിസ്റ്റർ ഗ്ലൂപ്പ് പറഞ്ഞു.

"എനിക്കതിനെക്കുറിച്ച് ആലോചിക്കുകയേ വേണ്ട." മിസ്സിസ് ഗ്ലൂപ്പ് അലറി.

"എനിക്കും." മിസ്റ്റർ വോങ്ക പറഞ്ഞു.

"ഞാൻ നിങ്ങൾക്ക് ഉറപ്പു തരുന്നു, മാഡം. നിങ്ങളുടെ പ്രിയപ്പെട്ട മകൻ പൂർണ്ണ സുരക്ഷിതനാണ്."

"പൂർണ്ണ സുരക്ഷിതനാണെങ്കിൽ പിന്നെ അവൻ എവിടെയാണ്?" മിസ്സിസ് ഗ്ലൂപ്പിന്റെ കോപം അടങ്ങുന്നില്ല.

"ഈ നിമിഷം എന്നെ അവന്റെയടുത്ത് കൊണ്ടുപോകൂ."

മിസ്റ്റർ വോങ്ക തിരിഞ്ഞു നിന്ന് മൂന്നു വട്ടം വിരൽ ഞൊടിച്ചു. പെട്ടെന്ന്, എവിടെ നിന്നെന്നില്ലാതെ ഒരു ഊംപ-ലൂംപ പ്രത്യക്ഷപ്പെട്ടു.

ഊംപ-ലൂംപ തല കുനിച്ച് ഉപചാരമർപ്പിച്ച ശേഷം വെളുത്ത പല്ലുകൾ കാട്ടി പുഞ്ചിരിച്ചു. ചുവപ്പു കലർന്ന വെളുപ്പ് നിറമായിരുന്നു അയാൾക്ക്. തവിട്ടും സ്വർണ്ണ നിറവും ചേർന്ന നീണ്ട തലമുടി. മിസ്റ്റർ വോങ്കയുടെ മുട്ടിനേക്കാൾ അല്പം മാത്രം പൊക്കം. തോളിനു കുറുകെ ഒരു മാൻതോൽ മാത്രമേ ധരിച്ചിട്ടുള്ളൂ.

"ഞാൻ പറയുന്നതു കേൾക്കൂ..." താഴെ, ആ ചെറിയ മനുഷ്യനെ നോക്കി മിസ്റ്റർ വോങ്ക പറഞ്ഞു.

"നീ മിസ്റ്റർ ഗ്ലൂപ്പിനെയും മിസ്സിസ് ഗ്ലൂപ്പിനെയും ഫഡ്ജ് മുറിയിൽ കൊണ്ടുപോയി അവരുടെ മകൻ അഗസ്റ്റസിനെ കണ്ടെത്താൻ സഹായിക്കണം. അവൻ ഇപ്പോൾ പൈപ്പിലൂടെ കയറിപ്പോയതാണ്."

ഊംപ-ലൂംപ മിസ്റ്റർ വോങ്കയെ ഒന്ന നോക്കിയ ശേഷം പൊട്ടിച്ചിരിക്കാൻ തുടങ്ങി.

"മിണ്ടാതിരിക്കു!" മിസ്റ്റർ വോങ്ക പറഞ്ഞു.

"സ്വയം നിയന്ത്രിക്കു. ചിരിയടക്കിപ്പിടിക്കു. ഇതത്ര വലിയ തമാശയാണെന്ന് മിസ്സിസ് ഗ്ലൂപ്പിന് തോന്നുന്നില്ല."

"അതൊന്നു കൂടി പറഞ്ഞു കൊടുക്കു!" മിസ്സിസ് ഗ്ലൂപ്പ് പറഞ്ഞു.

"നേരെ ഫഡ്ജ് മുറിയിലേക്കു പോവുക." മിസ്റ്റർ വോങ്ക ഊംപ-ലൂംപയോടായി പറഞ്ഞു.

"അവിടെയെത്തിക്കഴിഞ്ഞാൽ ഒരു വലിയ വടിയെടുത്ത് ചോക്ലേറ്റ് മിക്സ് ചെയ്യുന്ന വീപ്പയിൽ കുത്തി നോക്കുക. അവൻ അവിടെയുണ്ടാകുമെന്നാണ് എന്റെ ബലമായ ധാരണ. എന്നാലും നന്നായി നോക്കുന്നതാണ് ഒന്നൂടെ നല്ലത്. പെട്ടെന്നു നോക്കണം. വൈകിയാൽ ചിലപ്പോൾ അവൻ ഫഡ്ജ് തിളപ്പിക്കുന്ന പാത്രത്തിലേക്കു വീഴാൻ സാദ്ധ്യതയുണ്ട്. അത് വലിയൊരു ദുരന്തമായി മാറും, അല്ലേ? എന്റെ ഫഡ്ജ് പിന്നെ വായിൽ വെക്കാൻ കൊള്ളില്ല."

മിസ്സിസ് ഗ്ലൂപ്പ് രോഷം സഹിക്ക വയ്യാതെ നിലവിളിച്ചു.

"ഞാനൊരു തമാശ പറഞ്ഞതാണ്." പൊട്ടിച്ചിരിച്ചു കൊണ്ട് മിസ്റ്റർ വോങ്ക പറഞ്ഞു.

"ഒന്നും വിചാരിക്കരുത്. ക്ഷമിക്കണം. ഗുഡ് ബൈ, മിസ്സിസ് ഗ്ലൂപ്പ്, മിസ്റ്റർ ഗ്ലൂപ്പ്. പിന്നെ കാണാം..."

മിസ്റ്റർ ഗ്ലൂപ്പും മിസ്സിസ് ഗ്ലൂപ്പും അവരുടെ കൊച്ചു വഴികാട്ടിയും നടന്നു നീങ്ങിയപ്പോൾ പുഴയുടെ അക്കരെ നിന്നിരുന്ന അഞ്ചു ഊംപ-ലൂംപകൾ കൊച്ചു ചെണ്ടകൾ കൊട്ടി തുള്ളിച്ചാടാനും നൃത്തം ചെയ്യാനും തുടങ്ങി.

"അഗസ്റ്റസ് ഗ്ലൂപ്പ്!" അവർ ആ പേര് ഉരുവിട്ടു കൊണ്ടിരുന്നു. "അഗസ്റ്റസ് ഗ്ലൂപ്പ്! അഗസ്റ്റസ് ഗ്ലൂപ്പ്! അഗസ്റ്റസ് ഗ്ലൂപ്പ്!"

"അപ്പാപ്പാ!" ചാർളി വിളിച്ചു. "അവർ പാടുന്നതു ശ്രദ്ധിക്കു. എന്താണവർ ചെയ്യുന്നത്?"

"ശ്ശ്ശ്ശ്ശ്ശ്... അവർ പാട്ടു പാടാൻ പോവുകയാണെന്നു തോന്നുന്നു."

"അഗസ്റ്റസ് ഗ്ലൂപ്പ്! അഗസ്റ്റസ് ഗ്ലൂപ്പ്!" അവർ ഈണത്തിൽ പാടി തുടങ്ങി.

"പൊണ്ണത്തടിയൻ കൊതിയൻ ചെക്കൻ!
എത്രനേരമീ വികൃതിപ്പയ്യനെയിങ്ങനെ
തിന്നു മുടിക്കാൻ വിട്ടുവാനൊക്കും?
പയ്യൻ നല്ലതാകിലും ഇവനൊരു
ജീവിക്കു പോലും തെല്ലാനന്ദം
നൽകില്ലെന്നാകിൽ നാമെന്തു ചെയ്യും!
നാമീ വികൃതിരാമനെയെല്ലാവർക്കും
ചിരിക്കുള്ളൊരു വകയാക്കി മാറ്റും.
ഒരു പാവ, അല്ലെങ്കിലൊരു പന്ത്.
ഗോട്ടിയല്ലെങ്കിലൊരു മരക്കുതിര.
എന്നാലീ കുരുത്തം കെട്ട ചെക്കൻ
അസാദ്ധ്യമാം വിധം നികൃഷ്ടനായിരുന്നു.
ആർത്തിയും പരോപദ്രവവും ശീലമായിരുന്നു.
നമ്മുടെയെല്ലാം നാക്കിനകത്തവനൊരു
നികൃഷ്ടമാം രുചി പകർത്തി നൽകി.
ഒന്നുമാലോചിക്കാതെ അതു മാറ്റാനൊരു
തീരുമാനം ഞങ്ങളെടുത്തു വെച്ചു.
'വരൂ!' ഞങ്ങൾ വിളിച്ചു പറഞ്ഞു.
'ഇവനെ കുഴലിലൂടെ കയറ്റി വിടാൻ നേരമായ്.
അവൻ പോയേ തീരൂ! എന്നാലേയിതു നേരയാകൂ."
തിരക്കിട്ടവനിപ്പോൾ കയറിപ്പോയ മുറിയിൽ
രസകരമായൊരുപാട്ടു സംഗതികളവൻ കാണുന്നതാ.
എന്നാൽ പൊന്നു കുഞ്ഞുങ്ങളെ,
നിങ്ങളൊട്ടും ഭയക്കേണ്ട കെട്ടോ.
അഗസ്റ്റസ് ഗ്ലൂപ്പിനൊന്നും പറ്റില്ല.
എങ്കിലുമവൻ കുറച്ചൊന്നു മാറിയിട്ടുണ്ടാകുമെന്നതു ശരിയാണ്.
പഴയ പയ്യനിൽ നിന്ന് നല്ലൊരു മാറ്റം.
ഫഡ്ജ് യന്ത്രത്തിലെത്തിക്കഴിഞ്ഞാൽ
ചക്രങ്ങളങ്ങനെ തിരിയാൻ തുടങ്ങും.
പൽചക്രങ്ങൾ ഇടിച്ചു പൊടിക്കും.
ആയിരം കത്തികൾ ചെത്താൻ വരും.
ഞങ്ങൾ പഞ്ചാരയും ക്രീമും മസാലയും ചേർക്കും.

ഒരു നിമിഷം അവനെ തിളപ്പിച്ചേട്ടക്കാം.
അവന്റെ അത്യാർത്തിയത്രയും
ഉരുകിത്തീർന്നെന്നു മനസ്സിലാകും വരെ.
അവനിതാ പുറത്തു വരുന്നു,
അത്ഭുതം സംഭവിച്ചിരിക്കുന്നു.
നാടൊട്ടുക്കു പഴി മാത്രം കേട്ടിരുന്നവനിതാ
സർവ്വരുടെയും സ്നേഹം പിടിച്ചു പറ്റുന്നു.
സ്വാദിഷ്ടമായൊരു ഫഡ്ജ് കഷണത്തെ
ഈ ലോകത്ത് ആരാണിഷ്ടപ്പെടാത്തത്!""

"ഞാൻ അപ്പോഴേ പറഞ്ഞില്ലേ, ഇവർക്ക് പാട്ടു പാടുന്നത് ഇഷ്ടമാണെന്ന്." മിസ്റ്റർ വോങ്ക ആവേശം കൊണ്ടു.

"അവർ നല്ല രസമല്ലേ? എന്നിരുന്നാലും അവർ പറഞ്ഞതിൽ ഒരു വാക്കു പോലും വിശ്വസിക്കരുത്. അതു മുഴുവൻ അസംബന്ധമാണ്."

"ഊംപ-ലൂംപകൾ ശരിക്കും നുണ പറയുന്നതാണോ, അപ്പാപ്പാ?" ചാർളി ചോദിച്ചു.

"അത് ഉറപ്പല്ലേ. അവർ തമാശ പറയുകയാണ്." ജോ അപ്പാപ്പൻ പറഞ്ഞു.

"അവർ തമാശ പറയുന്നതാകാനേ വഴിയുള്ളൂ. അവർ തമാശ പറയുന്നതാണെന്ന് വിശ്വസിക്കാനാണ് എനിക്ക് തോന്നുന്നത്. നിനക്കോ?"

18

ചോക്ലേറ്റ് പുഴയിലൂടെ...

"നമുക്ക് പോകാം!" മിസ്റ്റർ വോങ്ക വിളിച്ചു പറഞ്ഞു.

"വേഗം. എല്ലാവരും. എന്റെ കൂടെ അടുത്ത മുറിയിലേക്കു വരൂ. അഗസ്റ്റസ് ഗ്ലൂപ്പിനെക്കുറിച്ചോർത്ത് പേടിക്കേണ്ട കാര്യമില്ല. അവൻ വൈകാതെ തിരിച്ചു വരും. അതങ്ങനെയാണ്. നമ്മുടെ പര്യടനത്തിന്റെ അടുത്ത ഘട്ടം വള്ളത്തിലാണ്. അതാ അവൾ വരുന്നു. നോക്കൂ."

ആ ചൂടൻ ചോക്ലേറ്റു പുഴയ്ക്കു മുകളിൽ അപ്പോൾ മൂടൽ മഞ്ഞു രൂപപ്പെടുന്നുണ്ടായിരുന്നു. ആ മഞ്ഞിനിടയിൽ നിന്ന് പെട്ടെന്ന് പിങ്ക് നിറത്തിലുള്ള മനോഹരമായ ഒരു വള്ളം പ്രത്യക്ഷപ്പെട്ടു. നടുഭാഗം വിശാലമായൊരിനം ചുണ്ടൻ വള്ളമായിരുന്നു അത്. അതിന്റെ കണ്ണഞ്ചിപ്പിക്കുന്ന നിറവും തിളക്കവും കണ്ടാൽ അത് പിങ്ക് നിറത്തിലുള്ള ചില്ലിൽ ഉണ്ടാക്കിയതാണെന്നാണ് തോന്നുക. അതിന്റെ ഇരുവശത്തുമായി അനേകം തുഴകളുണ്ടായിരുന്നു. വള്ളം അടുത്തു വരുന്ന മുറയ്ക്ക്, അത് തുഴയുന്ന ഊംപ-ലൂംപകളെ കാണാനായി. ഒരു തുഴ പിടിക്കാൻ ചുരുങ്ങിയത് പത്ത് ഊംപ-ലൂംപകളുണ്ടായിരുന്നു.

"ഇതെന്റെ സ്വകാര്യ വള്ളമാണ്." സന്തോഷം കൊണ്ട് തുള്ളിച്ചാടി മിസ്റ്റർ വോങ്ക പറഞ്ഞു.

"ഒരു പടുകൂറ്റൻ മിഠായി തുരന്നാണ് ഞാൻ ഇവളെയുണ്ടാക്കിയത്. എന്തു ഭംഗിയാണവൾക്കല്ലേ? ഈ പുഴ കടന്നുള്ള ആ വരവു നോക്കൂ."

വെട്ടിത്തിളങ്ങുന്ന ആ മിഠായി വള്ളം കരയ്ക്കടുത്തു. തുഴക്കാരായ നൂറ് ഊംപ-ലൂംപകൾ അവരുടെ തുഴകളിൽ വിശ്രമിച്ചു കൊണ്ട് സന്ദർശകരെ തുറിച്ചു നോക്കി. പെട്ടെന്ന്, അവർക്കു മാത്രമറിയാവുന്ന

എന്തോ കാരണം കൊണ്ട് അവരെല്ലാവരും പൊട്ടിച്ചിരിക്കാൻ തുടങ്ങി.

"ഇതിൽ ചിരിക്കാനെന്തിരിക്കുന്നു?" വയലറ്റ് ബ്യൂർഗാർഡ് ചോദിച്ചു.

"അവരുടെ ചിരി കാര്യമാക്കേണ്ട." മിസ്റ്റർ വോങ്ക പറഞ്ഞു.

"അവരെപ്പോഴും ചിരിച്ചു കൊണ്ടിരിക്കുകയേയുള്ളൂ. കാണുന്നതെല്ലാം വലിയ തമാശയായിട്ടാണ് അവർക്കു തോന്നുന്നത്. വേഗം വള്ളത്തിലേക്കു കയറൂ, എല്ലാവരും! വേഗം!"

എല്ലാവരും വള്ളത്തിൽ കയറിയ മുറയ്ക്ക് ഊംപ-ലൂംപകൾ ചേർന്ന് ആ വള്ളം പുഴയിലേക്കു തള്ളി വേഗത്തിൽ തുഴഞ്ഞു പോകാൻ തുടങ്ങി.

"ഹേയ്, ഇങ്ങോട്ടു നോക്കൂ, മൈക്ക് ടീവീ." മിസ്റ്റർ വോങ്ക ഒച്ചയിട്ടു.

"വള്ളം നാവു കൊണ്ട് നക്കാതിരിക്കൂ. അതു പിന്നെ ഒട്ടാൻ തുടങ്ങും."

"ഡാഡീ," വെറൂക സോൾട് പറഞ്ഞു. "എനിക്കും ഇതു പോലൊരു വള്ളം വേണം. വോങ്കയുടേതു പോലൊരു പിങ്ക് മിഠായി വള്ളം എനിക്കു വാങ്ങിത്തന്നേ തീരൂ. എന്നിട്ട് അത് തുഴയാൻ ഒരുപാട് ഊംപ-ലൂംപമാരെയും വേണം. പിന്നെയെനിക്കൊരു ചോക്ലേറ്റ് പുഴ വേണം. പിന്നെയെനിക്ക്..."

"അവൾക്ക് നല്ലൊരു തൊഴി വെച്ചു കൊടുക്കണം." ജോ അപ്പാപ്പൻ ചാർളിയോട് മന്ത്രിച്ചു. വള്ളത്തിന്റെ ഏറ്റവും പുറകിലായാണ് അപ്പാപ്പൻ ഇരുന്നിരുന്നത്. കുഞ്ഞു ചാർളി ബക്കറ്റ് അദ്ദേഹത്തിന് തൊട്ടടുത്തും. അപ്പാപ്പന്റെ മെലിഞ്ഞ കൈ ചാർളി മുറുകെപ്പിടിച്ചു. ആവേശത്തിന്റെ നീർച്ചുഴിയിലായിരുന്നു അവൻ. ഇതുവരെ കണ്ടതെല്ലാം – ചോക്ലേറ്റ് പുഴയും വെള്ളച്ചാട്ടവും കൂറ്റൻ ചില്ലു കുഴലുകളും പഞ്ചസാരക്കുന്നുകളും ഊംപ-ലൂംപകളും മനോഹരമായ പിങ്ക് വള്ളവും എല്ലാത്തിനുമുപരി മിസ്റ്റർ വില്ലി വോങ്കയുമെല്ലാം – അവിശ്വസനീയമാം വിധം ആശ്ചര്യജനകമായിരുന്നതു കൊണ്ട് ഇതിനപ്പുറമൊരു അത്ഭുതം തന്നെ കാത്തിരിക്കുന്നുണ്ടെന്ന് അവന് വിശ്വസിക്കാനായില്ല. ഇപ്പോൾ അവർ എങ്ങോട്ടാണ് പോകുന്നത്? എന്താണ് അവരെ കാത്തിരിക്കുന്നത്? അടുത്ത അറയിൽ എന്താണ് സംഭവിക്കാൻ പോകുന്നത്?

"വിസ്മയാവഹം, അല്ലേ?" ജോ അപ്പാപ്പൻ ചാർളിയെ നോക്കി ചിരിച്ചു.

ചാർളി തലയാട്ടിക്കൊണ്ട് വൃദ്ധനെ നോക്കി പുഞ്ചിരിച്ചു.

പെട്ടെന്ന്, ചാർളിക്ക് അഭിമുഖമായി ഇരുന്നിരുന്ന മിസ്റ്റർ വോങ്ക വള്ളത്തിന്റെ അടിഭാഗത്തേക്ക് കൈ എത്തിച്ച് ഒരു കപ്പ് പുറത്തെടുത്തു. അത് പുഴയിൽ മുക്കി അതിൽ നിറയെ ചോക്ലേറ്റ് നിറച്ച് ചാർളിക്ക് കൊടുത്തു. "ഇതു കുടിക്കൂ." അദ്ദേഹം പറഞ്ഞു.

“നിനക്കിത് നല്ലതാണ്. നിന്നെ കണ്ടിട്ട് ആകെ പട്ടിണിയാണെന്ന തോന്നുന്നു.”

ശേഷം മിസ്റ്റർ വോങ്ക മറ്റൊരു കപ്പിൽ ചോക്ലേറ്റ് നിറച്ച് ജോ അപ്പാപ്പന്ന കൊടുത്തു.

“നിങ്ങളും കുടിക്കു. ഒരു അസ്ഥികൂടം പോലെയായിരിക്കുന്നുവല്ലോ. എന്താണ് പ്രശ്നം? നിങ്ങളുടെ വീട്ടിൽ ആവശ്യത്തിന് ഭക്ഷണം കിട്ടുന്നില്ലേ?”

“കാര്യമായൊന്നും കിട്ടുന്നില്ല.” ജോ അപ്പാപ്പൻ പറഞ്ഞു.

ചാർളി ആ കപ്പ് ചുണ്ടോടടുപ്പിച്ചു. കട്ടിയുള്ള മധുര ചോക്ലേറ്റ് വായിലൂടെ ഒഴിഞ്ഞ വയറ്റിലേക്കിറങ്ങി. അവന്റെ മേലാസകലം സന്തോഷം കൊണ്ട് ഇക്കിളിപ്പെടാൻ തുടങ്ങി. തീവ്രമായ സന്തോഷം അവനെ വന്നു മൂടി.

“നിങ്ങൾക്കിതിഷ്ടമായോ?” മിസ്റ്റർ വോങ്ക ചോദിച്ചു.

“അതെ! ഇതിന് നല്ല രുചി.” ചാർളി പറഞ്ഞു.

“ഞാൻ രുചിച്ചിട്ടുള്ളതിൽ വെച്ച് ഏറ്റവും രുചിയുള്ള ചോക്ലേറ്റ് ആണിത്.” നാവു ഞൊട്ടിക്കൊണ്ട് ജോ അപ്പാപ്പൻ പറഞ്ഞു.

“വെള്ളച്ചാട്ടത്തിൽ വെച്ച് മിക്സ് ചെയ്തതിനാലാണത്.” മിസ്റ്റർ വോങ്ക പറഞ്ഞു.

വള്ളം പുഴയിലൂടെ കുതിച്ചു നീങ്ങി. പുഴ ചുരുങ്ങി വരുന്നുണ്ടായിരുന്നു. മുന്നിൽ വലിയൊരു തുരങ്കം പ്രത്യക്ഷപ്പെട്ടു. പടുകൂറ്റനൊരു കുഴൽ പോലെ തോന്നിക്കുന്ന വട്ടത്തിലുള്ളൊരു തുരങ്കം. പുഴ നേരെ അതിലേക്കാണ് ഒഴുകിയിരുന്നത്. വള്ളവും അതിലേക്കു നീങ്ങി.

“തുഴച്ചിൽ നിർത്തേണ്ട.” ഊന്നുവടി വായുവിൽ ചുഴറ്റി തുള്ളിച്ചാടിക്കൊണ്ട് മിസ്റ്റർ വോങ്ക വിളിച്ചു പറഞ്ഞു.

“പരമാവധി വേഗത്തിൽ തുഴയൂ.” പൂർവ്വാധികം വേഗത്തിൽ ഊംപ-ലൂംപകൾ തുഴഞ്ഞു കൊണ്ടിരിക്കെ, വള്ളം തുരങ്കത്തിനകത്തേക്കു കുതിച്ചു. യാത്രക്കാരെല്ലാം ആകാംക്ഷ കൊണ്ട് നിലവിളിച്ചു.

“എങ്ങോട്ടാണ് പോകുന്നതെന്ന് അവർക്കെങ്ങനെയാണ് മനസ്സിലാവുക?” വയലറ്റ് ബ്യൂർഗാർഡ് ഇരുട്ടിൽ തപ്പി ഒച്ചയിട്ടു.

“എങ്ങോട്ടാണ് പോകുന്നതെന്ന് മനസ്സിലാക്കാൻ ഒരു വഴിയുമില്ല.” മിസ്റ്റർ വോങ്ക പൊട്ടിച്ചിരിച്ചു കൊണ്ട് പറഞ്ഞു.

'ഏതു ദിശയിലേക്കാണവർ
പോകുന്നതെന്നറിയാൻ വഴിയേതുമില്ല.
എവിടേക്കാണ് തുഴയുന്നതെന്നും
പുഴയെങ്ങോട്ടാണൊഴുകുന്നതെന്നും
അറിയാൻ നമുക്കു വഴിയേതുമില്ല.
ചുറ്റും കുറ്റാകൂരിരുട്ടാണ്
അപായം നമ്മെ കാത്തിരിപ്പാണ്.
തുഴക്കാർ അതിവേഗം തുഴയുന്നു
വേഗത കുറയ്ക്കുന്നതിന്റെ സൂചന
അവരിലൊട്ടും കാണുന്നതുമില്ല.'

"അയാൾക്കു ഭ്രാന്തു പിടിച്ചിരിക്കുകയാണ്!" രക്ഷിതാക്കളിലൊരാൾ ഭയന്നു നിലവിളിച്ചു. മറ്റുള്ളവരും ചേർന്ന്, അതൊരു സംഘഗാനമായി മാറി.

"അയാൾക്കു വട്ടാണ്."

"അയാൾക്ക് കിറുക്കാണ്."

"അയാൾക്ക് ബോധമില്ല"

"അയാൾക്ക് അന്തമില്ല."

"അയാൾക്ക് ഭ്രാന്താണ്."

"ഇല്ല! അദ്ദേഹത്തിന് യാതൊരു കുഴപ്പവുമില്ല." ജോ അപ്പാപ്പൻ പറഞ്ഞു.

"വിളക്കുകൾ തെളിയിക്കൂ." മിസ്റ്റർ വോങ്ക വിളിച്ചു പറഞ്ഞു. പെട്ടെന്ന് അവിടമാകെ വെളിച്ചം തെളിഞ്ഞു. ആ തുരങ്കമെല്ലാം വെളിച്ചത്തിൽ കുളിച്ചു കിടന്നു. അവർ ഒരു പടുകൂറ്റൻ കുഴലിനകത്തു തന്നെയാണെന്ന കാര്യം ചാർളി തിരിച്ചറിഞ്ഞു. അതിന്റെ മുകൾ ഭാഗം മുഴുവനായും തൂവെള്ള നിറത്തിലുള്ളതും വൃത്തിയായി കാത്തു സൂക്ഷിച്ചതുമായിരുന്നു. കുഴലിനകത്ത് ചോക്ലേറ്റ് പുഴ അതിവേഗം കുതിച്ചു പായുകയായിരുന്നു. ഊംപ-ലൂംപകൾ ഭ്രാന്തമായ വേഗത്തിൽ തുഴഞ്ഞു കൊണ്ടിരുന്നു. വള്ളം റോക്കറ്റ് വേഗത്തിൽ പറന്നു. മിസ്റ്റർ വോങ്ക വള്ളത്തിനു പിറകിൽ തുള്ളിച്ചാടിക്കൊണ്ട് തുഴക്കാരോട് ഇനിയും വേഗത്തിൽ തുഴയാൻ ആർത്തു വിളിച്ചു കൊണ്ടിരുന്നു. ചോക്ലേറ്റ് പുഴയിൽ പിങ്ക് വള്ളത്തിലേറി ഒരു വെള്ളത്തുരങ്കത്തിലൂടെ ശരവേഗത്തിലുള്ള ആ യാത്ര, അദ്ദേഹം ശരിക്കും ആസ്വദിക്കുന്നുണ്ടെന്നു തോന്നി. ചിരിച്ചും കൈയ്യടിച്ചും

ഇടയ്ക്കെല്ലാം തന്റെ സഹയാത്രികർ തന്നെപ്പോലെ ഈ യാത്ര ആസ്വദിക്കുന്നുണ്ടോ എന്ന് അദ്ദേഹം ഇടംകണ്ണിട്ട് നോക്കി.

"നോക്കൂ, അപ്പാപ്പാ!" ചാർളി വിളിച്ചു പറഞ്ഞു.

"ആ ചുവരിൽ ഒരു വാതിൽ."

അതൊരു പച്ച വാതിലായിരുന്നു. തുരങ്കത്തിന്റെ മതിലിൽ പുഴയുടെ നിരപ്പിൽ നിന്ന് അല്പം ഉയരത്തിലാണത് പണിതിരുന്നത്. അതും കടന്നു പോകുന്നതിനിടയ്ക്ക് വാതിലിൽ എഴുതിയിരിക്കുന്നതു വായിക്കാൻ സമയം കിട്ടി.

'സ്റ്റോർ റൂം – 54' എന്ന് എഴുതിയതിനു താഴെയായി **'എല്ലാ ഇനം ക്രീമുകളും : ഡയറി ക്രീം, വിപ്ഡ് ക്രീം, വയലറ്റ് ക്രീം, കോഫി ക്രീം, പൈനാപ്പിൾ ക്രീം, വാനില ക്രീം, ഹെയർ ക്രീം'.**

"ഹെയർ ക്രീമോ?" മൈക്ക് ടീവി ആശ്ചര്യപ്പെട്ടു.

"ഇവിടെ എന്തിനാണ് ഹെയർ ക്രീം ഉപയോഗിക്കുന്നത്?"

"നിർത്താതെ തുഴയൂ! ഇത്തരം നിസ്സാര ചോദ്യങ്ങൾക്കൊന്നും മറുപടി പറയാൻ എന്റെ പക്കൽ സമയമില്ല." മിസ്റ്റർ വോങ്ക ഒച്ച വെച്ചു.

ഒരു കറുത്ത വാതിൽ കൂടി അവർ കടന്നു പോയി.

'സ്റ്റോർ റൂം – 71. ചാട്ടവാറുകൾ – വിവിധ വലുപ്പത്തിലും രൂപത്തിലുമുള്ളവ'.

"ചാട്ടവാറുകളോ!" വെറൂക സോൾട്ടിന് ആശ്ചര്യമടക്കാനായില്ല.

"നിങ്ങൾക്ക് ചാട്ടവാറുകൾ കൊണ്ട് എന്ത് ഉപയോഗമാണുള്ളത്?"

"ക്രീം അടിക്കാൻ. അല്ലാതെന്ത്?" മിസ്റ്റർ വോങ്ക പറഞ്ഞു.

"ചാട്ടവാറില്ലാതെ വിപ്പ്ഡ് ക്രീം ഉണ്ടാക്കുന്നതെങ്ങനെയാണ്? ചാട്ടവാറു കൊണ്ട് അടിച്ചുണ്ടാക്കാത്ത വിപ്പ്ഡ് ക്രീമിനെ അങ്ങനെ വിളിക്കാൻ പോലും പറ്റില്ല. നിർത്താതെ തുഴയൂ."

അടുത്ത ഒരു മഞ്ഞ വാതിലിൽ **'സ്റ്റോർ റൂം – 77'** എന്ന് **എഴുതിയിരുന്നു. 'എല്ലാ തരം ബീനുകളും : കൊക്കോ ബീൻ, കോഫി ബീൻ, ജെല്ലി ബീൻ'.**

"തുഴഞ്ഞു കൊണ്ടേയിരിക്കൂ!" മിസ്റ്റർ വോങ്ക പറഞ്ഞു. എന്നാൽ അഞ്ച് നിമിഷങ്ങൾക്കു ശേഷം ഒരു ചുവന്ന വാതിൽ മുന്നിൽ ദൃശ്യമായപ്പോൾ അദ്ദേഹം തന്റെ സ്വർണ്ണപ്പിടിയുള്ള ഊന്നുവടി വായുവിൽ ചുഴറ്റിക്കൊണ്ട് വിളിച്ചു പറഞ്ഞു.

"വള്ളം നിർത്തൂ!"

19

പരീക്ഷണ ശാല

മിസ്റ്റർ വോങ്ക വള്ളം നിർത്താൻ പറഞ്ഞപ്പോൾ ഊംപ-ലൂംപകൾ തുഴ പുഴയിലേക്ക് ആഴ്ത്തിയിറക്കി ഒഴുക്കു തടഞ്ഞു. വള്ളം നിന്നു.

അവർ ആ വാതിലിനോടു ചേർത്താണ് വള്ളം നിർത്തിയത്. വാതിലിൽ **'പരീക്ഷണ ശാല – അന്യർക്ക് പ്രവേശനമില്ല'** എന്ന് എഴുതി വെച്ചിരുന്നു. മിസ്റ്റർ വോങ്ക കീശയിൽ നിന്ന് ഒരു താക്കോൽ പുറത്തെടുത്ത് വള്ളത്തിന്റെ അരികിലേക്കു നീങ്ങി താക്കോൽ ദ്വാരത്തിൽ അതിട്ടു തിരിച്ചു.

"ഈ ഫാക്ടറിയിലെ ഏറ്റവും പ്രധാനപ്പെട്ട മുറിയാണിത്." അദ്ദേഹം പറഞ്ഞു.

"അതീവ രഹസ്യമായ പുതിയ കണ്ടുപിടുത്തങ്ങളെല്ലാം ഇവിടെയാണ് നടക്കുന്നത്. കിളവൻ ഫിക്കൽഗ്രൂബറിന് ഇതിനകത്ത് മൂന്നു നിമിഷം ചിലവഴിക്കാൻ വേണ്ടി വേണമെങ്കിൽ അയാളുടെ മുൻപല്ലു മുഴുവൻ തരും. പ്രോഡ്നോസും സ്ലഗ്വർത്തു മടക്കമുള്ള എല്ലാ ചോക്ലേറ്റ് നിർമ്മാതാക്കളും ഇതും ഇതിനപ്പുറവും ചെയ്യും. എന്നാൽ ഇപ്പോൾ ഞാൻ പറയുന്നതു കേൾക്കു. അകത്തു കയറിയാൽ നിങ്ങൾ കുഴപ്പമൊന്നും ഉണ്ടാക്കരുത്. എവിടെയും തൊടാനോ പിടിക്കാനോ പാടില്ല. ഒന്നുമെടുത്ത് രുചിച്ചു നോക്കാനും പാടില്ല. സമ്മതമാണോ?"

"ശരി, സമ്മതിച്ചു. ഞങ്ങളൊന്നും തൊടില്ല." കുട്ടികൾ ഒന്നടങ്കം ആർത്തു വിളിച്ചു.

"ഇതുവരെ, ഊംപ-ലൂംപകളെയടക്കം ഒരാളെയും ഇതിനകത്ത് കയറ്റിയിട്ടില്ല." മിസ്റ്റർ വോങ്ക പറഞ്ഞു. അദ്ദേഹം വാതിൽ തുറന്ന് വള്ളത്തിൽ നിന്ന് നേരെ അകത്തു കയറി. നാലു കുട്ടികളും അവരുടെ രക്ഷിതാക്കളും അദ്ദേഹത്തെ അനുഗമിച്ചു.

“ഒന്നും തൊട്ടു പോകരുത്! ഒന്നും തള്ളിമറിച്ചിടുകയും ചെയ്യരുത്.” മിസ്റ്റർ വോങ്ക ഉച്ചത്തിൽ പറഞ്ഞു.

ചാർളി ആ വിശാലമായ മുറിയാകെ കണ്ണും മിഴിച്ചു നോക്കി നിന്നു. ഏതോ മന്ത്രവാദിനിയുടെ അടുക്കളയാണതെന്നു തോന്നിപ്പോകും. അവന്റെ ചുറ്റുമുള്ള അടുപ്പുകളിൽ കറുത്ത പാത്രങ്ങളിലായി എന്തൊക്കെയോ വെട്ടിത്തിളച്ചു കൊണ്ടിരിക്കുകയും കുറേയേറെ വിചിത്രമായ പാത്രങ്ങൾ ചിലമ്പിയും ഊതിയും ഒച്ചവെച്ചു കൊണ്ടിരിക്കുകയും ചെയ്തിരുന്നു. ചുവരുകളിലും മേൽക്കൂരയിലുമായി കുഴലുകൾ പടർന്നു കിടക്കുന്നുണ്ടായിരുന്നു. ആ മുറിയിലാകെ പുകയും ആവിയും കൊതിയൂറുന്ന ഗന്ധവും തങ്ങിനിന്നു.

മിസ്റ്റർ വോങ്ക പോലും മുൻപത്തേക്കാളേറെ ആവേശത്തിലാണെന്നു തോന്നി. അദ്ദേഹത്തിന് ഏറ്റവുമിഷ്ടപ്പെട്ട ഇടം ഇതാണെന്ന വസ്തുത സുവ്യക്തമായിരുന്നു. ക്രിസ്തുമസ് സമ്മാനങ്ങൾക്കിടയിലൂടെ അതിലേതാദ്യം തുറന്നു നോക്കണമെന്നറിയാതെയിരിക്കുന്നൊരു കുട്ടിയെപ്പോലെ അവിടെയുള്ള പാത്രങ്ങൾക്കും യന്ത്രങ്ങൾക്കുമിടയിലൂടെ അദ്ദേഹം തുള്ളിച്ചാടി നടന്നു കൊണ്ടിരുന്നു. വലിയൊരു കലത്തിന്റെ മൂടി തുറന്ന് അത് മണത്തു നോക്കി. ശേഷം, മറ്റൊരു വീപ്പയുടെ അടുത്തു ചെന്ന് അതിലെ മഞ്ഞ നിറത്തിലുള്ള സാധനത്തിൽ വിരലിട്ട് അത് രുചിച്ചു നോക്കി. പിന്നെ ഒരു യന്ത്രത്തിനടുത്തെത്തി അതിൽ അരഡസൻ കുറ്റികൾ അങ്ങോട്ടുമിങ്ങോട്ടും പിടിച്ചു തിരിച്ചു. ശേഷം വലിയൊരു അടുപ്പിന്റെ ചില്ലു വാതിലിലൂടെ ഉത്കണ്ഠയോടെ അകത്തേക്കു നോക്കി. കൈകൾ കൂട്ടിത്തിരുമ്മി അകത്തു കണ്ട സംഗതിയുടെ സന്തോഷത്തിൽ ഉറക്കെ ഒച്ച വെച്ചു. ശേഷം മറ്റൊരു യന്ത്രത്തിനടുത്തേക്ക് ഓടിപ്പോയി.

പച്ച നിറത്തിലുള്ള ഒരു സംഗതി ഫട്ട്-ഫട്ട്-ഫട്ട്-ഫട്ട്-ഫട്ട്-ഫട്ട് എന്ന് ഒച്ചയുണ്ടാക്കിക്കൊണ്ടിരുന്നു. ഓരോ തവണ ഫട്ട് എന്ന് ഒച്ചയുണ്ടാക്കുമ്പോഴും പച്ച നിറത്തിലുള്ള ഒരു ഗോലി – അല്ലെങ്കിൽ ഗോലിയെന്നു തോന്നിക്കുന്ന എന്തോ ഒന്ന് – തറയിലിരിക്കുന്ന കൊട്ടയിലേക്കു ഉരുണ്ടു വീണു കൊണ്ടിരുന്നു.

“ഒരിക്കലും അലിഞ്ഞു തീരാത്ത ഗോബ്സ്റ്റോപ്പറുകൾ!” മിസ്റ്റർ വോങ്ക അഭിമാനത്തോടെ പറഞ്ഞു.

“ഇത് തീർത്തും പുതിയതാണ്. വളരെ കുറച്ചു മാത്രം പോക്കറ്റ് മണി കിട്ടുന്ന കുട്ടികൾക്കു വേണ്ടിയാണ് ഞാൻ അതുണ്ടാക്കുന്നത്. ഇത്തരമൊരു ഗോബ്സ്റ്റോപ്പർ വായിലിട്ട് നിങ്ങൾക്കങ്ങനെ നക്കിക്കൊണ്ടിരിക്കാം. അതൊരിക്കലും അലിഞ്ഞു തീരുകയില്ല.”

"അത് ചൂയിങ് ഗം പോലെയാണല്ലേ!" വയലറ്റ് പറഞ്ഞു.

"അല്ല. ഇത് ചൂയിങ് ഗം പോലെയല്ല." മിസ്റ്റർ വോങ്ക പറഞ്ഞു.

"ചൂയിങ് ഗം ചവയ്ക്കാനുള്ളതാണ്. ഈ ഗോബ്സ്റ്റോപ്പറുകൾ ചവയ്ക്കാൻ നോക്കിയാൽ നിങ്ങളുടെ പല്ല് പറിഞ്ഞു പോരും. അതൊരിക്കലും ചെറുതാവുകയില്ല. **ഒരിക്കലും അലിഞ്ഞു തീരുകയുമില്ല.** ഒരിക്കലും. ഇപ്പോൾ തന്നെ, ഇതിനടുത്തുള്ള പരിശോധനാ മുറിയിൽ ഇതിലൊരെണ്ണം പരിശോധനയ്ക്ക് വിധേയമായിക്കൊണ്ടിരിക്കുകയാണ്. കഴിഞ്ഞ ഒരു വർഷത്തിലധികമായി ഒരു ഊംപ-ലൂംപ ഇതു പോലൊരെണ്ണം നക്കിക്കൊണ്ടിരിക്കുന്നു. തുടക്കത്തിലേതിൽ നിന്ന് ഒരു മാറ്റവും ഇതുവരെ അതിനു വന്നിട്ടില്ല.

"ഇനി ഇങ്ങോട്ടു നോക്കൂ!" മിസ്റ്റർ വോങ്ക ആവേശത്തോടെ മുറിയുടെ മറ്റൊരു ഭാഗത്തേക്കു ചാടി.

"ഇവിടെ ഞാൻ തീർത്തും പുതിയൊരിനം മിഠായി കണ്ടെത്തിക്കൊണ്ടിരിക്കുകയാണ്." അദ്ദേഹം മറ്റൊരു പാത്രത്തിനടുത്തായി നിന്നു. ആ പാത്രത്തിൽ നിറയെ പർപ്പിൾ നിറമുള്ളൊരിനം മധുര പദാർത്ഥം കിടന്നു തിളച്ച് കുമിളകൾ പൊട്ടിക്കുന്നുണ്ടായിരുന്നു. പെരുവിരലിൽ നിന്ന് ചാർളി അതിനകത്തേക്ക് എത്തി നോക്കി.

"ഇതാണ് മുടി മിഠായി." മിസ്റ്റർ വോങ്ക ആവേശത്തോടെ പറഞ്ഞു. "അതിൽ നിന്ന് ഒരു കഷണം കഴിച്ച് കൃത്യം അര മണിക്കൂർ കഴിഞ്ഞാൽ നല്ല കറുത്ത കട്ടിത്തലമുടി വളരാൻ തുടങ്ങും. പിന്നെയൊരുഗ്രൻ മീശയും താടിയും."

"താടിയോ?" വെറൂക സോൾടിന്റെ കണ്ണുതള്ളി. "ആർക്കാണ് താടി വേണ്ടത്."

"നിനക്കത് നന്നായി ചേരും. പക്ഷെ, ദൗർഭാഗ്യകരം എന്നു പറയട്ടെ, ഇതിന്റെ മിശ്രിതം ഇതുവരെ കൃത്യമായിട്ടില്ല. ഇതിനിപ്പോൾ തീവ്രത വളരെ കൂടുതലാണ്. ഇത് വേണ്ടതിലും ഒരുപാടധികം പ്രവർത്തിക്കും. ഇന്നലെ ഞാനിത് ഒരു ഊംപ-ലൂംപയിൽ പരീക്ഷിച്ചു. പെട്ടെന്ന് അയാളുടെ മുഖത്ത് നല്ല കട്ടിയുള്ള താടി വളരാൻ തുടങ്ങി. അത് നിലത്താകെ ഒരു കറുത്ത പരവതാനി പോലെ പരന്നു കിടന്നു. ഞങ്ങൾക്ക് വെട്ടാൻ സാധിക്കുന്നതിനേക്കാൾ വേഗത്തിൽ അതങ്ങനെ നീണ്ടു വളർന്നു കൊണ്ടിരുന്നു. അവസാനം, തോട്ടത്തിലെ പുല്ലു വെട്ടു യന്ത്രം വെച്ചാണ് അതിന്റെ വളർച്ച നിയന്ത്രിച്ചത്. എന്തായാലും അധികം വൈകാതെ ഞാനതിന്റെ കൂട്ട് നന്നാക്കിയെടുക്കും. അങ്ങനെ വന്നാൽ, കഷണ്ടിത്തലയുമായി

നടക്കുന്നതിന് പറയാൻ ചെറിയ കുട്ടികൾക്ക് പിന്നെയൊരു കാരണം ഉണ്ടാവില്ല."

"പക്ഷെ, മിസ്റ്റർ വോങ്ക, ചെറിയ കുട്ടികൾ കഷണ്ടിത്തലയുമായി നടക്കാറില്ലല്ലോ!" മൈക്ക് ടീവീ ഇടയ്ക്കു കയറി.

"വെറുതെ വാദിക്കാൻ നിൽക്കല്ലേ, കുട്ടീ. ദയവു ചെയ്ത്." മിസ്റ്റർ വോങ്ക അപേക്ഷാസ്വരത്തിൽ പറഞ്ഞു.

"വിലപ്പെട്ട സമയമാണിത്. അത് പാഴാക്കാൻ പറ്റില്ല. ഇനി ഇവിടെ, ഈ വഴിയിലൂടെ വന്നാൽ എനിക്ക് വളരെയധികം അഭിമാനം തോന്നുന്ന ഒരു സംഗതി ഞാൻ നിങ്ങൾക്ക് കാണിച്ചു തരാം. സൂക്ഷിക്കണേ! ഒന്നും തള്ളി മറിച്ചിടരുത്. സൂക്ഷിച്ച് നടക്കണം."

20

ക്കുറ്റൻ ചൂയിങ് ഗം യന്ത്രം!

പരീക്ഷണ അറയുടെ ഒത്ത നടുക്കായി വെച്ചിരിക്കുന്ന ഒരു പടുക്കുറ്റൻ യന്ത്രത്തിനടുത്തേക്കാണ് മിസ്റ്റർ വോങ്ക ആ സംഘത്തെ നയിച്ചത്. കുട്ടികൾക്കും രക്ഷിതാക്കൾക്കും മുകളിൽ തലയുയർത്തി നിൽക്കുന്ന തിളക്കമുള്ള കൂറ്റനൊരു മലയായിരുന്നു അത്. അതിന്റെ ഏറ്റവുമുയരത്തിൽ നിന്ന് നൂറു കണക്കിന് നേർത്ത ചില്ലു കുഴലുകൾ ചുരുണ്ടു വന്ന് താഴെ ഒരുമിച്ചു കൂടി ഒരു ബാത്ത് ടബ്ബിനോളം വലുപ്പമുള്ള വലിയൊരു പാത്രത്തിനു മുകളിൽ തൂങ്ങിക്കിടന്നു.

"ഇതാ നോക്കൂ!" മിസ്റ്റർ വോങ്ക വിളിച്ചു പറഞ്ഞു. എന്നിട്ട് യന്ത്രത്തിന്റെ ഒരു വശത്തുള്ള മൂന്നു വ്യത്യസ്ത ബട്ടണുകളിൽ വിരലമർത്തി. ഒരു നിമിഷം കഴിഞ്ഞപ്പോൾ അതിനകത്തു നിന്ന് ഉച്ചത്തിലൊരു മുഴക്കം കേട്ടു. യന്ത്രം ഭയാനകമായ ശബ്ദത്തോടെ ഇളകി. അതിൽ നിന്നാകെ ആവി പൊന്താൻ തുടങ്ങി. പെട്ടെന്ന് അവിടെ നിന്നവർ ഒരു കാര്യം ശ്രദ്ധിച്ചു. ആ കൊച്ചു ചില്ലു കുഴലിലേക്ക് ഒരു ദ്രാവകം ഒഴുകിയെത്തി, നേരെ താഴെയിരിക്കുന്ന പാത്രത്തിലേക്കു വന്നു വീഴുന്നു. ഓരോ കുഴലിലെയും ദ്രാവകം വ്യത്യസ്ത നിറത്തിലുള്ളതായിരുന്നു. അതുകൊണ്ടു തന്നെ മഴവിൽ നിറങ്ങളും അതിനപ്പുറവും അതിലൂടെ കടന്നു വന്ന് ആ പാത്രത്തിലേക്കു ചീറ്റിത്തെറിച്ചു കൊണ്ടിരുന്നു. വളരെ മനോഹര മായൊരു കാഴ്ചയായിരുന്നു അത്. ആ പാത്രം നിറയാറായപ്പോൾ മിസ്റ്റർ വോങ്ക മറ്റൊരു ബട്ടൺ ഞെക്കി. പെട്ടെന്ന് ആ ദ്രാവകം ഒഴുകി വരുന്നതു നിന്നു. അതിൽ നിന്ന് ഒരു തരം മുക്കലും മൂളലും കേൾക്കാൻ തുടങ്ങി. അതിനകത്ത് എല്ലാ നിറത്തിലുമുള്ള ദ്രാവകങ്ങളും കൂടിക്കലരുകയായിരുന്നു. ക്രമേണ ആ മിശ്രിതത്തിൽ നിന്ന് പത വരാൻ തുടങ്ങി. പത കൂടിക്കൂടി വന്നു. പിന്നെയത്

നീലയിൽ നിന്ന് വെള്ളയും ശേഷം പച്ചയും ശേഷം മഞ്ഞയും ശേഷം വീണ്ടും നീലയുമായി മാറി.

"നോക്കൂ!" മിസ്റ്റർ വോങ്ക പറഞ്ഞു.

യന്ത്രത്തിൽ നിന്നൊരു ക്ലിക് ശബ്ദം വന്നു. മൂളൽ നിന്നു. ഇപ്പോൾ ഒരു തരം ചപ്പി വലിക്കുന്ന ശബ്ദം വന്നു. പെട്ടെന്നു തന്നെ, പാത്രത്തിലെ പതയുള്ള നീല ദ്രാവകം യന്ത്രത്തിന്റെ വയറ്റിലേക്കു തന്നെ മടങ്ങിപ്പോയി. കുറച്ചു നേരത്തേക്ക് എല്ലാം നിശബ്ദമായി. പിന്നെ ഇടയ്ക്കിടെ ചെറിയ മുഴക്കങ്ങൾ കേട്ടു. പിന്നെയും നിശബ്ദത. പെട്ടെന്ന് യന്ത്രത്തിൽ നിന്ന് ഉച്ചത്തിലൊരു ഞരക്കം കേട്ടു. അതേ സമയം, യന്ത്രത്തിന്റെ ഒരു വശത്തായി തീർത്തും ചെറിയൊരു വലിപ്പ് പ്രത്യക്ഷപ്പെട്ടു. അതിൽ ചാര നിറത്തിലുള്ള നന്നേ ചെറിയ നന്നേ നേർത്ത എന്തോ കിടക്കുന്നതു കണ്ടപ്പോൾ അത് അബദ്ധത്തിൽ സംഭവിച്ചതാണെന്നാണ് എല്ലാവരും വിചാരിച്ചത്. ഒരു കാർഡ് ബോർഡ് കഷണമാണത് എന്നാണ് ഒറ്റ നോട്ടത്തിൽ തോന്നുക.

വലിപ്പിൽ കിടക്കുന്ന ആ കൊച്ചു വസ്തുവിലേക്ക് കുട്ടികളും രക്ഷിതാക്കളും ആകാംക്ഷയോടെ ഉറ്റുനോക്കി.

"ഇത്രയേയുള്ളൂ?" മൈക്ക് ടീവീ നീരസം പ്രകടിപ്പിച്ചു.

"അതെ. അത്രയേയുള്ളൂ." അഭിമാനത്തോടെ അതിലേക്കു നോക്കിക്കൊണ്ട് മിസ്റ്റർ വോങ്ക പറഞ്ഞു.

"അതെന്താണെന്ന് നിനക്ക് മനസ്സിലായോ?"

അവിടെ കുറച്ചു നേരത്തേക്ക് നിശബ്ദത പരന്നു. പെട്ടെന്ന്, ചൂയിങ് ഗം ചവച്ചു നടക്കുന്ന വയലറ്റ് ബ്യൂർഗാർഡ് ആവേശം കയറി നിലവിളിച്ചു.

"ഇത് ചൂയിങ് ഗം ആണേ! ഇതൊരു ചൂയിങ് ഗം ആണ്."

"അതെ! നീ പറഞ്ഞത് ശരിയാണ്" വയലറ്റിന്റെ പുറത്തു തട്ടിക്കൊണ്ട് മിസ്റ്റർ വോങ്ക പറഞ്ഞു.

"ഇതൊരു ചൂയിങ് ഗം ആണ്. ലോകത്തെ ഏറ്റവും ആശ്ചര്യജനകവും ഐതിഹാസികവും അത്ഭുതാവഹവുമായ ചൂയിങ് ഗം ആണിത്."

21

ഗുഡ് ബൈ വയലറ്റ്

മിസ്റ്റർ വോങ്ക തുടർന്നു, "ഈ ഗം എന്റെ ഏറ്റവും നൂതനവും മഹത്തരവും അതിശയകരവുമായ കണ്ടുപിടിത്തമാണ്. ഇത്... ഇത്... ഈയൊരു കൊച്ചു കഷണം ചൂയിങ് ഗമ്മിനകത്ത് വലിയൊരു സദ്യ തന്നെയുണ്ടെന്നു പറയാം."

"എന്ത് അസംബന്ധമാണീ പറയുന്നത്!" രക്ഷിതാക്കളിലൊരാൾ പറഞ്ഞു.

"പ്രിയപ്പെട്ട സർ..." മിസ്റ്റർ വോങ്ക പറഞ്ഞു.

"കടകളിൽ ഞാനീ ഗം വിറ്റു തുടങ്ങുന്നതോടെ കാര്യങ്ങളെല്ലാം മാറിമറിയും. എല്ലാ അടുക്കളകളുടെയും പാചകമെന്ന പ്രക്രിയയുടെയും അന്ത്യമായിരിക്കും അത്. പിന്നെ ഷോപ്പിംഗിന്റെയും ആവശ്യം വരില്ല. പലചരക്കും മാംസവും വാങ്ങേണ്ടി വരില്ല. അത്താഴ നേരങ്ങളിൽ സ്പൂണും ഫോർക്കും വേണ്ടി വരില്ല. പാത്രങ്ങൾ വേണ്ട. പാത്രങ്ങൾ കഴുകേണ്ട. ഒരു വൃത്തികേടുമില്ല. ചെറിയൊരു കഷണം വോങ്കാസ് ചൂയിങ് ഗം. പ്രാതലിനും ഉച്ചഭക്ഷണത്തിനും അത്താഴത്തിനും നിങ്ങൾക്കാകെ വേണ്ടത് അത് മാത്രം. ഇപ്പോൾ ഞാനുണ്ടാക്കിയ ഈ കഷണത്തിൽ തക്കാളി സൂപ്പും ബീഫ് റോസ്റ്റും ബ്ലൂബെറി പൈയുമാണുള്ളത്. എന്നാൽ നിങ്ങൾക്ക് ആവശ്യമുള്ളതെന്തും അതിൽ നിന്നുണ്ടാക്കാൻ പറ്റും."

"നിങ്ങളെന്താണ് പറയുന്നത്? ഇത് തക്കാളി സൂപ്പും ബീഫ് റോസ്റ്റും ബ്ലൂബെറി പൈയുമാണെന്നാണോ?" വയലറ്റ് ബ്യൂർഗാർഡ് ചോദിച്ചു.

"അത് ചവച്ചു തുടങ്ങിയാൽ ഈ സാധനങ്ങളാണ് നിങ്ങൾക്കു ലഭിക്കുക. ഇത് ശരിക്കും അടിപൊളിയാണ്. ഭക്ഷണം വായിലൂടെ ഇറങ്ങി വയറ്റിലേക്കു പോകുന്നത് ശരിക്കും അനുഭവിച്ചറിയാൻ

പറ്റും. അതിന്റെ രുചിയും അറിയാം. നിങ്ങളുടെ വയറു നിറയുകയും ചെയ്യും. അടിപൊളിയാണിത്."

"അസാദ്ധ്യം! ഒരിക്കലും അങ്ങനെ സംഭവിക്കുകയില്ല." വെറൂക സോൾട് പറഞ്ഞു.

"ഇതൊരു ച്യൂയിങ് ഗം ആണെന്ന സ്ഥിതിക്ക് ഞാനിത് ചവച്ച നോക്കാൻ പോവുകയാണ്." വയലറ്റ് ബ്യൂർഗാർഡ് പറഞ്ഞു. പെട്ടെന്നു തന്നെ അവൾ ചവച്ചു കൊണ്ടിരുന്ന ലോക റെക്കോർഡുള്ള ച്യൂയിങ് ഗം വായിൽ നിന്നെടുത്ത് ഇടതു ചെവിയുടെ പിന്നിൽ ഒട്ടിച്ചു വെച്ചു. "മിസ്റ്റർ വോങ്ക, നിങ്ങളുടെ ആ മാന്ത്രിക ഗം എനിക്കു തരൂ. ഈ പറഞ്ഞതെല്ലാം ശരിയാണോ എന്ന് ഞാനൊന്നു നോക്കട്ടെ."

"നോക്കൂ, വയലറ്റ്!" മിസ്സിസ് ബ്യൂർഗാർഡ് പറഞ്ഞു.

"നീ മണ്ടത്തരമൊന്നും കാണിക്കരുത്."

"എനിക്കത് വേണം. അതിൽ മണ്ടത്തരമെന്തു പറയാൻ എന്താണുള്ളത്?"

"നീയതെടുക്കരുതെന്നാണ് ഞാനും പറയുന്നത്." മിസ്റ്റർ വോങ്ക പറഞ്ഞു,

"നോക്കൂ, ഇതിപ്പോഴും ശരിക്കും ആയിട്ടില്ല. ഇനിയും ഒന്നോ രണ്ടോ സംഗതികൾ..."

"അതെന്തോ ആവട്ടെ!" മിസ്റ്റർ വോങ്കയ്ക്ക് അവളെ തടയാൻ സമയം കിട്ടുന്നതിനു മുമ്പ് അവൾ ആ കുഞ്ഞു വലിപ്പിലേക്ക് കൈ നീട്ടി അതിൽ നിന്ന് ഗം എടുത്ത് വായിലിട്ടു. ചവണ പോലെയുള്ള അവളുടെ താടിയെല്ലുകൾ അത് ചവച്ചു തുടങ്ങി.

"അരുത്!" മിസ്റ്റർ വോങ്ക പറഞ്ഞു.

"അപാരം!" വയലറ്റ് വിളിച്ചു പറഞ്ഞു, "ഇതാ തക്കാളി സൂപ്പ്. നല്ല രുചിയുള്ള ചൂടൻ സൂപ്പ്. എന്റെ തൊണ്ടയിലൂടെ അത് വയറ്റിലേക്കിറങ്ങുന്നത് എനിക്കറിയാം."

"നിർത്തൂ!" മിസ്റ്റർ വോങ്ക പറഞ്ഞു. "ഈ ഗം ശരിക്കും ഉണ്ടാക്കിത്തീർന്നിട്ടില്ല. അത് പൂർണ്ണമല്ല."

"ഒരിക്കലുമല്ല!" വയലറ്റ് പറഞ്ഞു,

"ഇത് നന്നായിപ്പോകുന്നുണ്ട്. എന്റമ്മോ, എന്തൊരു കിടിലൻ സൂപ്പാണിത്."

"തുപ്പിക്കളയൂ!" മിസ്റ്റർ വോങ്ക പറഞ്ഞു.

"ഭക്ഷണം മാറി വരികയാണ്." വയലറ്റിന് ആവേശം കൂടി. "അടുത്ത ഇനം വരുന്നുണ്ട്. ബീഫ് റോസ്റ്റ്. നല്ല രുചി. എന്തൊരു

മണമാണ്. വറുത്ത ഉരുളക്കിഴങ്ങും അടിപൊളി. അതിന്റെ പുറംഭാഗം നല്ല വണ്ണം മൊരിഞ്ഞിട്ടുണ്ട്. ഉള്ളിൽ വെണ്ണ നിറഞ്ഞിരിക്കുന്നു."

"അതിശയം തന്നെ മോളെ..." മിസ്സിസ് ബ്യൂർഗാർഡ് പറഞ്ഞു. "നീയൊരു ബുദ്ധിമതിയാണ്."

"ചവച്ചു കൊണ്ടിരിക്കു, മോളെ!" മിസ്റ്റർ ബ്യൂർഗാർഡ് പറഞ്ഞു.

"ചവച്ചു കൊണ്ടിരിക്കൂ. ഇത് ബ്യൂർഗാർഡ് കുടുംബത്തിന് അഭിമാന ദിവസമാണ്. ലോകത്ത് ആദ്യമായി ച്യൂയിങ് ഗം സദ്യ കഴിക്കുന്ന വ്യക്തി നമ്മുടെ മകളാണ്."

വയലറ്റ് ആ അസാധാരണ ച്യൂയിങ് ഗം ചവച്ചു കൊണ്ടിരിക്കുന്നത് എല്ലാവരും ആകാംക്ഷയോടെ നോക്കി നിന്നു. അതു ചവയ്ക്കുന്നതിനിടയ്ക്ക് അവളുടെ വലിയ ചുണ്ടുകൾ ഇളകുന്നത് കൊച്ചു ചാർളി ബക്കറ്റ് ഒന്നും മിണ്ടാതെ വീക്ഷിച്ചു. ജോ അപ്പാപ്പൻ അവന്റെയടുത്ത് നിന്ന് ആ പെൺകുട്ടിയെ തുറിച്ചു നോക്കി. മിസ്റ്റർ വോങ്ക കൈകൾ കൂട്ടിത്തിരുമ്മിക്കൊണ്ട് പറഞ്ഞു :

"നോ...! അത് ശരിക്കും ഉണ്ടാക്കിത്തീർന്നിട്ടില്ല. അത് ശരിയായിട്ടില്ല. നീയത് ചവയ്ക്കാൻ പാടില്ല."

"ബ്ലൂബെറി പൈയും ക്രീമും." വയലറ്റ് വിളിച്ചു പറഞ്ഞു.

"എന്തൊരു രുചിയണിതിന്! അടിപൊളി. ഇതെല്ലാം വയറ്റിലേക്കിറങ്ങുന്നതു പോലൊരു അനുഭൂതി. ഞാനിത് വെറുതെ ചവയ്ക്കുന്നേയുള്ളുവെങ്കിൽ കൂടി ലോകത്തെ ഏറ്റവും രുചികരമായ ബ്ലൂബെറി പൈ കഴിക്കുകയാണെന്നേ തോന്നുകയുള്ളൂ."

"കർത്താവേ!" വയലറ്റിനെ നോക്കിക്കൊണ്ട് മിസ്സിസ് ബ്യൂർഗാർഡ് നിലവിളിച്ചു.

"നിന്റെ മൂക്കിന് എന്താണ് സംഭവിക്കുന്നത്?"

"മിണ്ടാതിരിക്കൂ, മമ്മീ. ഞാനിതൊന്നു ആസ്വദിക്കട്ടെ." വയലറ്റ് പറഞ്ഞു.

"അതു നീലിച്ചു വരികയാണല്ലോ!" മിസ്സിസ് ബ്യൂർഗാർഡിന് ആധിയായി.

"നിന്റെ മൂക്ക് ഒരു ബ്ലൂബെറി പോലെ നീലിച്ചു വരുന്നു."

"അതെ, മമ്മി പറയുന്നത് ശരിയാണ്." മിസ്റ്റർ ബ്യൂർഗാർഡ് വിളിച്ചു പറഞ്ഞു.

"നിന്റെ മൂക്ക് മുഴുവനായും നീലയായി."

"നിങ്ങളെന്താണീ പറയുന്നത്?" വയലറ്റ് ച്യൂയിങ് ഗം ചവയ്ക്കുന്നതു നിർത്താതെ ചോദിച്ചു.

"നിന്റെ കവിളുകൾ!" മിസ്സിസ് ബ്യൂർഗാർഡിന്റെ ഭയം അധികരിച്ചു. "നിന്റെ കവിളുകളും നീലിച്ചു വരികയാണ്. ദേ, നിന്റെ മുഖം മുഴുവനും നീലയായി മാറുന്നു."

"അതു വേഗം തുപ്പിക്കളയൂ!" മിസ്റ്റർ ബ്യൂർഗാർഡ് ഒച്ചയിട്ടു.

"കർത്താവേ! ഞങ്ങളെയൊന്നു രക്ഷിക്കൂ." മിസ്സിസ് ബ്യൂർഗാർഡ് കരച്ചിലായി.

"അവളുടെ ശരീരമാകെ നീല നിറമായി പോവുകയാണ്. മുടി വരെ നിറം മാറുന്നു. വയലറ്റ്, നിന്റെ നിറം തന്നെ വയലറ്റായി മാറുകയാണ്. നിനക്കെന്താണീ സംഭവിക്കുന്നത്?"

"ഞാനപ്പോഴേ പറഞ്ഞില്ലേ, അതുണ്ടാക്കിത്തീർന്നിട്ടില്ല എന്ന്." മിസ്റ്റർ വോങ്ക ദുഃഖത്തോടെ തലയാട്ടിക്കൊണ്ട് പറഞ്ഞു.

"അതു തീർച്ചയാണ്. അവളെയൊന്നു നോക്കിയാലതു മനസ്സിലാകും." മിസ്സിസ് ബ്യൂർഗാർഡ് കരഞ്ഞു കൊണ്ടു പറഞ്ഞു.

എല്ലാവരും വയലറ്റിനെ തുറിച്ചു നോക്കിക്കൊണ്ടിരുന്നു. എന്തൊരു ദയനീയമായ കാഴ്ചയായിരുന്നു അത്. അവളുടെ മുഖവും കൈകളും കാലുകളും കഴുത്തും എന്നു വേണ്ട ശരീരമാകെയും ആ വലിയ ചുരുൾമുടിക്കെട്ടും പർപ്പിൾ പോലൊരു നീലനിറമായി മാറിയിരിക്കുന്നു. ബ്ലൂബെറി ജ്യൂസിന്റെ നിറം.

"മധുരം കഴിക്കുന്ന ഘട്ടമെത്തുമ്പോഴാണ് ഈ കുഴപ്പം സംഭവിക്കുന്നത്." മിസ്റ്റർ വോങ്ക നെടുവീർപ്പിട്ടു.

"ഇപ്പോൾ ബ്ലൂബെറി പൈയാണ് കുഴപ്പമുണ്ടാക്കിയത്. ഒരിക്കൽ ഞാനത് ശരിപ്പെടുത്തിയെടുക്കും. നിങ്ങൾ കാത്തിരുന്നു കണ്ടോളൂ."

"വയലറ്റ്..." മിസ്സിസ് ബ്യൂർഗാർഡ് നിലവിളിച്ചു കൊണ്ടിരുന്നു.

"മോളെ, നീയാകെ വീർത്തു വരികയാണല്ലോ."

"എനിക്ക് സുഖമില്ലാത്തതു പോലെ." വയലറ്റ് പറഞ്ഞു.

"നിന്റെ ശരീരമാകെ വീർത്തു വരികയാണ്." മിസ്സിസ് ബ്യൂർഗാർഡ് നിലവിളിക്കുന്നതു തുടർന്നു.

"വിചിത്രമായ എന്തോ ഒരു തോന്നൽ." വയലറ്റിനു വീർപ്പു മുട്ടി.

"എനിക്കതിൽ അത്ഭുതം ഒന്നും തോന്നുന്നില്ല." മിസ്റ്റർ ബ്യൂർഗാർഡ് പറഞ്ഞു.

"കർത്താവേ! നീയൊരു ബലൂൺ പോലെ വീർത്തു വരികയാണ്." മിസ്സിസ് ബ്യൂർഗാർഡിന് പരിഭ്രാന്തിയായി.

"ഒരു ബ്ലൂബെറി പോലെ." മിസ്റ്റർ വോങ്ക പറഞ്ഞു.

"ഡോക്ടറെ വിളിക്കൂ." മിസ്റ്റർ ബ്യൂർഗാർഡ് ഒച്ചയിട്ടു.

"അവളെയൊരു സൂചിയെടുത്തു കുത്തിയാൽ പോരെ." രക്ഷിതാക്കളിലൊരാൾ പറഞ്ഞു.

"അവളെ രക്ഷിക്കൂ!" മിസ്സിസ് ബ്യൂർഗാർഡ് കൈകൾ കൂട്ടിത്തിരുമ്മിക്കൊണ്ട് പറഞ്ഞു.

എന്നാൽ ഇനി രക്ഷപ്പെടുത്തുക സാദ്ധ്യമല്ലായിരുന്നു. അവളുടെ ശരീരം വീർത്തു വീർത്ത് ഒരു മിനിറ്റിനകം അതൊരു കൂറ്റൻ നീല പന്തായി മാറി. ഒരു പടുകൂറ്റൻ ബ്ലൂബെറി. അതിൽ വയലറ്റ് ബ്യൂർഗാർഡിന്റേതായി ബാക്കിയുണ്ടായിരുന്നത് ആ കൂറ്റൻ ബ്ലൂബെറിയോട് ഒട്ടി നിന്നിരുന്ന രണ്ടു കൊച്ചു കാലുകളും കൈകളും മുകളിലായി ഒരു കൊച്ചു തലയുമായിരുന്നു.

"ഇതെപ്പോഴും ഇങ്ങനെയാണ് സംഭവിക്കാറുള്ളത്." മിസ്റ്റർ വോങ്ക നെടുവീർപ്പിട്ടു.

"ഞാൻ ഇരുപത് പ്രാവശ്യം ഇരുപത് ഊംപ-ലൂംപകളെ വെച്ച് ഈ പരീക്ഷണം ചെയ്തു നോക്കിയിട്ടുണ്ട്. ഓരോ പ്രാവശ്യവും അവർ ബ്ലൂബെറിയായി മാറി. ഇതാണ് ഏറ്റവും നിരാശാജനകമായ ഘട്ടം. എന്തുകൊണ്ടാണിങ്ങനെ സംഭവിക്കുന്നതെന്ന് എനിക്ക് മനസ്സിലാകുന്നില്ല."

"പക്ഷെ, എന്റെ മകളായി എനിക്കൊരു ബ്ലൂബെറിയെ ആവശ്യമില്ല." മിസ്സിസ് ബ്യൂർഗാർഡ് അലറി.

"വേഗം അവളെ പഴയ പടിയാക്കിത്തരൂ."

മിസ്റ്റർ വോങ്ക വിരൽ ഞൊടിച്ചപ്പോൾ പത്ത് ഊംപ-ലൂംപകൾ അദ്ദേഹത്തിനടുത്തെത്തി.

"മിസ്സ് ബ്യൂർഗാർഡിനെ വള്ളത്തിലേക്ക് ഉരുട്ടിക്കയറ്റി ജ്യൂസ് മുറിയിലേക്കു കൊണ്ടു പോകൂ."

"ജ്യൂസ് മുറിയിലേക്കോ? ഇവർ അവളെ അവിടെ കൊണ്ടു പോയി എന്താണ് ചെയ്യാൻ പോകുന്നത്?" മിസ്സിസ് ബ്യൂർഗാർഡ് ആകാംക്ഷയോടെ ചോദിച്ചു.

"അവളെ പിഴിയാൻ കൊണ്ടു പോവുകയാണ്." മിസ്റ്റർ വോങ്ക പറഞ്ഞു.

"ഒട്ടും വൈകാതെ അവളെ പിഴിഞ്ഞ് ആ ചാറെല്ലാം പുറത്തെടുക്കണം. അത് കഴിഞ്ഞ് അവൾ എങ്ങനെയാണ് പുറത്തു വരുന്നതെന്ന് നമുക്ക് കണ്ടറിയാം. പക്ഷെ, പേടിക്കേണ്ട, മാഡം. എന്തു വന്നാലും നമ്മൾ അവളെ ശരിയാക്കിയെടുക്കും. ഇങ്ങനെയെല്ലാം സംഭവിച്ചതിന് ഞാൻ നിങ്ങളോട് ക്ഷമ ചോദിക്കുകയാണ്."

അപ്പോഴേക്കും പത്ത് ഊംപ-ലൂപകളും ചേർന്ന് ആ പടുകൂറ്റൻ ബ്ലൂബെറി പരീക്ഷണ മുറിയിൽ നിന്ന് ഉരുട്ടി ചോക്ലേറ്റ് പുഴയിലേക്കു തുറക്കുന്ന വാതിലിനടുത്തെത്തിച്ചിരുന്നു. അവിടെ വള്ളം കാത്തു നിന്നിരുന്നു. വയലറ്റിന്റെ മാതാപിതാക്കൾ അവർക്കു പിന്നാലെ

പറഞ്ഞു. ചാർളി ബക്കറ്റും അപ്പാപ്പനുമടക്കമുള്ള ബാക്കിയുള്ളവർ ശ്വാസമടക്കിപ്പിടിച്ചു കൊണ്ട് അവർ പോകുന്നതും നോക്കി നിന്നു.

"ശ്രദ്ധിച്ചു കേൾക്കൂ!" ചാർളി മന്ത്രിച്ചു.

"കേൾക്കുന്നുണ്ടോ, അപ്പാപ്പാ. വള്ളത്തിലെ ഊംപ-ലൂംപകൾ പാട്ടു പാടുന്നുണ്ട്."

ആ നൂറു പേർ ഒന്നിച്ചു പാടുന്ന പാട്ട് അവിടേക്ക് ഉറക്കെ ഒഴുകിയെത്തി :

'കൂട്ടുകാരെ, നമുക്കേവർക്കുമറിയാം
മുഴു നേരവും ച്യൂയിങ് ഗം ചവയ്ക്കുന്നൊരു
വികൃതിവിത്തിനേക്കാൾ മോശമായീ
ലോകത്തൊരു സംഗതിയുമില്ലെന്ന കാര്യം.
(സഭയിലിരുന്ന് മൂക്കിൽ വിരലിടുന്നത്രയും
മോശമാണിവരീ ചെയ്യുന്ന കാര്യവും.)
അതു കൊണ്ടാണ് ഞങ്ങളീ പറയുന്നത്
ച്യൂയിങ് ഗം കൊണ്ടൊരുപകാരവുമില്ലെന്ന്.
ദുഷിച്ചയീ ശീലം നിങ്ങൾക്കൊടുവിൽ
ദുഷ്കരമായ വിധി സമ്മാനിക്കും.
മിസ് ബിഗെലോ എന്ന പെൺകുട്ടിയെ-
പ്പറ്റി നിങ്ങളാരെങ്കിലും കേട്ടിട്ടുണ്ടോ?
അവിരാമം ച്യൂയിങ് ഗം ചവയ്ക്കുന്നതിൽ
അവൾ കുഴപ്പമൊന്നും തന്നെ കണ്ടില്ല.
കുളിക്കുമ്പോൾ അവളത് ചവച്ചു കൊണ്ടിരുന്നു.
ക്ലബ്ബിൽ നൃത്തം ചെയ്യുമ്പോഴുമത് ചവച്ചു.
പള്ളിയിൽ വെച്ചും ബസ്സിൽ വെച്ചും ചവച്ചു.
തീർത്തും ലജ്ജാവഹമായിരുന്നുവാ ശീലം.
ച്യൂയിങ് ഗം കിട്ടാതിരുന്നാൽ അവൾ പിന്നെ
കിടക്കവിരിയും തുണിയും ചവയ്ക്കുമെന്നേ!
അല്ലെങ്കിലടുത്തു കിട്ടുന്ന മറ്റെന്തെങ്കിലുമൊന്ന്,
ഇട്ടു നടക്കുന്ന ചെരിപ്പോ പോസ്റ്റുമാന്റെ ചെവിയോ.
അതുമല്ലെങ്കിലാരുടെയെങ്കിലും അടിവസ്ത്രമോ.
ഒരിക്കലവൾ കാമുകന്റെ മൂക്കും ചവച്ചു.
അവൾ ചവച്ചു ചവച്ചങ്ങനെയവളുടെ

ചവയ്ക്കുന്ന പേശികൾക്ക് വളർച്ചയേറി.
ഒരു വയലിൻ പോലെ അവളുടെ മുഖത്ത്
താടിയെല്ലുകൾ മുന്നോട്ടു നീണ്ടു വന്നു.
വർഷങ്ങളോളം അവളങ്ങനെ ചവച്ചു കൊണ്ടിരുന്നു.
ദിവസവും അമ്പതു കഷണങ്ങൾ ചവച്ചു തീർന്നു,
ഒരു വേനൽ രാവിലെയാ ദുരന്തം വരും വരെ.
മിസ് ബിഗെലോ വൈകിയാണുറങ്ങാൻ പോയത്.
അരമണിക്കൂർ നേരം അവൾ കിടന്നു വായിച്ചു.
ഭക്ഷണമയവിറക്കുന്നൊരു മുതലയെപ്പോലെ
അവൾ നിർത്താതെയെന്തോ ചവച്ചു കൊണ്ടിരുന്നു.
അവസാനം, അവളാ ഗം മാറ്റിവെച്ചു.
ഒരു പ്രത്യേക പാത്രത്തിലവളതു സൂക്ഷിച്ചു വെച്ചു.
ശേഷം കട്ടിലിൽ കിടന്ന് ഉറക്കത്തിലേക്കു വീണു.
(ആടുകളെയെണ്ണിയാണവൾ ഉറക്കം വരുത്തിയത്.)
എന്നാലിപ്പോൾ, എന്തൊരതിശയമേ!
ഉറക്കത്തിലുമവളുടെ താടിയെല്ലുകൾ,
വായിലൊന്നുമില്ലാതിരുന്നിട്ടു കൂടി
പുലരുവോളം ചവച്ചു കൊണ്ടിരുന്നു, അവിശ്രമം!
നോക്കൂ, അവയതു ശീലിച്ചതു മൂലമിപ്പോൾ
അറിയാതെ തന്നെയാ പ്രവൃത്തി തുടർന്നു പോന്നു.
ഇരുട്ടിൽ അതിങ്ങനെ ഉച്ചത്തിൽ കേൾക്കുന്നത്
എത്രമാത്രം അരോചകമാകുമെന്നോർക്കൂ.
ഉറങ്ങുന്നയീ പെൺകുട്ടിയുടെ കൂറ്റൻ വായ
ടപ്... ടപ്... ടപ്... എന്ന് നിർത്താതെ തുറന്നടയുന്നു.
ചോപ്പ്... ചോപ്പ്... ചോപ്പ്... എന്ന് ചിലമ്പുന്നു.
ആ ഒച്ച നിർത്താതെ മുഴങ്ങിക്കൊണ്ടിരുന്നു.
അവസാനം വായ അക്കാര്യം തീരുമാനിച്ചു,
അത് ഒന്നു നിർത്തി, കൂടുതൽ തുറന്നു വെച്ചു.
ശക്തിയിലൊരു കടി കൊണ്ടാ പല്ലുകൾ
അവളുടെ നാക്ക് രണ്ടാക്കി മുറിച്ചു.
അന്നു മുതൽ, ച്യൂയിങ് ഗം ചവച്ച കാരണത്താൽ
മിസ്സ് ബിഗെലോയെന്ന പെൺകുട്ടി മൂകയായി മാറി.

ശിഷ്ടകാലമേതോ ചികിത്സാഗൃഹത്തിൽ
മൗനിയായി കാലം കഴിച്ചു കൊണ്ടിരുന്നു.
അതുകൊണ്ടാണ് അത്തരമൊരു വിധിയിൽ നിന്നീ
വയലറ്റ് ബ്യൂർഗാർഡിനെ രക്ഷിച്ചെടുത്തിടാൻ
നാമെല്ലാവരും പരിശ്രമിക്കണമെന്ന് ഞങ്ങൾ കരുതുന്നത്.
അവളിപ്പോഴും ചെറുപ്പമാണ്.
ഇനിയും വൈകിയിട്ടില്ല,
ഈ സംഗതിയിൽ നിന്ന് അവൾ രക്ഷപ്പെടുകയാണെങ്കിൽ.
രക്ഷപ്പെടുമെന്ന് നമുക്ക് പ്രത്യാശിക്കാം!
ഉറപ്പൊന്നുമില്ല.

22

ഇടനാഴിയിലൂടെ...

"ശരി, ശരി, ശരി." മിസ്റ്റർ വോങ്ക ദീർഘനിശ്വാസമയച്ചു.

"രണ്ട് വികൃതിക്കുട്ടികൾ പോയി. മൂന്ന് നല്ല കുട്ടികൾ ബാക്കിയുണ്ട്. ഇനിയുമൊരാളെ നഷ്ടപ്പെടുന്നതിന് മുമ്പ് ഈ അറയിൽ നിന്ന് പുറത്തു കടക്കുന്നതാണ് ബുദ്ധിയെന്ന് തോന്നുന്നു."

"പക്ഷെ, മിസ്റ്റർ വോങ്ക..." ചാർളി ബക്കറ്റ് ആകാംക്ഷയോടെ ചോദിച്ചു.

"വയലറ്റ് ബ്യൂർഗാർഡ് എന്നെങ്കിലും പഴയ പടിയാകുമോ? അതോ, എന്നും ഇങ്ങനെ ബ്ലൂബെറി തന്നെയായിരിക്കുമോ?"

"അവർ അവളെ ഉടനെ പിഴിഞ്ഞെടുക്കും." മിസ്റ്റർ വോങ്ക പ്രഖ്യാപിച്ചു.

"അവർ അവളെ പിഴിയുന്ന യന്ത്രത്തിലേക്കു ഉരുട്ടിക്കയറ്റും. അതിൽ നിന്ന് പുറത്തു വരുമ്പോൾ അവൾ മെലിഞ്ഞിട്ടുണ്ടാകും."

"പക്ഷെ, അവളുടെ നീല നിറമോ? അതിനു മാറ്റം വരില്ലേ?" ചാർളി ചോദിച്ചു.

"അവൾക്ക് ആ നീല നിറമുണ്ടാകും. ആപാദചൂഡം നീല നിറം. പക്ഷെ അതങ്ങനെയാണ്. രാപ്പകലില്ലാതെ ഈ വൃത്തികെട്ട ച്യൂയിങ് ഗം ചവയ്ക്കുന്നതിന്റെ ഫലമാണത്." മിസ്റ്റർ വോങ്ക പറഞ്ഞു.

"ച്യൂയിങ് ഗം വൃത്തികേടാണെന്നു തോന്നുന്നുണ്ടെങ്കിൽ പിന്നെ നിങ്ങളെന്തിനാണ് അത് ഈ ഫാക്ടറിയിൽ ഉണ്ടാക്കുന്നത്?" മൈക്ക് ടീവീ പറഞ്ഞു.

"നീ ഇങ്ങനെ പിറുപിറുക്കാതിരിക്കു! നീ പറയുന്ന ഒരക്ഷരം പോലും എനിക്ക് കേൾക്കാൻ പറ്റുന്നില്ല. വരൂ. നമുക്ക് ഇവിടെ നിന്ന് പോകാം. വേഗം വരൂ. എന്നെ പിന്തുടരൂ. നമ്മൾ വീണ്ടും

ഇടനാഴിയിലേക്കു പോവുകയാണ്." അതും പറഞ്ഞ് മിസ്റ്റർ വോങ്ക പരീക്ഷണശാലയുടെ അറ്റത്തേക്ക് ഓടിപ്പോയി. എന്നിട്ട് ഒരുപാട് കുഴലുകളുടെയും അടുപ്പുകളുടെയും മറവിലുള്ള ഒരു രഹസ്യ വാതിലിലൂടെ പുറത്തു കടന്നു. ബാക്കിയുള്ള മൂന്നു കുട്ടികളും – വെറൂക സോൾട്ടും മൈക്ക് ടീവീയും ചാർളി ബക്കറ്റും – അവരുടെ കൂടെ വന്ന അഞ്ച് രക്ഷിതാക്കളും അദ്ദേഹത്തെ അനുഗമിച്ചു.

ഒരുപാട് ശാഖകളായി കിടക്കുന്ന, പിങ്ക് നിറത്തിലുള്ള നീണ്ട ഇടനാഴിയിലാണ് അവരെത്തിച്ചേർന്നതെന്ന് ചാർളി തിരിച്ചറിഞ്ഞു. മിസ്റ്റർ വോങ്ക ഏറ്റവും മുന്നിലായി അതിവേഗം ഓടിപ്പായുകയായിരുന്നു. ഇടത്തോട്ടും വലത്തോട്ടും തിരിഞ്ഞും വളഞ്ഞും ആ നടത്തം നീണ്ടു.

ജോ അപ്പാപ്പൻ പറഞ്ഞു. "എന്റെ കൈ മുറുകെ പിടിക്കൂ, ചാർളി. ഇവിടെയൊന്നു വഴി തെറ്റുന്നതിനെക്കുറിച്ച് ആലോചിക്കാനേ സാധിക്കുന്നില്ല."

മിസ്റ്റർ വോങ്ക പറഞ്ഞു. "ഇവിടെയിനി നിന്നു തിരിയാനൊന്നും നേരമില്ല. ഈ വേഗത്തിൽ പോയാൽ നമ്മൾ എവിടെയും എത്താൻ പോകുന്നില്ല."

അറ്റമില്ലാത്ത ഇടനാഴികളിലൂടെ പായുമ്പോൾ അദ്ദേഹത്തിന്റെ തലയിൽ കറുത്ത തൊപ്പി എഴുന്നു നിൽക്കുകയും കടും ചുവപ്പു നിറമുള്ള ആ വെൽവെറ്റ് കോട്ടിന്റെ വാൽ ഒരു കൊടി പോലെ പാറിക്കളിക്കുകയും ചെയ്തു.

അവർ ഒരു വാതിൽ കടന്നു പോയി.

"അകത്തു കയറാൻ നേരമില്ല. വേഗം നടക്കൂ! വേഗം നടക്കൂ!"

അവർ മറ്റൊരു വാതിൽ കടന്നു പോയി. പിന്നെയുമൊരെണ്ണം. വീണ്ടുമൊരെണ്ണം. ഇപ്പോൾ, ഇടനാഴിയിൽ ഓരോ ഇരുപത് വാര അകലത്തിലും വാതിലുകൾ ഉണ്ടായിരുന്നു. അതിൻമേലെല്ലാം എഴുത്തുകളുണ്ടായിരുന്നു. പലതിന്റെയും പിന്നിൽ നിന്ന് വിചിത്രമായ ശബ്ദങ്ങൾ വരുന്നുണ്ടായിരുന്നു. താക്കോൽദ്വാരങ്ങളിലൂടെ രുചികരമായ ഗന്ധം ഒഴുകി വന്നു. ഇടയ്ക്കൊക്കെ, വാതിലിനടിയിലെ ദ്വാരത്തിലൂടെ പല നിറത്തിലുള്ള ആവി തെറിച്ചു കൊണ്ടിരുന്നു.

മിസ്റ്റർ വോങ്കയ്ക്കൊപ്പമെത്താൻ ജോ അപ്പാപ്പനും ചാർളിയും പാതി ഓട്ടുകയും പാതി നടക്കുകയുമായിരുന്നു. അങ്ങനെ പോകുമ്പോഴും ചില വാതിലുകളിൽ എഴുതി വെച്ചിരുന്നത് വായിച്ചെടുക്കാൻ അവർക്കു സാധിച്ചു. ഒന്നിൽ ഇങ്ങനെ എഴുതിയിരുന്നു : **'ഭക്ഷ്യയോഗ്യമായ മാർഷ്മെല്ലോ തലയിണകൾ'**.

"മാർഷ്മെല്ലോ തലയിണകൾ അപാരമാണ്." ഓട്ടത്തിനിടയ്ക്ക് മിസ്റ്റർ വോങ്ക വിളിച്ചു പറഞ്ഞു. "അത് വിപണിയിലെത്തിയാൽ വൻ സംഭവമായിരിക്കും. പക്ഷെ, നമുക്കിപ്പോൾ അകത്തു പോകാൻ നേരമില്ല. ഒട്ടും നേരമില്ല."

മറ്റൊരു വാതിലിൽ **'നഴ്സറികൾക്കു വേണ്ടി നക്കാൻ സാധിക്കുന്ന ചുവർക്കടലാസുകൾ'** എന്ന് എഴുതിയിരുന്നു.

"നല്ലൊരു സാധനമാണത്." തിരക്കിട്ട് നടന്നു കൊണ്ട് മിസ്റ്റർ വോങ്ക വിശദീകരിച്ചു.

"അതിൽ പഴങ്ങളുടെ ചിത്രമാണുള്ളത്. വാഴപ്പഴം, ആപ്പിൾ, ഓറഞ്ച്, മുന്തിരി, പൈനാപ്പിൾ, സ്ട്രോബറി, സ്നോസ്ബെറി..."

"സ്നോസ്ബെറിയോ?" മൈക്ക് ടീവീ ചോദിച്ചു.

"ഇടയ്ക്കു കയറാതെ!" മിസ്റ്റർ വോങ്ക പറഞ്ഞു.

"അതിൽ ഈ പഴങ്ങളുടെയെല്ലാം ചിത്രങ്ങൾ ഉണ്ടായിരിക്കും. എന്നിട്ട്, നിങ്ങൾ വാഴപ്പഴത്തിന്റെ ചിത്രത്തിൽ നക്കുകയാണെങ്കിൽ വാഴപ്പഴത്തിന്റെ രുചി ലഭിക്കും. സ്ട്രോബറിയിൽ നക്കിയാൽ സ്ട്രോബറിയുടെ രുചി ലഭിക്കും. സ്നോസ്ബെറിയിൽ നക്കിയാൽ ശരിക്കും സ്നോസ്ബെറിയുടെ രുചി ലഭിക്കും."

"പക്ഷെ, സ്നോസ്ബെറിയുടെ രുചിയെന്താണ്?"

"നീ പിന്നെയും പിറുപിറുക്കുകയാണ്." മിസ്റ്റർ വോങ്ക പറഞ്ഞു.

"അടുത്ത പ്രാവശ്യം ഉറക്കെ സംസാരിക്കൂ. ഇപ്പോൾ നമുക്കു പോകാം. വേഗം."

'തണുത്ത ദിവസങ്ങൾക്കായി ചൂടൻ ഐസ്ക്രീമുകൾ'. അടുത്ത വാതിലിൽ ഇങ്ങനെ എഴുതിയിരുന്നു.

"ശൈത്യകാലത്ത് വളരെ ഉപകാരപ്രദമായ ഒരു സംഗതിയാണിത്." ഓട്ടം നിർത്താതെ തന്നെ മിസ്റ്റർ വോങ്ക പറഞ്ഞു.

"തണുത്തു വിറയ്ക്കുന്ന കാലാവസ്ഥയിൽ ചൂടൻ ഐസ്ക്രീം നിങ്ങളെ ചൂടു പിടിപ്പിക്കും. ചൂടുപാനീയങ്ങളിൽ ഇടാനായി ഞാൻ ചൂടൻ ഐസുകട്ടകളും ഉണ്ടാക്കുന്നുണ്ട്. ചൂടൻ ഐസുകട്ടകൾ ചൂടുപാനീയങ്ങളെ പിന്നെയും ചൂടാക്കും."

'ചോക്ലേറ്റ് പാൽ തരുന്ന പശുക്കൾ.' അടുത്ത വാതിലിൽ അതാണ് എഴുതിയിരുന്നത്.

"എന്റെ സുന്ദരിപ്പശുക്കിടാങ്ങൾ. എനിക്കവരെ എത്ര ഇഷ്ടമാണെന്നോ!"

"എങ്കിൽ നമുക്കവയെ കണ്ടാലെന്താ?" വെറൂക സോൾട് ചോദിച്ചു.

"ഈ സുന്ദരമായ മുറികളിലൊന്നും കയറാതെ ഓടിപ്പോകുന്നതെന്തിനാണ്?"

"സമയമാകുമ്പോൾ നമ്മൾ നിൽക്കും." മിസ്റ്റർ വോങ്ക പറഞ്ഞു. "ഇങ്ങനെ അക്ഷമരാകാതിരിക്കൂ."

'ആളെ പൊക്കുന്ന നുരയുള്ള പാനീയങ്ങൾ' എന്നാണ് അടുത്ത വാതിലിൽ എഴുതി വെച്ചിരുന്നത്.

"അതൊരു ഭയങ്കര സാധനമാണ്." മിസ്റ്റർ വോങ്ക പറഞ്ഞു.

"അത് കുടിക്കുന്നതോടെ നിങ്ങളുടെ ഉള്ളിൽ കുറേ കുമിളകളുണ്ടാകും. ആ കുമിളകളിലെല്ലാം ഒരു തരം വാതകം രൂപപ്പെടും. അതിന്റെ ശക്തി കൊണ്ട് നിങ്ങൾ നിലത്തു നിന്ന് ഒരു ബലൂൺ കണക്കെ ഉയർന്നു പൊങ്ങി മേൽക്കൂര തട്ടി നിൽക്കും."

"പിന്നെ അവിടെ നിന്ന് എങ്ങനെയാണ് തിരിച്ചിറങ്ങുക?" കൊച്ചു ചാർളി ചോദിച്ചു.

"ഏമ്പക്കം വിടുമ്പോൾ. ഉച്ചത്തിലൊരു നീണ്ട ഏമ്പക്കം വിട്ടാൽ ഉള്ളിൽ നിന്ന് ഗ്യാസ് പുറത്തു വരും. അതോടെ നിങ്ങൾ താഴെയെത്തുകയും ചെയ്യും. പക്ഷെ, ഒരിക്കലും ഇത് പുറത്തു വെച്ച് കുടിക്കരുത്. അങ്ങനെ വന്നാൽ എത്ര ഉയരത്തിലേക്കാണ് നിങ്ങൾ പോവുകയെന്ന് ആർക്കും പറയാൻ പറ്റില്ല. ഒരിക്കൽ മുറ്റത്തു വെച്ച് ഒരു വയസ്സൻ ഊംപ-ലൂംപയ്ക്ക് ഞാനിതിൽ നിന്ന് കുറച്ചു കൊടുത്തു. അയാളത് കുടിച്ച് ഉയർന്നു പൊങ്ങി എവിടെയോ പോയി മറഞ്ഞു.

എനിക്ക് വളരെ വിഷമമായി. പിന്നീടൊരിക്കലും ഞാനയാളെ കണ്ടിട്ടില്ല."

"അയാൾക്കൊന്ന് ഏമ്പക്കം വിട്ടാൽ മതിയായിരുന്നല്ലോ!" ചാർളി പറഞ്ഞു.

"തീർച്ചയായും!" മിസ്റ്റർ വോങ്ക പറഞ്ഞു. "ഞാൻ അവിടെ നിന്ന് വിളിച്ച പറഞ്ഞു കൊണ്ടിരുന്നു, വേഗമൊരു ഏമ്പക്കം വിടൂ, മനുഷ്യാ. ഇല്ലെങ്കിൽ നിങ്ങളൊരിക്കലും തിരിച്ച വരില്ല. പക്ഷെ, അയാളതു ചെയ്തില്ല, അല്ലെങ്കിൽ അയാൾക്കത് ചെയ്യാൻ സാധിച്ചില്ല. എന്താണ് സംഭവിച്ചതെന്ന് എനിക്കറിയില്ല. ഒരുപക്ഷെ, അയാൾ ഉപചാര മര്യാദകൾ നോക്കിയതാകും. എന്തായാലും, അയാളിപ്പോൾ ചിലപ്പോൾ ചന്ദ്രനിലെത്തിക്കാണും."

അടുത്ത കതകിൽ എഴുതിയിരുന്നു, **'സ്ക്വയർ സ്വീറ്റ്സ് ദാറ്റ് ലുക്ക് റൗണ്ട്.'**

"നിൽക്കൂ!" മിസ്റ്റർ വോങ്ക പെട്ടെന്നു തെന്നിമാറി നിന്നുകൊണ്ട് പറഞ്ഞു. "എനിക്ക് എന്റെ ചതുരാകൃതിയിലുള്ള മിഠായിയിൽ അഭിമാനമുണ്ട്. വരൂ, നമുക്കൊന്ന് നോക്കാം."

23

വട്ടത്തിലിരിക്കുന്ന ചതുര മിഠായികൾ

എല്ലാവരും നടത്തം നിർത്തി വാതിലിനടുത്ത് ഒത്തു കൂടി. ആ വാതിലിന്റെ മുകളിലെ പാതിഭാഗം ചില്ലു കൊണ്ടാണ് നിർമ്മിച്ചിരുന്നത്. ചാർളിക്ക് വ്യക്തമായി കാണാനായി ജോ അപ്പാപ്പൻ അവനെയെടുത്ത് പൊക്കി. അകത്തേക്കു നോക്കിയപ്പോൾ നീളത്തിലൊരു മേശയും അതിൽ ഒരുപാട് നിരകളിലായി അടുക്കി വെച്ചിരിക്കുന്ന ചതുരാകൃതിയിലുള്ള മിഠായികളും അവൻ കണ്ടു. ആ മിഠായികൾ പഞ്ചസാരക്കട്ടകൾ പോലെയാണ് തോന്നിച്ചത്. അതിന്റെയെല്ലാം ഒരു വശത്തായി പിങ്ക് നിറത്തിൽ രണ്ടു കാലുകൾ വരച്ചു വെച്ചിട്ടുണ്ടായിരുന്നു എന്നു മാത്രം. ആ മേശയുടെ അറ്റത്തായി കുറേ ഊംപ-ലൂംപകളിരുന്ന് ആ മിഠായികളിൽ തിരക്കിട്ട് കാലുകൾ വരച്ചു ചേർക്കുന്നുണ്ടായിരുന്നു.

"ഇതാ, നോക്കൂ!" മിസ്റ്റർ വോങ്ക വിളിച്ചു പറഞ്ഞു. "വട്ടത്തിലിരിക്കുന്ന ചതുര മിഠായികൾ."

"എനിക്കത് വട്ടത്തിലാണെന്നു തോന്നുന്നില്ല." മൈക്ക് ടീവീ പറഞ്ഞു.

"അതിന് ചതുരാകൃതിയാണ്." വെറൂക സോൾട് വിളിച്ചു പറഞ്ഞു. "അത് ശരിക്കും ചതുരാകൃതിയിലാണുള്ളത്."

"അതെ അതിന് ചതുരാകൃതിയാണ്." മിസ്റ്റർ വോങ്ക പറഞ്ഞു. "അങ്ങനെയല്ലെന്ന് ഞാൻ പറഞ്ഞില്ലല്ലോ."

"അത് വട്ടത്തിലാണെന്ന് നിങ്ങൾ പറഞ്ഞു." വെറൂക സോൾട് പറഞ്ഞു.

"അതൊന്നും ഞാൻ പറഞ്ഞിട്ടില്ല. ഞാൻ ആകെ പറഞ്ഞത് വട്ടത്തിലിരിക്കുന്ന ചതുരമിഠായി എന്ന് മാത്രമാണ്."

"എന്നിട്ടത് കണ്ടിട്ട് വട്ടത്തിലല്ലല്ലോ." വെറൂക പറഞ്ഞു.

"അത് കണ്ടിട്ട് ചതുരാകൃതിയിലാണല്ലോ."

"അത് വട്ടത്തിലിരിക്കുന്ന ചതുരമിഠായികളാണ്." മിസ്റ്റർ വോങ്ക വാശി പിടിച്ചു.

"അത് വട്ടത്തിലല്ല ഉള്ളതെന്ന കാര്യം ഉറപ്പാണ്." വെറൂക സോൾട് അലറിവിളിച്ചു.

"വെറൂക, മോളെ, മിസ്റ്റർ വോങ്ക പറയുന്നതു കേൾക്കേണ്ട. അദ്ദേഹം പറ്റിക്കാൻ വേണ്ടി പറയുന്നതാണ്." മിസ്സിസ് സോൾട് പറഞ്ഞു.

"വയസ്സൻ മീനേ, നീ പോയി നിന്റെ തല പുഴുങ്ങാൻ നോക്ക്." മിസ്റ്റർ വോങ്ക പറഞ്ഞു.

"എന്നോടിങ്ങനെ സംസാരിക്കാൻ നിങ്ങൾക്കെങ്ങനെയിത്ര ധൈര്യം വന്നു?" മിസ്സിസ് സോൾട് ചൊടിച്ചു.

"വായ പൂട്ടി വെച്ച് ഇതൊന്നു കാണൂ." മിസ്റ്റർ വോങ്ക പറഞ്ഞു.

അദ്ദേഹം കീശയിൽ നിന്ന് ഒരു താക്കോലെടുത്ത് വാതിൽ മലർക്കെ തുറന്നു. പെട്ടെന്ന്, വാതിൽ തുറക്കുന്ന ശബ്ദം കേട്ട് ചെറിയ മധുരമിഠായികളെല്ലാം ആ മേശയുടെ മുകളിൽ കുഞ്ഞു കാലുകൾ ഉപയോഗിച്ച് നടന്ന് വട്ടത്തിലിരുന്നു. എല്ലാവരും ചേർന്ന് വലിയൊരു വട്ടമായി.

"ഇതാ." അദ്ദേഹം വിജയാഹ്ലാദത്തോടെ പൊട്ടിച്ചിരിച്ചു. "അവ വട്ടത്തിലിരിക്കുന്നു. അതിലാർക്കും തർക്കം വേണ്ട. അവ വട്ടത്തിലിരിക്കുന്ന ചതുര മിഠായികളാണ്."

"കർത്താവേ! അദ്ദേഹം പറയുന്നത് നേരാണ്." ജോ അപ്പാപ്പൻ പറഞ്ഞു.

"വരൂ! നമുക്കു വേഗം പോകാം." വീണ്ടും ഇടനാഴിയിലേക്കു കടന്നു കൊണ്ട് മിസ്റ്റർ വോങ്ക പറഞ്ഞു. "സമയം പാഴാക്കാനില്ല."

ബട്ടർസ്കോച്ചും ബട്ടർ ജിനും എന്നാണ് അതിനു തൊട്ടടുത്ത വാതിലിൽ എഴുതി വെച്ചിരുന്നത്.

"അത് കണ്ടിട്ട് ലേശം രസം തോന്നുന്നു." വെറൂകയുടെ പിതാവ് മിസ്റ്റർ സോൾട് പറഞ്ഞു.

"കിടിലൻ സാധനം." മിസ്റ്റർ വോങ്ക പറഞ്ഞു. "ഊംപ-ലൂംപകൾക്ക് ജീവനാണിത്. അതവരെ ചെറുതായി മത്തു പിടിപ്പിക്കും. അവർ അവിടെ കിടന്ന് ആർപ്പു വിളിക്കുന്നത് നിങ്ങൾക്കു കേൾക്കാം."

പൊട്ടിച്ചിരികളും ഇടയ്ക്കു കുറച്ച് സംഗീതവും ആ അടഞ്ഞ വാതിലിലൂടെ ഒഴുകിയെത്തുന്നത് കേൾക്കാമായിരുന്നു.

"അവരാകെ കുടിച്ച് ലക്കു കെട്ടിരിക്കുകയാണ്." മിസ്റ്റർ വോങ്ക പറഞ്ഞു. "അവർ കുടിച്ചു കൊണ്ടിരിക്കുന്നത് ബട്ടർ സ്കോച്ചും സോഡയുമാണ്. അവർക്ക് മറ്റെന്തിനേക്കാളും ഇഷ്ടം ഇതാണ്. ബട്ടർജിൻ വളരെ ജനപ്രിയമാണ്. വേഗം നടക്കൂ! നമ്മൾ ഇങ്ങനെ നിൽക്കാൻ പാടില്ല." അദ്ദേഹം ഇടത്തോട്ടു തിരിഞ്ഞു. പിന്നെ വലത്തോട്ടു തിരിഞ്ഞു. അവർ ചെന്നെത്തിയത് വലിയൊരു ഗോവണിപ്പടിയിലേക്കാണ്. മിസ്റ്റർ വോങ്ക കൈവരിയിലൂടെ ഊർന്നിറങ്ങി. മൂന്നു കുട്ടികളും അതു തന്നെ ചെയ്തു. സംഘത്തിലെ ആകെയുള്ള സ്ത്രീജനങ്ങളായ മിസ്സിസ് സോൾട്ടും മിസ്സിസ് ടീവീയും ശ്വാസമടക്കിപ്പിടിച്ച് നോക്കി നിൽക്കുകയായിരുന്നു. മിസ്സിസ് സോൾട് ചെറിയ കാലുകളുള്ള വലിയൊരു തടിച്ച രൂപമായിരുന്നു. കാണ്ടാമൃഗങ്ങളെപ്പോലെയാണ് അവർ ശ്വാസമെടുത്തിരുന്നത്. "ഇതിലേ!" മിസ്റ്റർ വോങ്ക ഗോവണിയിറങ്ങി ഇടത്തോട്ട് തിരിഞ്ഞു കൊണ്ട് പറഞ്ഞു.

"പതിയെപ്പോകൂ!" മിസ്സിസ് സോൾട് നിന്ന് കിതച്ചു.

"അത് തീർത്തും അസാധ്യമാണ്. അങ്ങനെ പോയാൽ നമ്മളൊരിക്കലും അവിടെ സമയത്തിന് ചെന്നെത്തുകയില്ല." മിസ്റ്റർ വോങ്ക പറഞ്ഞു.

"എവിടെയെത്തുന്ന കാര്യമാണീ പറയുന്നത്?" വെറൂക സോൾട് ചോദിച്ചു.

"അതിനെക്കുറിച്ച് ഇപ്പോൾ ആലോചിക്കേണ്ട." മിസ്റ്റർ വോങ്ക പറഞ്ഞു. "കാത്തിരുന്ന് കാണുക."

24

വെറൂകയുടെ പതനം

മിസ്റ്റർ വോങ്ക ഇടനാഴിയിലൂടെ കുതിച്ചു പാഞ്ഞു. അടുത്ത വാതിലിൽ **'വാൽനട്ട് മുറി'** എന്ന് എഴുതി വെച്ചിരുന്നു.

"ശരി. ഇവിടെ കുറച്ചു നേരം നിന്ന് കിതപ്പടക്കിക്കൊള്ളൂ." വോങ്ക പറഞ്ഞു,

"ഈ വാതിലിന്റെ ചില്ലിലൂടെ അകത്തേക്കു നോക്കാം. പക്ഷെ, അകത്തു കടക്കരുത്. എന്തുതന്നെയായാലും ഈ മുറിയുടെ അകത്തു കയറരുത്. പോയിക്കഴിഞ്ഞാൽ അണ്ണാറക്കണ്ണൻമാർക്ക് അതൊരു ശല്യമാകും."

എല്ലാവരും വാതിലിനു ചുറ്റും കൂടി.

"നോക്കൂ, അപ്പാപ്പാ. അതാ, കണ്ടോ." ചാർളി പറഞ്ഞു.

"ഹായ്, അണ്ണാറക്കണ്ണൻമാർ!" വെറൂക സോൾട് തുള്ളിച്ചാടി.

"നല്ല രസം." മൈക്ക് ടീവീ പറഞ്ഞു.

അതിമനോഹരമായൊരു കാഴ്ചയായിരുന്നു അത്. വലിയൊരു മേശയ്ക്കു ചുറ്റും സ്റ്റൂളുകളിട്ട് അതിലൊരു നൂറ് അണ്ണാറക്കണ്ണൻമാരെ ഇരുത്തിയിരിക്കുന്നു. മേശയ്ക്കു മുകളിൽ കുന്നുകണക്കിന് വാൽനട്ടുകൾ ഇട്ടിരിക്കുന്നു. അണ്ണാറക്കണ്ണൻമാർ അപാരവേഗത്തിൽ അവ തൊണ്ട് പൊളിച്ചിടുന്നു.

"വാൽനട്ടുകൾ തൊണ്ടു പൊളിക്കാൻ പ്രത്യേകം പരിശീലനം ലഭിച്ചവരാണ് ഈ അണ്ണാറക്കണ്ണൻമാർ." മിസ്റ്റർ വോങ്ക വിശദീകരിച്ചു.

"എന്തിനാണ് അണ്ണാറക്കണ്ണൻമാരെ ഉപയോഗിക്കുന്നത്?" മൈക്ക് ടീവീ ചോദിച്ചു.

"ഊംപ-ലൂംപകളെ വെച്ചാൽ പോരെ?"

“കാരണം, ഊംപ-ലൂംപകൾക്ക് വാൽനട്ടുകൾ പൊട്ടാതെ തൊണ്ട് പൊളിച്ചെടുക്കാൻ സാധിക്കില്ല. അവരെപ്പോഴും അത് രണ്ടു കഷണമാക്കും. അണ്ണാറക്കണ്ണൻമാർക്കല്ലാതെ ആർക്കും ഇത്ര വിദഗ്ധമായി ഓരോ വാൽനട്ടുകളും പൊട്ടാതെ തൊണ്ടു പൊളിച്ചെടുക്കാൻ സാധിക്കില്ല. വളരെ ബുദ്ധിമുട്ടുള്ള ഒരു ജോലിയാണിത്. എന്റെ ഫാക്ടറിയിൽ എനിക്കത് മുഴുവനായി കിട്ടുകയും വേണം. അതുകൊണ്ട് തന്നെ അണ്ണാറക്കണ്ണൻമാരെ ജോലിക്കു വെക്കുകയല്ലാതെ നിർവ്വാഹമില്ല. അവരത് തൊണ്ടുപൊളിച്ചെടുക്കുന്നത് കാണാൻ തന്നെ നല്ല ചന്തമില്ലേ! ഓരോന്നുമെടുത്ത് അത് നല്ലതാണോ എന്ന് പരിശോധിക്കാനായി അവർ തട്ടി നോക്കുന്നതു നോക്കൂ. നല്ലതല്ലെങ്കിൽ അതിൽ നിന്ന് ഒരു പൊള്ളയായ ശബ്ദം വരും. അങ്ങനെ വന്നാൽ പിന്നെ അവരത് പൊട്ടിച്ചു നോക്കാൻ മെനക്കെടില്ല. നേരെ ചവറ്റു കുഴിയിലേക്കിടും. അതാ! നോക്കൂ! ഈ അറ്റത്തിരിക്കുന്ന അണ്ണാറക്കണ്ണനെ ശ്രദ്ധിച്ചോ? അവന് ഒരു കേടുവന്ന വാൽനട്ട് കിട്ടിയെന്നു തോന്നുന്നു.”

അണ്ണാറക്കണ്ണൻ ആ വാൽനട്ട് വിരൽ കൊണ്ടു തട്ടി. ശേഷം തല ചരിച്ചു പിടിച്ച് അതിൽ നിന്ന് വരുന്ന ശബ്ദത്തിന് കാതോർത്തു. ശേഷം അത് നിലത്തു കാണുന്ന വലിയ കുഴിയിലേക്ക് വലിച്ചെറിഞ്ഞു.

“ഹെയ്, മമ്മീ!” വെറൂക സോൾട് നിലവിളിച്ചു.

“ഒരു അണ്ണാറക്കണ്ണനെ സ്വന്തമാക്കണമെന്ന് ഞാൻ തീരുമാനിച്ചു കഴിഞ്ഞു. അതിലൊരെണ്ണത്തിനെ എനിക്കു താ.”

“അങ്ങനെ പറയല്ലേ, മോളേ. ഇതെല്ലാം മിസ്റ്റർ വോങ്കയുടേതല്ലേ!” മിസ്സിസ് സോൾട് അവളെ സമാധാനിപ്പിക്കാൻ ശ്രമിച്ചു.

“അതൊന്നും എനിക്കറിയേണ്ട.” വെറൂക ഒച്ചവെച്ചു.

“എനിക്കതിൽ ഒരെണ്ണം കിട്ടിയേ തീരൂ. വീട്ടിൽ എനിക്ക് ആകെയുള്ളത് രണ്ട് പട്ടികളും നാല് പൂച്ചകളും ആറ് മുയലുകളും രണ്ട് തത്തകളും മൂന്ന് മൈനകളും ഒരു ആമയും ഒരു പാത്രം സ്വർണ്ണമീനുകളും ഒരു കൂട് വെള്ളെലികളും മാത്രമാണ്. എനിക്കൊരു അണ്ണാറക്കണ്ണനെ വേണം!”

“ശരി, പൊന്നു മോളെ!” മിസ്സിസ് സോൾട് ശാന്തയായി പറഞ്ഞു.

“എത്രയും പെട്ടെന്ന് മമ്മി മോൾക്കൊരു അണ്ണാറക്കണ്ണനെ കൊണ്ടു വന്നു തരാം.”

“എനിക്കങ്ങനെ ഏതെങ്കിലും വയസ്സൻ അണ്ണാനെയല്ല വേണ്ടത്.” വെറൂക അലറിവിളിച്ചു.

“എനിക്ക് പരിശീലനം കിട്ടിയ അണ്ണാറക്കണ്ണനെ തന്നെ വേണം.”

ഇത്രയുമായപ്പോൾ വെറൂകയുടെ പിതാവ്, മിസ്റ്റർ സോൾട് മുന്നോട്ടു വന്നു.

“ശരി, മിസ്റ്റർ വോങ്ക.” പണം നിറച്ചൊരു പേഴ്സ് കീശയിൽ നിന്ന് പുറത്തെടുത്തു കൊണ്ട് അയാൾ പറഞ്ഞു.

“ഇതിലൊരു അണ്ണാറക്കണ്ണന് നിങ്ങൾക്ക് എത്ര പണം വേണം? എത്രയാണെങ്കിലും പറഞ്ഞു കൊള്ളൂ.”

“ഇത് വില്പനക്കുള്ളതല്ല.” മിസ്റ്റർ വോങ്ക പറഞ്ഞു. “ഇത് അവൾക്ക് കൊടുക്കാൻ പറ്റില്ല.”

“അതെന്താ അങ്ങനെ?” വെറൂക അട്ടഹസിച്ചു.

“ഇപ്പോൾ തന്നെ ഞാൻ അതിലൊരെണ്ണത്തിനെ എടുക്കാൻ പോവുകയാണ്.”

“അരുത്!” ഉടനെ മിസ്റ്റർ വോങ്ക പറഞ്ഞു. പക്ഷെ, അപ്പോഴേക്കും സമയം വൈകിപ്പോയിരുന്നു. അവൾ അതിനകം വാതിൽ തള്ളിത്തുറന്ന് അകത്തു കയറിയിരുന്നു.

അവൾ അകത്തു കടന്ന നിമിഷം നൂറ് അണ്ണാറക്കണ്ണൻമാരും ചെയ്തു കൊണ്ടിരുന്ന പണി നിർത്തി അവരുടെ കൊച്ചു കണ്ണുകൾ കൊണ്ട് അവളെ തുറിച്ചു നോക്കി.

വെറൂക സോൾട്ടും നടത്തം നിർത്തി അവരെ തിരിച്ചു നോക്കി. പെട്ടെന്ന് മേശയുടെ ഇങ്ങേ അറ്റത്തായി ഇരിക്കുന്ന ഒരു കൊച്ചു അണ്ണാറക്കണ്ണനിൽ അവളുടെ കാഴ്ചയുടക്കി. അതിന്റെ കൈയിൽ ഒരു വാൽനട്ടുണ്ടായിരുന്നു.

"ശരി, ഞാൻ നിന്നെ എടുക്കുകയാണ്." വെറൂക പറഞ്ഞു.

അവൾ ആ അണ്ണാനെ പിടിക്കാനായി കൈ നീട്ടി. എന്നാൽ അവളതു ചെയ്യേണ്ട താമസം, അവളുടെ കൈകൾ മുന്നോട്ടാഞ്ഞ അതേ നിമിഷം, ആ മുറിയിൽ മിന്നൽ വേഗത്തിലൊരു സംഗതി നടന്നു. തവിട്ടു നിറത്തിൽ വീണൊരു വെള്ളിടി പോലെ. മേശയ്ക്കു ചുറ്റമിരുന്ന അണ്ണാറക്കണ്ണന്മാരെല്ലാവരും കൂടി അവളുടെ ദേഹത്തേക്ക് ചാടിക്കയറി.

ഇരുപത്തഞ്ചെണ്ണം ചേർന്ന് അവളുടെ വലതു കൈ പിടിച്ച് അത് ബലമായി താഴ്ത്തി വെച്ചു.

മറ്റൊരു ഇരുപത്തഞ്ചെണ്ണം അവളുടെ ഇടതു കൈ പിടിച്ച് ദേഹത്തോട് ചേർത്തു വെച്ചു.

വേറൊരു ഇരുപത്തഞ്ചെണ്ണം ചേർന്ന് അവളുടെ വലതു കാൽ കടന്നു പിടിച്ച് അത് തറയിൽ അമർത്തി നിർത്തി.

ഇരുപത്തിനാലെണ്ണം ചേർന്ന് അവളുടെ ഇടതു കാലും പിടിച്ചുവെച്ചു.

ബാക്കിയുള്ള ഒരു അണ്ണാൻ – അവരുടെയെല്ലാം നേതാവ് – അവളുടെ തോളിൽ കയറി, തലയിൽ വിരൽ കൊണ്ടു കൊട്ടാൻ തുടങ്ങി.

"അവളെ രക്ഷിക്കൂ!" മിസ്സിസ് സോൾട് കരഞ്ഞു ബഹളം വെക്കാൻ തുടങ്ങി.

"വെറൂകാ, തിരിച്ചു വാ മോളേ. അവരെന്താണ് അവളെ ചെയ്യുന്നത്?"

"അവളൊരു മോശം വാൽനട്ടാണോയെന്ന് പരിശോധിക്കുകയാണ്." മിസ്റ്റർ വോങ്ക പറഞ്ഞു.

"നോക്കൂ!"

വെറൂക ദേഷ്യത്തോടെ കുതറി നോക്കി. പക്ഷെ, അണ്ണാൻമാർ അവളെ ബലമായി പിടിച്ചിരുന്നതിനാൽ അവൾക്ക് അനങ്ങാൻ

സാധിച്ചില്ല. അവളുടെ തോളിലിരുന്ന അണ്ണാൻ നിർത്താതെ കൊട്ടിക്കൊണ്ടിരുന്നു.

പെട്ടെന്ന്, അണ്ണാറക്കണ്ണൻമാരെല്ലാം ചേർന്ന് അവളെ നിലത്തേക്കു തള്ളിയിട്ടു. എന്നിട്ട് പൊക്കിയെടുത്തു നടക്കാൻ തുടങ്ങി.

"അതെ. അവളൊരു മോശം വാൽനട്ടാണ്." മിസ്റ്റർ വോങ്ക പറഞ്ഞു.

"അവളുടെ തല ശൂന്യമാണെന്ന് അവർക്കു മനസ്സിലായിട്ടുണ്ടാകും."

വെറൂക കുതറാനും അലറി വിളിക്കാനും തുടങ്ങി. എന്നാൽ അതു കൊണ്ടൊന്നും ഒരു കാര്യവുമുണ്ടായില്ല. കറുത്തുറ്റ ആ കൊച്ചു കൈകൾ അവളെ ബലമായി പിടിച്ചു വെച്ചതു കാരണം അവൾക്ക് നേരാം വണ്ണം അനങ്ങാൻ പോലും പറ്റിയില്ല.

"അവളെയവർ എങ്ങോട്ടാണ് കൊണ്ടു പോകുന്നത്?" മിസ്സിസ് സോൾട് അലറി.

"കേടുള്ള മറ്റു വാൽനട്ടുകൾ പോയിടത്തേക്ക്." മിസ്റ്റർ വോങ്ക പറഞ്ഞു.

"ചവറ്റു കുഴിയിലേക്ക്!"

"എന്റെ കർത്താവേ, അവളെയവർ ആ കുഴിയിലേക്കാണ് കൊണ്ടുപോകുന്നത്." ചില്ലുവാതിലിലൂടെ അകത്തേക്ക് നോക്കിക്കൊണ്ട് മിസ്റ്റർ സോൾട് പറഞ്ഞു.

"എന്നാൽ അവളെ രക്ഷിക്കൂ!" മിസ്സിസ് സോൾട് പറഞ്ഞു.

"നിങ്ങൾ വൈകിപ്പോയി." മിസ്റ്റർ വോങ്ക പറഞ്ഞു. "അവൾ വീണു കഴിഞ്ഞു."

അതു ശരിയായിരുന്നു. അപ്പോഴേക്കും അവൾ അപ്രത്യക്ഷയായിരുന്നു.

"പക്ഷെ, എവിടെയാണ് അവൾ എത്തിച്ചേരുക?" മിസ്സിസ് സോൾട് കൈയടിച്ചു കൊണ്ട് അലറി.

"മോശം വാൽനട്ടുകൾക്ക് എന്താണ് സംഭവിക്കുക? ഈ കുഴിക്ക് എത്ര ആഴമുണ്ട്?"

"ഈ കുഴി നേരെ പോകുന്നത് അടിച്ചുവാരിയ ചപ്പു ചവറുകളും, ഉരുളക്കിഴങ്ങ് തോലും, ചീഞ്ഞ കാബേജും മീൻ തലയുമെല്ലാമടക്കം ഈ ഫാക്ടറിയിലെ മാലിന്യങ്ങളെല്ലാം പോകുന്ന മുഖ്യ മാലിന്യക്കുഴലിലേക്കാണ്."

“ഈ ഫാക്ടറിയിൽ ആരാണ് മീനും കാബേജും ഉരുളക്കിഴങ്ങുമെല്ലാം കഴിക്കുന്നത്? എനിക്കതൊന്നറിയണം.” മൈക്ക് ടീവീ പറഞ്ഞു.

“ഞാൻ കഴിക്കുമല്ലോ.” മിസ്റ്റർ വോങ്ക പറഞ്ഞു.

“ഞാൻ കൊക്കോ കുരു കഴിച്ചാണ് ജീവിക്കുന്നതെന്നൊന്നും നീ വിചാരിച്ചു വെച്ചിട്ടില്ലല്ലോ, അല്ലേ?”

“പക്ഷെ... പക്ഷെ... പക്ഷെ... ഈ മാലിന്യക്കുഴൽ അവസാനം എവിടെയാണ് എത്തിച്ചേരുക?” മിസ്സിസ് സോൾട്ടിന് ക്ഷമ കെട്ടു.

“അടുപ്പിലേക്ക്, വേറെങ്ങോട്ടാ?” മിസ്റ്റർ വോങ്ക പറഞ്ഞു.

“ചൂളയിലേക്ക്.”

മിസ്സിസ് സോൾട്ട് വലിയ വായിൽ നിലവിളിക്കാൻ തുടങ്ങി.

“പേടിക്കേണ്ട.” മിസ്റ്റർ വോങ്ക പറഞ്ഞു.

“അവർ ഇന്നത് കത്തിക്കാതിരിക്കാനും സാദ്ധ്യതയുണ്ട്.”

“സാദ്ധ്യതയോ?” മിസ്സിസ് സോൾട്ട് ആക്രോശിച്ചു. “എന്റെ പൊന്നു മോൾ വെറൂക കത്തിച്ചാമ്പലാകും.”

“നീ പറഞ്ഞത് ശരിയാണ്.” മിസ്റ്റർ സോൾട്ട് പറഞ്ഞു.

“നോക്കൂ, മിസ്റ്റർ വോങ്ക. എനിക്ക് തോന്നുന്നു നിങ്ങളി ത്തവണ കുറച്ചല്പം അതിരു കടന്നെന്ന്. എന്റെ മകൾക്ക് വികൃതി അല്പം കൂടുതലായിരിക്കാം. അത് സമ്മതിച്ചു തരുന്നതിൽ എനിക്ക് മടിയൊന്നുമില്ല. എന്നു കരുതി അവളെ ചുമ്മാ ചുട്ടുകൊല്ലാമെന്ന് നിങ്ങൾ കരുതരുത്. എനിക്ക് ഇതിൽ വലിയ നീരസമുണ്ട്. അത് ഞാൻ നിങ്ങൾക്ക് മനസ്സിലാക്കിത്തരികയും ചെയ്യും.”

“എന്നോട് വിഷമം വിചാരിക്കരുത്, സർ.” മിസ്റ്റർ വോങ്ക പറഞ്ഞു.

“അധികം വൈകാതെ അവൾ തിരിച്ചു വരുമെന്നാണ് ഞാൻ കരുതുന്നത്. ഒരുപക്ഷെ, അവൾ താഴേക്കു വീണിട്ടു പോലുമുണ്ടാ കണമെന്നില്ല. ഒരുപക്ഷെ, ആ ദ്വാരത്തിൽ തന്നെ അവൾ പെട്ടു കിടക്കുകയാകും. അങ്ങനെയാണ് കാര്യങ്ങളുടെ കിടപ്പെങ്കിൽ നിങ്ങൾക്ക് അവിടെ പോയി അവളെ വലിച്ചു കയറ്റാം.”

ഇത് കേട്ട പാടെ അവർ രണ്ടു പേരും ആ മുറിക്കകത്തേക്കു പോയി തറയിലെ കുഴിയിലേക്ക് ഏന്തി നോക്കി.

"വെറൂകാ!" മിസ്സിസ് സോൾട് നീട്ടി വിളിച്ചു. "നീ എവിടെയാ?"

മറുപടിയുണ്ടായില്ല.

വ്യക്തമായി കാണാനായി മിസ്സിസ് സോൾട് കുനിഞ്ഞു നിന്ന് നോക്കി. ഇപ്പോൾ അവർ ആ കുഴിയുടെ വക്കത്ത് നിന്ന് അതിലേക്ക് തല നീട്ടി നോക്കുകയായിരുന്നു. അവരുടെ തടിച്ച നിതംബം വലിയൊരു കൂണ് പോലെ അവിടെ നിന്നു. വളരെ അപകടകരമായൊരു നിലയിലായിരുന്നു ആ നിൽപ്പ്. ചെറിയൊരു തള്ള് മാത്രം മതിയായിരുന്നു കുഴിയിലേക്കു വീണു പോകാൻ. അതു തന്നെയാണ് അണ്ണാറക്കണ്ണൻമാർ അവർക്ക് നൽകിയതും. അതു കിട്ടേണ്ട താമസം അവർ ഒരു നിലവിളിയോടെ അതിലേക്ക് തല കുത്തി വീണു.

"എന്റെ കർത്താവേ!" തന്റെ ഭാര്യയും കൂടി ആ കുഴിയിലേക്കു വീഴുന്നത് നോക്കി നിന്ന് മിസ്റ്റർ സോൾട് നിലവിളിച്ചു.

"ഇന്നത്തെ ദിവസം എന്തൊക്കെയാണീ സംഭവിച്ച

കൊണ്ടിരിക്കുന്നത്." തന്റെ പ്രിയ പത്നി ഇരുട്ടിൽ മറയുന്നത് അയാൾ നിസ്സഹായനായി നോക്കി നിന്നു.

"അവിടുത്തെ അവസ്ഥയെന്താണ്, അൻജെന?" കുറച്ചു കൂടി കുനിഞ്ഞു നിന്ന് അയാൾ വിളിച്ചു ചോദിച്ചു.

അണ്ണാൻമാർ അയാളുടെ പിറകിലേക്കോടി.

"രക്ഷിക്കണേ!" അയാൾ നീട്ടി നിലവിളിച്ചു.

പക്ഷെ, അതിനോടകം തന്റെ മകളും ഭാര്യയും പോയ വഴിയേ അയാളും യാത്ര തുടങ്ങിക്കഴിഞ്ഞിരുന്നു.

"കർത്താവേ, ഇവർക്കെല്ലാം ഇനിയെന്താണ് സംഭവിക്കാൻ പോകുന്നത്?" വാതിലിലൂടെ ഈ കാഴ്ച കണ്ടു നിന്നിരുന്ന ചാർളിക്ക് ആധിയായി.

"അവരെ ആ കുഴിയുടെ കീഴെ ആരെങ്കിലും പിടിക്കുമെന്നാണ് എന്റെ പ്രതീക്ഷ." മിസ്റ്റർ വോങ്ക പറഞ്ഞു.

"അപ്പോൾ ആ തീ ചൂളയെക്കുറിച്ച് പറഞ്ഞതോ?" ചാർളി ചോദിച്ചു.

"ഒന്നിടവിട്ട ദിവസങ്ങളിലാണ് അവരത് കത്തിക്കുന്നത്." മിസ്റ്റർ വോങ്ക പറഞ്ഞു.

"ഒരുപക്ഷെ, ഇന്നത്തെ ദിവസം അവരത് കത്തിക്കുന്നുണ്ടാകില്ല. ആർക്കറിയാം. ഒരുപക്ഷെ, ഇവർക്കു ഭാഗ്യമുണ്ടാകും."

"ശ്ശ്... ശ്ശ്... ശ്ശ്... ഇതാ മറ്റൊരു പാട്ടു വരുന്നു." ജോ അപ്പാപ്പൻ പറഞ്ഞു.

ഇടനാഴിയുടെ ഒരറ്റത്തു നിന്ന് ആദ്യം ചെണ്ട കൊട്ടുന്ന ശബ്ദം വന്നു. ശേഷം പാട്ട് തുടങ്ങി. ഊംപ-ലൂംപകൾ പാടിത്തിമിർത്തു :

വെറൂക സോൾടെന്ന വികൃതിപ്പെണ്ണ്
മാലിന്യക്കുഴിയിലൂടെങ്ങോ പോയ്.
(ഇങ്ങനെയൊക്കെ സംഭവിക്കുമെന്ന്
മുൻകൂട്ടി നമ്മൾ കണ്ടതു കൊണ്ട്
അവളുടെ മാതാപിതാക്കളെയും
തയ്യാറാക്കി നാം വെച്ചിരുന്നല്ലോ.)
വെറൂക വീണുപോയ്, മാലിന്യക്കുഴിയിൽ
ഇവിടെയൊരുപക്ഷെ, നാമിതു പറയണം
ഈ വീഴ്ചയിലവൾ കണ്ടുമുട്ടുമൊരുപാട്
പുതിയ വ്യത്യസ്തരായ സുഹൃത്തുക്കളെയതിൽ
വൃത്തിയില്ലാത്തൊരുപാടു കൂട്ടുകാരവർ.
ഇന്നു രാവിലെയൊരു പരവ മീനീൽ
നിന്ന് കണ്ടിച്ചെടുത്തു കളഞ്ഞൊരു തല.
"നമസ്കാരം! സുപ്രഭാതം! എന്തൊക്കെ വിശേഷം?
കണ്ടതിലൊരുപാട് സന്തോഷം? സുഖമല്ലേ?"
കുറച്ചു കൂടെ താഴെയെത്തിയാൽ പിന്നെ
വെറെയും കുറച്ചു പേർ ചുറ്റും കൂട്ടം.
പോർക്കിൻ തോൽ, ചീഞ്ഞ പന്നിക്കൊഴുപ്പ്,
കേട്ടു വന്നു കട്ടിയായ റൊട്ടിക്കഷണം.
ചവയ്ക്കാൻ പറ്റാത്തൊരു ഇറച്ചിക്കഷണം
പുളിച്ചൊരു കഷണം കക്കയിറച്ചി
പഴകിക്കറുത്തൊരു കരൾ പൊരിച്ചത്
ഒരു മൈൽ ദൂരമതിൻ ദുർഗന്ധമെത്തും.
ചീഞ്ഞ വാൽനട്ട് പരിപ്പ്, അഴുകിയ പിയർ പഴം
ചവിട്ടു പടിയിൽ പൂച്ചയിട്ടു വെച്ചു പോയത്
ദുർഗന്ധം വമിക്കുന്നയിത്തരമേറെ

മലിന വസ്തുക്കളാണതു നിറയെ.
ഇവരൊക്കെയാണീ നീണ്ട യാത്രയിൽ
വെറൂകയുമായി ചങ്ങാത്തത്തിലാവുക.
പറഞ്ഞതനുസരിക്കുന്ന ശീലമില്ലാത്തതിന്
അവൾക്കു നൽകേണ്ട വിലയിതാണ്.
എന്നാലിപ്പോൾ, പ്രിയരെ, നിങ്ങളും
ചിന്തിക്കുന്നുണ്ടാകും, സംഭവിച്ചതെല്ലാം
വെറൂക സോൾടിന്റെ മാത്രം പിഴയോ
ചീത്ത വിളിക്കുന്നതിൽ, അർത്ഥമുണ്ടോയെന്ന്.
അവളുടെ മാത്രം കുഴപ്പമാണോയിത്?
അവളുടെ സ്വഭാവം നികൃഷ്ടമെങ്കിലും
പെൺകുട്ടിയങ്ങനെ സ്വയം ദൂഷിച്ചീടുമോ?
എങ്കിലവളെ, വഷളാക്കിയതാരാണ്?
ആഗ്രഹങ്ങളെല്ലാം സാധിച്ചു കൊടുത്ത്?
വികൃതിക്കുട്ടിയാക്കി മാറ്റിയതാരാണ്?
ആരാണിവിടെ കുറ്റക്കാർ? പറയൂ.
കഷ്ടം, കുറ്റക്കാർ ആരെന്നറിയാൻ
അധികം തപ്പിനോക്കേണ്ട കാര്യമതില്ല.
സങ്കടകരമെന്നു പറയട്ടെ, ഇവിടെ
കുറ്റക്കാർ അവളുടെ ***മാതാപിതാക്കളാണ്.***
അതു കൊണ്ടു തന്നെയാണവരുമീ കുഴിയിൽ
വീണതോർത്ത് നമ്മൾ ആനന്ദിക്കുന്നതും.

25

മഹത്തായ ചില്ലു ലിഫ്റ്റ്!

"ഇങ്ങനെയൊന്ന് ഞാനെന്റെ ജീവിതത്തിൽ കണ്ടിട്ടില്ല." മിസ്റ്റർ വോങ്ക പറഞ്ഞു.

"മുയലുകൾ മാളത്തിലൊളിക്കുന്നതു പോലെയാണ് കുട്ടികൾ അപ്രത്യക്ഷരാകുന്നത്. പക്ഷെ, നിങ്ങൾ അവരെയോർത്ത് വിഷമിക്കേണ്ട കാര്യമില്ല. അവരെല്ലാവരും ഒടുക്കം തിരിച്ചുവരും."

ഇടനാഴിയിൽ തന്റെ കൂടെ നിൽക്കുന്ന ഈ ചെറിയ സംഘത്തെ മിസ്റ്റർ വോങ്ക നോക്കി. ഇനിയാകെ രണ്ടു കുട്ടികൾ മാത്രമേ ബാക്കിയുള്ളൂ. മൈക്ക് ടീവീയും ചാർളി ബക്കറ്റും. പിന്നെ അവരുടെ രക്ഷിതാക്കളായ മൂന്നു മുതിർന്നവർ - മൈക്ക് ടീവീയുടെ മാതാപിതാക്കളും ജോ അപ്പാപ്പനും.

"നമുക്ക് പോകാം?" മിസ്റ്റർ വോങ്ക ചോദിച്ചു.

"ശരി!" ചാർളിയും ജോ അപ്പാപ്പനും ഒരുമിച്ചു പറഞ്ഞു.

"എന്റെ കാലു കഴച്ചു. എനിക്ക് ടിവി കാണാൻ തോന്നുന്നു." മൈക്ക് ടീവീ പറഞ്ഞു.

"ക്ഷീണിച്ചെങ്കിൽ ഇനിയുള്ള യാത്ര ലിഫ്റ്റിലാക്കാം." മിസ്റ്റർ വോങ്ക പറഞ്ഞു.

"ഇതാ, ഇവിടെ. വരൂ. നമുക്ക് അകത്തു പോകാം." അയാൾ ആ വഴിയുടെ അപ്പുറത്തെ ഭാഗത്തു കണ്ട വാതിലിനടുത്തേക്കു നടന്നു. വാതിൽ തുറന്നു വന്നു. രണ്ടു കുട്ടികളും മുതിർന്നവരും അകത്തു കടന്നു.

"ഇനി, ഇതിൽ ഏതു ബട്ടണാണ് നമ്മൾ ആദ്യം അമർത്തേണ്ടത്? നിങ്ങൾ പറയൂ." മിസ്റ്റർ വോങ്ക പറഞ്ഞു.

ചാർളി ബക്കറ്റ് അത്ഭുതത്തോടെ ചുറ്റും കണ്ണു മിഴിച്ചു നോക്കി. അത് അവൻ കണ്ടതിൽ വെച്ചേറ്റവും വിചിത്രമായ ലിഫ്റ്റ് ആയിരുന്നു.

അതിൽ നിറയെ ബട്ടണുകൾ ഉണ്ടായിരുന്നു. ചുറ്റുമുള്ള നാലു ഭാഗത്തും പിന്നെ മേൽഭാഗത്തും നിറയെ ചെറിയ കറുത്ത ബട്ടണുകൾ. ഓരോ ഭാഗത്തും ചുരുങ്ങിയത് ആയിരം ബട്ടണുകൾ കാണും. അപ്പോഴാണ് ചാർളി ഒരു സംഗതി ശ്രദ്ധിച്ചത്, ഓരോ ബട്ടണിനും തൊട്ടടുത്തായി അത് പോകുന്ന സ്ഥലത്തെ കുറിക്കുന്ന പേരും എഴുതി വെച്ചിരുന്നു.

"മുകളിലേക്കും താഴേക്കും മാത്രം പോകുന്ന ഒരു സാധാരണ ലിഫ്റ്റ് അല്ല ഇത്." മിസ്റ്റർ വോങ്ക അഭിമാനത്തോടെ പ്രഖ്യാപിച്ചു.

"ഈ ലിഫ്റ്റിന് വശങ്ങളിലേക്കും വളഞ്ഞും ചരിഞ്ഞുമെല്ലാം പോകാൻ പറ്റും. ഈ ഫാക്ടറിയിലെ ഏത് മുറിയിലേക്കും ഇതിലൂടെ പോകാൻ സാധിക്കും. ഈ ബട്ടണുകളിൽ ഒന്ന് അമർത്തേണ്ട താമസം നിങ്ങൾ അവിടെയെത്തും."

"അവിശ്വസനീയം!" ജോ അപ്പാപ്പൻ ശബ്ദം താഴ്ത്തിപ്പറഞ്ഞു. അതിലെ ബട്ടണുകളുടെ നിരയിലേക്കു നോക്കിനിൽക്കെ അദ്ദേഹത്തിന്റെ കണ്ണുകളിൽ പൂത്തിരി കത്തി.

"നല്ല കട്ടിയുള്ള ചില്ലിലാണ് ഈ ലിഫ്റ്റ് പൂർണ്ണമായും നിർമ്മിച്ചിരിക്കുന്നത്. പുറത്തു നടക്കുന്നത് നിരീക്ഷിക്കുക എന്ന ഉദ്ദേശ്യത്തോടെയാണതു ചെയ്തിരിക്കുന്നത്." മിസ്റ്റർ വോങ്ക വിശദീകരിച്ചു.

"എന്നിട്ട് ഇവിടെ കാണാൻ ഒന്നിമല്ലല്ലോ!" മൈക്ക് ടീവീ പറഞ്ഞു.

"അതിൽ നിന്ന് ഒരു സ്ഥലം തിരഞ്ഞെടുക്കൂ." മിസ്റ്റർ വോങ്ക പറഞ്ഞു.

"കുട്ടികൾ രണ്ടുപേരും ഓരോ ബട്ടൺ വീതം അമർത്തണം. അതുകൊണ്ട് വേഗം ഒരെണ്ണം തിരഞ്ഞെടുക്കൂ. ഓരോ മുറിയിലും സ്വാദിഷ്ടമായ സംഗതികളാണുള്ളത്."

ഉടനെ, ചാർളി ബട്ടണിനരികിലുള്ള എഴുത്തുകൾ വായിക്കാൻ തുടങ്ങി.

'പാറ മിഠായി ഖനി – 10,000 അടി താഴ്ച്ചയിൽ', ഒരെണ്ണത്തിൽ ഇങ്ങനെയാണ് എഴുതിയിരുന്നത്.

'കോക്കർനട്ട് ഐസ് സ്കേറ്റിംഗ് പരിശീലന മുറി' എന്ന് മറ്റൊന്നിലും എഴുതിയിരുന്നു.

പിന്നെ, **'സ്ട്രോബറി ജ്യൂസ് തോക്കുകൾ'**.

'തോട്ടത്തിൽ കുഴിച്ചിടാൻ പറ്റുന്ന ടോഫീ–ആപ്പിൾ മരങ്ങൾ – എല്ലാ വലുപ്പത്തിലുമുള്ളത്'.

'ശത്രുക്കൾക്കു കൊടുക്കാൻ പൊട്ടിത്തെറിക്കുന്ന മിഠായികൾ'.

'രാത്രിയിൽ കിടക്കയിൽ കിടന്നു കഴിക്കാനായി തിളങ്ങുന്ന കോലുമിഠായികൾ'.

'അയൽപക്കത്തെ പയ്യനു കൊടുക്കാൻ പുദിന ജുജുബ്. ഒരുമാസത്തേക്ക് അവന്റെ പല്ലിന് പച്ചനിറമായിരിക്കും'.

'പല്ലിലെ ഓട്ടയടയ്ക്കുന്ന കാരമൽ – ഇനി ദന്ത ഡോക്ടർക്കു വിട'.

'വായാടികളായ രക്ഷിതാക്കൾക്കു വേണ്ടിയുള്ള പല്ലൊട്ടികൾ'.

'വിഴുങ്ങിക്കഴിഞ്ഞാൽ വയറ്റിൽ കിടന്നു പിടയുന്നയിനം പിടച്ചിൽ മിഠായികൾ'.

'ക്ലാസ്സിലിരുന്ന് കഴിക്കാനായി അദൃശ്യ ചോക്ലേറ്റ് ബാർ'.

'വായിലിടാൻ വേണ്ടി പഞ്ചസാര മുക്കിയ പെൻസിലുകൾ'.

'നുരയുന്ന നാരങ്ങവെള്ളം നിറച്ച നീന്തൽക്കുളങ്ങൾ'.

'മാന്ത്രിക ഹാൻഡ്-ഫഡ്ജുകൾ – കൈയിൽ പിടിച്ചാൽ മതി. അതിന്റെ രുചി വായിലെത്തും'.

'മഴവിൽ തുള്ളികൾ – അതിലൊരു തുള്ളി വായിലെടുത്താൽ ആറു വ്യത്യസ്ത നിറങ്ങളിൽ തുപ്പാൻ സാധിക്കും'.

"വേഗം വേഗം! നമുക്ക് ഇന്നു മുഴുവൻ ഇതു നോക്കി നിൽക്കാൻ പറ്റില്ല." മിസ്റ്റർ വോങ്ക പറഞ്ഞു.

"ഇതിലെവിടെയെങ്കിലും ഒരു ടെലിവിഷൻ മുറിയുണ്ടോ?" മൈക്ക് ടീവീ ചോദിച്ചു.

"തീർച്ചയായും!" മിസ്റ്റർ വോങ്ക പറഞ്ഞു. "അതാ, അക്കാണുന്ന ബട്ടണില്ലേ?" അദ്ദേഹം വിരൽ ചൂണ്ടിക്കാണിച്ചു. എല്ലാവരും അങ്ങോട്ടു നോക്കി. **'ടെലിവിഷൻ ചോക്ലേറ്റ്'**, അതിനടിയിൽ എഴുതിയിരുന്നു.

"യേയേ..." മൈക്ക് ടീവീ തുള്ളിച്ചാടി.

"അതെനിക്കുള്ളതാണ്!" അവൻ തള്ളവിരൽ കൊണ്ട് ആ ബട്ടൺ അമർത്തി.

പെട്ടെന്ന് അവിടെയൊരു മുഴക്കം കേട്ടു. ലിഫ്റ്റിന്റെ വാതിലടഞ്ഞു. കടന്നൽ കുത്തേറ്റതു പോലെ അത് പരക്കം പായാൻ തുടങ്ങി. ഒരു വശത്തേക്കാണതു കുതിച്ചു കൊണ്ടിരുന്നത്. മുകളിലെ പിടിയിൽ ആദ്യമേ പിടിയുറപ്പിച്ചിരുന്ന മിസ്റ്റർ വോങ്കയൊഴികെ എല്ലാ യാത്രക്കാരും നില തെറ്റി തറയിലേക്കു വീണു.

"എഴുന്നേൽക്കൂ, എഴുന്നേൽക്കൂ!" പൊട്ടിച്ചിരിച്ചു കൊണ്ട് മിസ്റ്റർ വോങ്ക പറഞ്ഞു. അവർ എഴുന്നേറ്റു നിൽക്കാൻ കഷ്ടപ്പെടുന്നതിനിടയ്ക്ക്

ലിഫ്റ്റിന്റെ ഗതി മാറി ഒരു വളവു തിരിഞ്ഞു പോയി. അവർ ഒരിക്കൽ കൂടി നിലതെറ്റി തറപറ്റി.

"രക്ഷിക്കണേ!" മിസ്സിസ് ടീവീ നിലവിളിച്ചു.

"എന്റെ കൈ പിടിക്കൂ, മാഡം." മിസ്റ്റർ വോങ്ക ആവേശത്തോടെ പറഞ്ഞു.

"അങ്ങനെ തന്നെ. ഇനി ഈ പിടിയിൽ പിടിക്കൂ. എല്ലാവരും ഈ പിടികളിൽ പിടിക്കൂ. യാത്ര ഇനിയും അവസാനിച്ചിട്ടില്ല."

പാവം ജോ അപ്പാപ്പൻ നിലത്തുറയ്ക്കാത്ത കാലുകളോടെ എഴുന്നേറ്റ് നിന്ന് ഒരു പിടിയിൽ എങ്ങനെയോ പിടിച്ചു. അത്രയുമുയരത്തിൽ കൈ എത്താതിരുന്ന കൊച്ചു ചാർളി, ജോ അപ്പാപ്പന്റെ കാലുകൾ മുറുകെ കെട്ടിപ്പിടിച്ചു.

ലിഫ്റ്റ് ശരവേഗത്തിൽ പാഞ്ഞു പോയിക്കൊണ്ടിരുന്നു. ഇപ്പോഴത് ഏതോ ഉയരം കയറാൻ തുടങ്ങിയിരുന്നു. കുത്തനെ മുകളിലേക്കു കയറിപ്പോകുമ്പോൾ അതേതോ കുന്നു കയറിപ്പോവുകയാണെന്നു തോന്നി. പെട്ടെന്ന്, കുന്നിന്റെ ഉച്ചിയിലെത്തിയ ശേഷം കൊക്കയിലേക്കു മറിഞ്ഞു വീഴുന്നൊരു കല്ലുപോലെ അത് താഴേക്ക് കുതിക്കാൻ തുടങ്ങി. തന്റെ വയർ തൊണ്ട വരെ കയറി വരുന്നതായി ചാർളിക്ക് തോന്നി.

"യിപ്പീീീ.. നമ്മളിതാ പോകുന്നേ!" ജോ അപ്പാപ്പൻ കൂക്കി വിളിച്ചു.

"ഇതിന്റെ കയർ പൊട്ടിയിരിക്കുകയാണ്. നമ്മളെല്ലാം മരിക്കാൻ പോവുകയാണ്." മിസ്സിസ് ടീവീ പറഞ്ഞു.

മിസ്റ്റർ വോങ്ക ഇടപെട്ടു. "സമാധാനമായിരിക്കൂ, മാഡം." അദ്ദേഹം അതു പറഞ്ഞ് അവരുടെ തോളിൽ തടവി സമാധാനിപ്പിച്ചു.

ജോ അപ്പാപ്പൻ തന്റെ കാലിൽ അള്ളിപ്പിടിച്ചു നിൽക്കുന്ന ചാർളിയെ നോക്കി ചോദിച്ചു. "നിനക്ക് കുഴപ്പമൊന്നുമില്ലല്ലോ, ചാർളി?"

ചാർളി പറഞ്ഞു. "എനിക്കിത് ഒരുപാട് ഇഷ്ടമായി. ഒരു യന്ത്ര ഊഞ്ഞാലിൽ കയറിയതു പോലെ."

ലിഫ്റ്റ് പാഞ്ഞു പോകുന്നതിനിടയിൽ അതിന്റെ ചില്ലിലൂടെ പുറത്തെ ചില മുറികളിൽ നടക്കുന്ന വിചിത്രവും ആശ്ചര്യജനകവുമായ സംഗതികൾ ഒറ്റ നോട്ടത്തിൽ കാണാൻ അവർക്കു സാധിച്ചു.

വലിയൊരു കുഴലിൽ നിന്ന് തവിട്ടു നിറത്തിലുള്ള ഒരു ദ്രാവകം പുറത്തേക്കു ചീറ്റിക്കൊണ്ടിരിക്കുന്നു.

ഫഡ്ജ് കൊണ്ടുണ്ടാക്കിയ വലിയൊരു മല. കുറേ ഊംപ-ലൂംപകൾ ചേർന്ന് (സുരക്ഷാവശ്യാർത്ഥം അവരെ കൂട്ടിക്കെട്ടിയിട്ടുണ്ട്) അതിന്റെ വശങ്ങളിൽ നിന്ന് വലിയ കഷണം ഫഡ്ജ് ചെത്തിയെടുക്കുന്നു.

ഒരു യന്ത്രത്തിൽ നിന്ന് മഞ്ഞു പെയ്യുന്നതു പോലെ വെളുത്ത പൊടി ചീറ്റുന്നു.

ചൂട് കാരമൽ നിറച്ച ആവി പറക്കുന്നൊരു തടാകം.

ഊംപ-ലൂംപകളുടെ ഒരു ഗ്രാമം. കൊച്ചു വീടുകളും നിരത്തുകളും. തെരുവിൽ കളിച്ചു കൊണ്ടിരിക്കുന്ന, നാലിഞ്ചിൽ താഴെ മാത്രം പൊക്കമുള്ള കുറേ ഊംപ-ലൂംപ കുട്ടികൾ.

ഇപ്പോൾ ലിഫ്റ്റ് വീണ്ടും നേരെയായി. എന്നാൽ ഇപ്പോൾ അത് മുൻപത്തേക്കാളേറെ വേഗത്തിൽ പോകുന്നതായാണ് തോന്നിയത്. അത് കുതിച്ചു പായുന്നതിനിടയ്ക്ക് പുറത്ത് കാറ്റിന്റെ സീൽക്കാരം ചാർളിക്ക് കേൾക്കാമായിരുന്നു. അത് വെട്ടിത്തിരിഞ്ഞു. പിന്നെ വളഞ്ഞു പുളഞ്ഞു. പിന്നെ മുകളിലേക്കു പോയി... പിന്നെ താഴേക്കു വന്നു... പിന്നെ...

"ഞാനിപ്പോൾ ഛർദ്ദിക്കും." മിസ്സിസ് ടീവീ പറഞ്ഞു. അവരുടെ മുഖത്തൊരു പച്ച നിറം പടർന്നു.

"അങ്ങനെ പറയരുത്." മിസ്റ്റർ വോങ്ക പറഞ്ഞു.

"എന്നാൽ എന്തെങ്കിലും ചെയ്ത് അത് നിർത്തു."

"ഇതെടുത്തുകൊള്ളൂ!" അതും പറഞ്ഞ് മിസ്റ്റർ വോങ്ക അയാളുടെ കറുത്ത തൊപ്പിയെടുത്ത് തല തിരിച്ചു പിടിച്ച് അവരുടെ വായ്ക്കു നേരെ നീട്ടിപ്പിടിച്ചു.

"ഈ നാശം പിടിച്ച സാധനം ഒന്നു നിർത്തു?" മിസ്റ്റർ ടീവീ ആജ്ഞാപിച്ചു.

"അതു പറ്റില്ല." മിസ്റ്റർ വോങ്ക പറഞ്ഞു.

"നാം അവിടെ എത്തിച്ചേരുന്നതു വരെ ഇത് നിർത്താനാകില്ല. ഇപ്പോൾ ആരും മറ്റേ ലിഫ്റ്റ് ഉപയോഗിക്കാതിരിക്കണേയെന്നാണ് എന്റെ പ്രാർത്ഥന."

"അതേതു ലിഫ്റ്റ്?" മിസ്സിസ് ടീവീ ചോദിച്ചു.

"ഇതേ ട്രാക്കിൽ എതിർ ദിശയിൽ നിന്നു വരുന്ന ലിഫ്റ്റ്."

"എന്ത്!!! നമ്മൾ കൂട്ടിയിടിക്കുമെന്നാണോ നിങ്ങൾ പറയുന്നത്?" മിസ്റ്റർ ടീവീയുടെ കണ്ണു തള്ളി.

"ഇതുവരെ ഭാഗ്യം എന്റെ കൂടെയായിരുന്നു." മിസ്റ്റർ വോങ്ക പറഞ്ഞു.

"ഞാനിപ്പോൾ ഛർദ്ദിക്കും" മിസ്സിസ് ടീവീ പറഞ്ഞു.

"അരുതരുത്. ഇപ്പോൾ ചെയ്യരുത്. നമ്മൾ സ്ഥലത്തെത്താറായി. എന്റെ തൊപ്പി വൃത്തി കേടാക്കരുത്."

അടുത്ത നിമിഷം ബ്രേക്കുകൾ അമരുന്ന ശബ്ദം കേട്ടു. ലിഫ്റ്റിന്റെ വേഗത കുറഞ്ഞു. പിന്നീടത് നിശ്ചലമായി.

"വല്ലാത്തൊരു പോക്ക്!" മിസ്റ്റർ ടീവീ ുവാലയെടുത്ത് വിയർപ്പൊപ്പിക്കൊണ്ട് പറഞ്ഞു.

"ഇനിയൊരിക്കലും ഞാനിതിൽ കയറില്ല." മിസ്സിസ് ടീവീയ്ക്ക് വീർപ്പുമുട്ടി. ലിഫ്റ്റിന്റെ വാതിലുകൾ തുറന്നു വന്നു.

മിസ്റ്റർ വോങ്ക പറഞ്ഞു, "ഒരു നിമിഷം എല്ലാവരും ശ്രദ്ധിച്ചു കേൾക്കൂ. ഈ മുറിയിൽ എല്ലാവരും വളരെയേറെ സൂക്ഷിക്കേണ്ടതുണ്ട്. അപകടകരമായ ഒരുപാട് സംഗതികളുണ്ട് ഇതിനകത്ത്. അതൊന്നും ഒരിക്കലും തൊടാൻ ശ്രമിക്കരുത്."

26

ടെലിവിഷൻ–ചോക്ലേറ്റ് മുറി

ടീവീ കുടുംബവും ചാർളിയും അപ്പാപ്പനുമടങ്ങുന്ന ആ സംഘം ലിഫ്റ്റിൽ നിന്നിറങ്ങിയത് കണ്ണഞ്ചിപ്പിക്കുന്ന പ്രകാശമുള്ള, വെള്ള നിറം പൂശിയ ഒരു മുറിയിലേക്കാണ്. അതുകണ്ട് കണ്ണു വേദനിച്ച് അവർ നടത്തം നിർത്തി. മിസ്റ്റർ വോങ്ക അവർക്ക് കറുത്ത കണ്ണടകൾ കൈമാറിക്കൊണ്ട് പറഞ്ഞു.

"വേഗമിത് ധരിക്കൂ. എന്തു വന്നാലും ഇത് ഊരിയെടുക്കരുത്. ഈ വെളിച്ചമടിച്ചാൽ നിങ്ങളുടെ കാഴ്ച തന്നെ പോകും."

കണ്ണട വെച്ചതോടെ ചാർളിക്ക് ആശ്വാസത്തോടെ ചുറ്റും കാണാമെന്നായി. നീണ്ട ഒരു മുറിയായിരുന്നു അത്. മുറിയാകെ വെള്ളപൂശിയിരുന്നു. നിലം പോലും വെളുത്തിട്ടായിരുന്നു. ഒരു തരിയോ പൊടിയോ എങ്ങുമില്ല. മേൽക്കൂരയിൽ നിന്ന് തൂങ്ങിക്കിടന്നിരുന്ന വിളക്കുകളിൽ നിന്ന് മുറിയാകെ നീലിമയുള്ള വെള്ള വെളിച്ചം നിറഞ്ഞു. അറ്റത്തല്ലാതെ മുറിയുടെ ബാക്കി ഭാഗങ്ങളെല്ലാം കാലിയായിക്കിടക്കുകയായിരുന്നു. ഒരറ്റത്ത് ചക്രങ്ങളിൽ കയറ്റിവെച്ച വലിയൊരു ക്യാമറയുണ്ടായിരുന്നു.

ഊംപ-ലൂംപകളുടെ വലിയൊരു കൂട്ടം അതിൽ എണ്ണയിട്ടു കൊടുക്കാനും കുറ്റികൾ നേരെയാക്കാനും ലെൻസ് തുടയ്ക്കാനുമെല്ലാമായി അതിനു ചുറ്റും കൂടി നിന്നു. വളരെ അസാധാരണമായ രീതിയിലാണ് ഊംപ-ലൂംപകളെല്ലാം വസ്ത്രം ധരിച്ചിരുന്നത്. കടും ചുവപ്പു നിറത്തിലുള്ള സ്പേസ് സ്യൂട്ടും – അല്ലെങ്കിൽ സ്പേസ് സ്യൂട്ട് പോലെയെന്തോ സംഗതി – പിന്നെ ഹെൽമെറ്റും കണ്ണടയും ധരിച്ച് അവർ പരിപൂർണ്ണ നിശബ്ദരായി പണിയെടുത്തുകൊണ്ടിരുന്നു. അവരെ നോക്കി നിന്നപ്പോൾ ചാർളിക്ക് എന്തെന്നില്ലാത്ത ഒരു അപായ ബോധമുണ്ടായി. ഇവിടെ അപകടകരമായ എന്തോ ഒരു

സംഗതിയുണ്ട്. ഊംപ-ലൂംപകൾക്ക് അത് നന്നായറിയാം. ഇവിടെ അവർ പാട്ടു പാടുകയോ സംസാരിക്കുകയോ ചെയ്യുന്നില്ല. തങ്ങളുടെ തിളങ്ങുന്ന സ്പേസ് സ്യൂട്ട് ധരിച്ച് ആ വലിയ കറുത്ത ക്യാമറയെ ചുറ്റിപ്പറ്റി പതിയെ, വളരെ സൂക്ഷിച്ച് നടക്കുക മാത്രമാണ് അവർ ചെയ്തു കൊണ്ടിരിക്കുന്നത്.

മുറിയുടെ അങ്ങേത്തലയ്ക്കൽ, ക്യാമറയിൽ നിന്ന് ഏകദേശം അമ്പതു വാര മാറി ഒരു ഊംപ-ലൂംപ (അയാളും സ്പേസ് സ്യൂട്ട് ധരിച്ചിട്ടുണ്ട്) ഒരു കറുത്ത മേശയ്ക്കരികിൽ വലിയൊരു ടെലിവിഷൻ സ്ക്രീനിൽ കണ്ണും നട്ടിരിക്കുകയാണ്.

"ഇതാ നാം ഇവിടെ എത്തിച്ചേർന്നിരിക്കുന്നു." ആവേശത്താൽ തുള്ളിച്ചാടിക്കൊണ്ട് മിസ്റ്റർ വോങ്ക പറഞ്ഞു.

"എന്റെ ഏറ്റവും പുതിയതും ഏറ്റവും മഹത്തരവുമായ കണ്ടുപിടുത്തമായ ടെലിവിഷൻ ചോക്ലേറ്റിന്റെ പരീക്ഷണ മുറിയാണിത്"

"ടെലിവിഷൻ ചോക്ലേറ്റ് എന്നാൽ എന്താണ്?" മൈക്ക് ടീവീ ചോദിച്ചു.

"കർത്താവേ! എന്റെ പൊന്നു മോനെ, നീയീ ഇടയ്ക്കു കയറുന്നതൊന്ന് അവസാനിപ്പിക്കുമോ!" മിസ്റ്റർ വോങ്ക തുടർന്നു.

"ടെലിവിഷൻ വഴിയാണിത് പ്രവർത്തിക്കുക. എനിക്ക് ടെലിവിഷൻ ഇഷ്ടമല്ല. ചെറിയ അളവിലാണെങ്കിൽ ഇത് നിരുപദ്രവകാരിയാണ്. എന്നാൽ കുട്ടികൾക്ക് അങ്ങനെ ചെറിയ അളവിലൊന്നും കിട്ടിയതു കൊണ്ട് മതി വരാറില്ല. ദിവസം മുഴുവൻ അതിന്റെ മുമ്പിൽ ഇരുന്ന് സ്ക്രീനിലേക്ക് തുറിച്ചു നോക്കിയാലേ അവർക്കു തൃപ്തി വരൂ."

"അത് എന്നെ കുറിച്ചാണാ പറയുന്നത്." മൈക്ക് ടീവീ പറഞ്ഞു.

"മിണ്ടാതിരിക്കൂ!" മിസ്റ്റർ ടീവീ പറഞ്ഞു.

"നന്ദി!" മിസ്റ്റർ വോങ്ക പറഞ്ഞു.

“എന്റെയീ അസാമാന്യ ടെലിവിഷൻ പ്രവർത്തിക്കുന്ന തെങ്ങനെയാണെന്ന് ഇനി ഞാൻ നിങ്ങൾക്കു പറഞ്ഞു തരാം. എന്നാൽ അതിനു മുമ്പ്, സാധാരണ ടെലിവിഷൻ പ്രവർത്തി ക്കുന്നതെങ്ങനെയാണെന്ന് നിങ്ങൾക്കറിയുമോ? വളരെ ലളിതമാണത്. ഒരു വശത്ത്, അതായത് ചിത്രം പകർത്തുന്നിടത്ത്, വലിയൊരു സിനി ക്യാമറയുണ്ടാകും. അതുപയോഗിച്ച് ദൃശ്യങ്ങൾ ഒപ്പിയെടുക്കുന്നു. എന്നിട്ടീ ദൃശ്യങ്ങൾ ലക്ഷക്കണക്കിന് ചെറിയ കഷണങ്ങളാക്കുന്നു. നമുക്ക് കാണാൻ പോലും പറ്റാത്തത്രയും ചെറിയ ഈ കഷണങ്ങൾ വൈദ്യുതി ഉപയോഗിച്ച് ആകാശത്തേക്കു വിടും. ആകാശത്ത്, അവയങ്ങനെ പറന്നു നടന്നവസാനം ആരുടെയെങ്കിലും വീടിനു മുകളിലെ ആന്റിനയിൽ തട്ടും. ആന്റിനയിൽ ഘടിപ്പിച്ചിരിക്കുന്ന വയറിലൂടെ അത് നേരെ ടെലിവിഷൻ സെറ്റിലേക്കു വരും. അവിടെ വെച്ചത് കുത്തിയും കുലുങ്ങിയും ഒരു വിധം ലക്ഷക്കണക്കിന് വരുന്ന ആ കഷണ ങ്ങളെല്ലാം അതിന്റെ ക്രമത്തിൽ വിന്യസിക്കും. അങ്ങനെ ആ ചിത്രം സ്ക്രീനിൽ തെളിയും.”

“കൃത്യമായിപ്പറഞ്ഞാൽ അങ്ങനെയല്ല അത് പ്രവർത്തി ക്കുന്നത്.” മൈക്ക് ടീവീ പറഞ്ഞു.

“എന്റെ ഇടത്തേ ചെവിക്ക് നേരിയ കേൾവിക്കുറവുണ്ട്. നീ പറയുന്നത് ഞാൻ കേട്ടില്ലെങ്കിൽ ക്ഷമിക്കണം.” മിസ്റ്റർ വോങ്ക പറഞ്ഞു.

“ഞാൻ പറഞ്ഞത് ഇങ്ങനെയല്ല അത് പ്രവർത്തിക്കുന്നത് എന്നാണ്.” മൈക്ക് ടീവീ അലറി പറഞ്ഞു.

“നീയൊരു നല്ല കുട്ടിയാണ്. പക്ഷെ, നീ ഒരുപാട് സംസാരിക്കുന്നു. നമുക്ക് ഇവിടേക്ക് തിരിച്ചു വരാം. ആദ്യമായി ഒരു സാധാരണ ടെലിവിഷൻ പ്രവർത്തിക്കുന്നതു കണ്ടപ്പോൾ എന്റെ മനസ്സിലൊരു ആശയമുദിച്ചു.

‘ഇവർക്ക് ഒരു ചിത്രം ലക്ഷക്കണക്കിന് ചെറിയ കഷണങ്ങളാക്കി വായുവിലേക്ക് പറത്തി വിട്ട് ശേഷമത് മറ്റൊരു ഭാഗത്ത് പഴയതു പോലെ കൂട്ടി യോജിപ്പിക്കാമെങ്കിൽ എന്തുകൊണ്ട് എനിക്കിതേ കാര്യം ചോക്ലേറ്റിൽ ചെയ്തു കൂടാ? എന്തുകൊണ്ട് എനിക്കും ഒരു ചോക്ലേറ്റ് ബാർ ഇക്കണക്കിന് കഷണങ്ങളാക്കി വായുവിൽ പറത്തി വിട്ട് മറ്റൊരറ്റത്ത് കൂട്ടിയോജിപ്പിച്ച് പഴയപടിയാക്കി കഴിക്കാൻ കൊടുത്തു കൂടാ?’”

“അസാദ്ധ്യം!” മൈക്ക് ടീവീ പറഞ്ഞു.

“നിനക്കങ്ങനെ തോന്നുന്നുണ്ടോ?” മിസ്റ്റർ വോങ്കയ്ക്കു വാശി കയറി.

“ശരി. ഇനിയിതു കാണൂ. ഞാനിപ്പോൾ എന്റെ ഏറ്റവും നല്ല ചോക്ലേറ്റ് ഈ മുറിയുടെ ഒരറ്റത്ത് നിന്ന് മറ്റൊരറ്റത്തേക്ക് അയക്കാൻ പോവുകയാണ് – ടെലിവിഷൻ ഉപയോഗിച്ച്. ഞെട്ടാൻ തയ്യാറെടുത്തുകൊള്ളൂ! ചോക്ലേറ്റ് കൊണ്ടു വരൂ!”

പെട്ടെന്നു തന്നെ ആറ് ഊംപ-ലൂംപകൾ ചേർന്ന്, ചാർളി ഇതുവരെ കണ്ടതിൽ വെച്ചേറ്റവും വലിയ ഒരു ചോക്ലേറ്റ് ബാർ ചുമന്നു കൊണ്ട് നടന്നു വന്നു. വീട്ടിൽ അവൻ കിടന്നുറങ്ങിയിരുന്ന മെത്തയുടെ വലുപ്പമുണ്ടായിരുന്നു അതിന്.

“ചോക്ലേറ്റ് വലുതായിരിക്കണം.” മിസ്റ്റർ വോങ്ക വിശദീകരിച്ചു.

“കാരണം, ടെലിവിഷൻ ഉപയോഗിച്ച് നിങ്ങൾ എന്തു തന്നെ അയച്ചാലും അതിന്റെ യഥാർത്ഥ വലുപ്പത്തേക്കാൾ വളരെ ചെറുതായാണ് ലക്ഷ്യസ്ഥാനത്തെത്തുക. സാധാരണ ടെലിവിഷനിലും അങ്ങനെ തന്നെ. ഒരു വലിയ മനുഷ്യന്റെ ചിത്രം പകർത്തുകയാണെങ്കിൽ, അയാൾ സ്ക്രീനിലെത്തുമ്പോൾ ഒരു പെൻസിലിന്റെ വലുപ്പം പോലും കാണില്ലല്ലോ. നമുക്കിത് തുടങ്ങാം. എല്ലാവരും തയ്യാറല്ലേ? നിർത്തൂ! ഒരു നിമിഷം. മൈക്ക് ടീവീ, കുറച്ച് പിന്നിലേക്കു നിൽക്കൂ. നീ ക്യാമറയുടെ വളരെ അടുത്തായാണ് നിൽക്കുന്നത്. അതിൽ നിന്ന് അപകടകരമായ രശ്മികൾ വരുന്നുണ്ട്. ഒറ്റ നിമിഷം കൊണ്ട് നിന്നെ ലക്ഷക്കണക്കിന് ചെറിയ കഷണങ്ങളാക്കി മാറ്റാൻ അതിനു സാധിക്കും. അതു കൊണ്ടാണ് ഊംപ-ലൂംപകൾ സ്പേസ് സ്യൂട്ട് ധരിച്ചിരിക്കുന്നത്. ഈ സ്യൂട്ടുകൾ അവരെ അപകടത്തിൽ നിന്ന് രക്ഷിക്കും. ശരി. അത്ര മതി. ഇപ്പോൾ ശരിയായി. ഇനിയത് ഓൺ ചെയ്തോളൂ.”

ഒരു ഊംപ-ലൂംപ വലിയൊരു സ്വിച്ച് പിടിച്ച് താഴേക്കു വലിച്ചു.

കണ്ണഞ്ചിപ്പിക്കുന്ന പ്രകാശം അവിടെ മിന്നിമറഞ്ഞു.

“ചോക്ലേറ്റ് കാണാനില്ല!” ജോ അപ്പാപ്പൻ കൈ ആട്ടിക്കൊണ്ട് വിളിച്ചു പറഞ്ഞു.

അതു ശരിയായിരുന്നു. ആ വലിയ ചോക്ലേറ്റ് പൂർണ്ണമായും വായുവിൽ അലിഞ്ഞില്ലാതായി മാറിയിരുന്നു.

“അത് യാത്രയിലാണ്.” മിസ്റ്റർ വോങ്ക പറഞ്ഞു.

“നമ്മുടെ തലയ്ക്കു മുകളിലെ വായുവിലൂടെ ലക്ഷക്കണക്കിന് ചെറിയ കഷണങ്ങളായി അത് കുതിച്ചു പായുകയാണ്. വേഗം

ഇങ്ങോട്ടു വരൂ." അതും പറഞ്ഞദ്ദേഹം ടെലിവിഷൻ സെറ്റ് ഇരിക്കുന്ന ഭാഗത്തേക്കു പോയി. മറ്റുള്ളവർ അദ്ദേഹത്തെ അനുഗമിച്ചു.

"സ്ക്രീനിലേക്കു നോക്കൂ! ഇതാ അതു വരുന്നു. നോക്കൂ!"

സ്ക്രീൻ ഒന്നു മിന്നി അതിൽ വെളിച്ചം നിറഞ്ഞു. പെട്ടെന്ന് സ്ക്രീനിന്റെ ഒത്ത നടുക്കായി ഒരു ചെറിയ ചോക്ലേറ്റ് ബാർ പ്രത്യക്ഷപ്പെട്ടു.

"അതെടുക്ക്!" മിസ്റ്റർ വോങ്കയ്ക്ക് ആവേശം കൂടി.

"അത് എടുക്കുന്നതെങ്ങനെയാണ്? ടെലിവിഷൻ സ്ക്രീനിലെ ഒരു ചിത്രം മാത്രമാണത്." മൈക്ക് ടീവീ ചിരിച്ചു കൊണ്ടു പറഞ്ഞു.

"ചാർളി ബക്കറ്റ്, നീയതു പോയെടുക്കൂ." മിസ്റ്റർ വോങ്ക പറഞ്ഞു.

"ചുമ്മാ കൈ എത്തിച്ച് അതിങ്ങെടുത്താൽ മതി."

ചാർളി കൈ കൊണ്ട് സ്ക്രീനിൽ തൊട്ടു. അടുത്ത നിമിഷം ആ ചോക്ലേറ്റ് ബാർ അവന്റെ കൈയിലേക്കു വന്നു. അതിന്റെ ഞെട്ടലിൽ അവനത് താഴെയിടുമെന്നു തോന്നി.

"അതു കഴിച്ചു കൊള്ളൂ!" മിസ്റ്റർ വോങ്ക പറഞ്ഞു.

"നല്ല രുചിയായിരിക്കും. ഇത് നേരത്തെ കണ്ട അതേ ബാർ ആണ്. ഈ യാത്രയിൽ ചെറുതായിപ്പോയി എന്നു മാത്രം."

"ഇത് തീർത്തും അവിശ്വസനീയമാണ്." ജോ അപ്പാപ്പന് വീർപ്പു മുട്ടി. "ഇത് തീർച്ചയായും ഒരു അത്ഭുതമാണ്."

"ഞാനീ സാങ്കേതിക വിദ്യ ഈ നാട്ടു മുഴുവൻ ഉപയോഗിക്കുന്നതൊന്ന് ആലോചിച്ചു നോക്കൂ!" മിസ്റ്റർ വോങ്ക പറഞ്ഞു,

"നിങ്ങൾ വീട്ടിലിരുന്ന് ടിവി കാണുകയാകും. പെട്ടെന്ന് സ്ക്രീനിൽ ഒരു പരസ്യം വരും. **'വോങ്കാസ് ചോക്ലേറ്റ്. ലോകത്തെ ഏറ്റവും രുചിയുള്ള ചോക്ലേറ്റ്. ഞങ്ങൾ പറയുന്നത് വിശ്വാസമില്ലെങ്കിൽ നിങ്ങൾക്ക് ഇപ്പോൾ തന്നെ അത് കഴിച്ചു നോക്കാം.'** അപ്പോൾ നിങ്ങൾക്ക് വെറുതെ കൈ എത്തിച്ച് അതെടുത്താൽ മതി. എങ്ങനെയുണ്ട്?"

"അടിപൊളി!" ജോ അപ്പാപ്പന് ആവേശമായി.

"ഇത് ലോകത്തെ തന്നെ മാറ്റിമറിക്കും."

27

മൈക്ക് ടീവീ ടെലിവിഷനിൽ

ചോക്ലേറ്റ് ബാർ ടെലിവിഷൻ വഴി അയക്കുന്നത് കണ്ട് ജോ അപ്പാപ്പനേക്കാൾ ആവേശം കൊണ്ടത് മൈക്ക് ടീവീയാണ്.

"മിസ്റ്റർ വോങ്ക, ഇതു പോലെ മറ്റു സാധനങ്ങളും വായുവിലൂടെ അയക്കാൻ സാധിക്കുമോ? ഉദാഹരണത്തിന്, ബ്രേക്ക്ഫാസ്റ്റ് സീറിയൽ." മൈക്ക് ടീവീ ചോദിച്ചു.

"എന്റെ കർത്താവേ!" മിസ്റ്റർ വോങ്ക നിലവിളിച്ചു.

"ആ വൃത്തികെട്ട സാധനത്തെക്കുറിച്ച് എന്റെ മുമ്പിൽ വെച്ച് സംസാരിക്കരുത്. ബ്രേക്ക്ഫാസ്റ്റ് സീറിയൽ എന്ന സാധനം ഉണ്ടാക്കുന്നത് എങ്ങനെയാണെന്നറിയാമോ? പെൻസിൽ കൂർപ്പിക്കുമ്പോൾ കിട്ടുന്ന ചെറിയ മരപ്പൊടിയില്ലേ, അതിൽ നിന്ന്."

"ഞാൻ ചോദിച്ചത്, അത് അയക്കണമെന്നുണ്ടെങ്കിൽ, ഇപ്പോൾ ചോക്ലേറ്റ് അയച്ചതു പോലെ ടെലിവിഷനിലൂടെ അയക്കാൻ സാധിക്കുമോയെന്നാണ്." മൈക്ക് ടീവീ ചോദിച്ചു.

"തീർച്ചയായും."

"മനുഷ്യരെയോ? ഇതേ രൂപത്തിൽ ഒരു മനുഷ്യനെ ഒരു സ്ഥലത്തു നിന്ന് മറ്റൊരു സ്ഥലത്തേക്ക് അയക്കാൻ സാധിക്കുമോ?"

"മനുഷ്യരെയോ? നിനക്കെന്താ ഭ്രാന്താണോ?"

"അത് സാധിക്കുമോ എന്നാണ് ചോദിച്ചത്."

"എന്റെ കർത്താവേ! മോനെ, എനിക്കറിയില്ല... പറ്റുമെന്ന് തോന്നുന്നു... അതെ... പറ്റേണ്ടതാണ്... പറ്റും... തീർച്ചയായും... എനിക്കത് ചെയ്യാൻ താത്പര്യമില്ലെന്നു മാത്രം... അതിന്റെ ഫലം ചിലപ്പോൾ അത്ര നന്നായിക്കൊള്ളണം എന്നില്ല..."

പക്ഷെ, ഇതു പറഞ്ഞു തീരുന്നതിനു മുമ്പേ മൈക്ക് ടീവീ ഓട്ടം തുടങ്ങിയിരുന്നു.

"പറ്റും... തീർച്ചയായും..." എന്ന് മിസ്റ്റർ വോങ്ക പറയുന്നതു കേൾക്കേണ്ട താമസം അവൻ ക്യാമറയിരിക്കുന്ന അറ്റത്തേക്ക് പരമാവധി വേഗത്തിൽ ഓടാൻ തുടങ്ങിയിരുന്നു.

"നോക്കൂ!" ഓട്ടത്തിനിടയിൽ അവൻ വിളിച്ചു പറഞ്ഞു.

"ഞാൻ, ടെലിവിഷനിലൂടെ അയക്കപ്പെടുന്ന ലോകത്തെ ആദ്യത്തെ മനുഷ്യനാകാൻ പോവുകയാണ്."

"അരുത്... അത് ചെയ്യരുത്..."

"മൈക്ക്!" മിസ്സിസ് ടീവീ അലറി വിളിച്ചു.

"നിൽക്കൂ! തിരിച്ചു വരൂ! നീ ലക്ഷക്കണക്കിന് ചെറിയ കഷണങ്ങളായി മാറും."

എന്നാൽ അപ്പോൾ മൈക്ക് ടീവീയെ തടയുന്നത് അസാദ്ധ്യമായിരുന്നു. ആ കിറുക്കൻ ചെക്കൻ ഓടി ക്യാമറയുടെ അടുത്തെത്തി. അവൻ സ്വിച്ച് കടന്നു പിടിച്ചതോടെ ഊംപ-ലൂംപകളെല്ലാം ഇടത്തും വലത്തും ചിതറിയോടി.

"പിന്നെക്കാണാം!" അതും പറഞ്ഞവൻ സ്വിച്ച് താഴ്ത്തി. അതോടെ ആ ലെൻസുകളുടെ കണ്ണഞ്ചിപ്പിക്കുന്ന പ്രകാശം അവനെ മൂടി.

അവിടെയൊരു മിന്നൽപ്രകാശം പരന്നു.

പിന്നെ നിശബ്ദത.

മിസ്സിസ് ടീവീ മുന്നോട്ടോടി. എന്നാൽ പകുതിയെത്തിയപ്പോൾ അവർ ആഘാതമേറ്റതു പോലെ തരിച്ചു നിന്നു. തന്റെ മകൻ നിന്നിരുന്നിടത്തേക്ക് തുറിച്ചു നോക്കിക്കൊണ്ട് അവരാ നിൽപ്പു തുടർന്നു. ശേഷം ആ ചുവന്ന വാ മലർക്കെ തുറന്ന് അവർ നിലവിളിച്ചു. "അവനെ കാണാനില്ല. അവൻ പോയി!"

"കർത്താവേ! അവൻ പോയി." മിസ്റ്റർ ടീവീ നിലവിളിച്ചു.

മിസ്റ്റർ വോങ്ക ഓടിച്ചെന്ന് മിസ്സിസ് ടീവീയുടെ തോളിൽ കൈ വെച്ച് സമാധാനിപ്പിച്ചു.

"നമുക്ക് എല്ലാം ശുഭമായി അവസാനിക്കുമെന്ന് പ്രതീക്ഷിക്കാം. അവൻ കുഴപ്പമൊന്നുമില്ലാതെ തിരിച്ചു വരാൻ പ്രാർത്ഥിക്കാം."

"മൈക്ക്!" തലയിൽ കൈവെച്ചു കൊണ്ട് മിസ്സിസ് ടീവീ കരഞ്ഞു വിളിച്ചു. "നീയെവിടെയാണ്, മോനെ?"

"അവൻ എവിടെയാണെന്ന് ഞാൻ നിനക്കു പറഞ്ഞു തരാം. അവനിപ്പോൾ നമ്മുടെ തലയ്ക്കു മീതെ ലക്ഷക്കണക്കിന്

കഷണങ്ങളായി യാത്ര ചെയ്തു കൊണ്ടിരിക്കുകയാണ്." മിസ്റ്റർ ടീവീ പറഞ്ഞു.

"അതിനെക്കുറിച്ചിപ്പോൾ സംസാരിക്കരുത്!" മിസ്സിസ് ടീവീ വിതുമ്പി.

"നമുക്കിനി ടെലിവിഷനിൽ നോക്കാം. അവൻ ഏതു നിമിഷവും അതിൽ പ്രത്യക്ഷപ്പെടാം." മിസ്റ്റർ വോങ്ക പറഞ്ഞു.

മൈക്ക് ടീവീയുടെ മാതാപിതാക്കളും ജോ അപ്പാപ്പനും കൊച്ചു ചാർളിയും പിന്നെ മിസ്റ്റർ വോങ്കയും കൂടി ടെലിവിഷനടുത്തെത്തി ആകാംക്ഷയോടെ സ്ക്രീനിൽ കണ്ണുനട്ടു നിന്നു. സ്ക്രീൻ ശൂന്യമായിക്കിടന്നു.

"അവൻ എന്തിനാണാവോ ഇത്രയും സമയമെടുക്കുന്നത്!" മിസ്റ്റർ ടീവീ നെറ്റിയിലെ വിയർപ്പു വടിച്ചു കൊണ്ട് പറഞ്ഞു.

"അവന്റെ ഒരു ഭാഗവും വേർപെട്ടു പോകാതിരുന്നാൽ മതിയായിരുന്നു." മിസ്റ്റർ വോങ്ക പറഞ്ഞു.

"നിങ്ങളെന്താണ് പറയുന്നത്?" മിസ്റ്റർ ടീവീ ദേഷ്യത്തോടെ ചോദിച്ചു.

"ഞാൻ നിങ്ങളെ പേടിപ്പിക്കാൻ പറഞ്ഞതല്ല. പക്ഷെ, ചിലപ്പോഴൊക്കെ അങ്ങനെയും സംഭവിക്കാറുണ്ട്. പകുതി കഷണങ്ങൾ ടെലിവിഷനിലേക്ക് എത്തിച്ചേരാതിരിക്കും. കഴിഞ്ഞ ആഴ്ച അങ്ങനെയൊന്ന് സംഭവിച്ചിരുന്നു. എന്തു കൊണ്ടാണെന്ന റിയില്ല, ഒരു ചേക്ലേറ്റിന്റെ പകുതി മാത്രമേ ടെലിവിഷനിലൂടെ പുറത്തു വന്നുള്ളൂ."

മിസ്സിസ് ടീവീ പേടിച്ച് നിലവിളിച്ചു. "മൈക്കിന്റെ പകുതി മാത്രമേ ഇനി തിരിച്ചു വരികയുള്ളൂ എന്നാണോ നിങ്ങൾ പറഞ്ഞു വരുന്നത്?"

"അങ്ങനെ സംഭവിക്കുകയാണെങ്കിൽ അത് മുകളിലത്തെ പകുതിയാകണേയെന്ന് നമുക്ക് പ്രാർത്ഥിക്കാം." മിസ്റ്റർ ടീവീ പറഞ്ഞു.

"ഒരു നിമിഷം. സ്ക്രീനിലേക്ക് നോക്കൂ. എന്തോ സംഭവിക്കുന്നുണ്ട്." മിസ്റ്റർ വോങ്ക പറഞ്ഞു.

സ്ക്രീനിൽ പെട്ടെന്നൊരു അനക്കം വന്നിരുന്നു.

ശേഷം വരകൾ പ്രത്യക്ഷപ്പെട്ടു.

മിസ്റ്റർ വോങ്ക എന്തോ പിടിച്ച് തിരിച്ചപ്പോൾ ആ വരകൾ അപ്രത്യക്ഷമായി.

വളരെ പതിയെ സ്ക്രീനിലെ വെളിച്ചം കൂടിക്കൂടി വരാൻ തുടങ്ങി.

"അതാ അവൻ വന്നിരിക്കുന്നു." മിസ്റ്റർ വോങ്ക പറഞ്ഞു. "അതെ. ഇത് അവൻ തന്നെ."

"അവൻ മുഴുവനായുണ്ടോ?" മിസ്സിസ് ടീവീ ചോദിച്ചു.

"അതെനിക്ക് ഉറപ്പില്ല. പറയാൻ സമയമായിട്ടില്ല."

ആദ്യം മങ്ങിയിട്ടായിരുന്നു. ശേഷം, പതിയെ പതിയെ തെളിഞ്ഞു വന്ന്, മൈക്ക് ടീവീയുടെ ചിത്രം സ്ക്രീനിൽ പൂർണ്ണമായും ദൃശ്യമായി. അവൻ നിന്നു കൊണ്ട് കാഴ്ചക്കാരെ നോക്കി കൈ വീശുകയും ചിരിച്ചു കാണിക്കുകയും ചെയ്യുകയായിരുന്നു.

"അവനൊരു കുള്ളനായല്ലോ!" മിസ്റ്റർ ടീവീ വിളിച്ചു പറഞ്ഞു.

“മൈക്ക്...” മിസ്സിസ് ടീവീ നിലവിളിച്ചു. “നിനക്ക് കുഴപ്പമൊന്നുമില്ലല്ലോ, മോനെ. നിന്റെ ഏതെങ്കിലും കഷണം നഷ്ടപ്പെട്ടിട്ടുണ്ടോ?”

“അവൻ ഇനി വലുതാവുകയില്ലേ?” മിസ്റ്റർ ടീവീ ചോദിച്ചു.

“എന്നോടു സംസാരിക്കു, മൈക്ക്. എന്തെങ്കിലുമൊന്നു പറയൂ. നിനക്ക് കുഴപ്പമൊന്നുമില്ലെന്നെങ്കിലും പറയൂ.” മിസ്സിസ് ടീവീ കരച്ചിൽ തുടർന്നു.

ഒരു എലിക്കുഞ്ഞിന്റെ ശബ്ദത്തോളം നേർത്തൊരു ശബ്ദം ടെലിവിഷൻ സെറ്റിൽ നിന്ന് പുറത്തു വന്നു.

“ഹായ് മമ്മീ, ഹായ് പപ്പാ, എന്നെ നോക്ക്! ടെലിവിഷൻ വഴി യാത്ര ചെയ്ത ആദ്യത്തെ മനുഷ്യനാണ് ഞാൻ!”

“അവനെ പിടിക്കു! വേഗം.” മിസ്റ്റർ വോങ്ക പറഞ്ഞു.

മിസ്സിസ് ടീവീ കൈ നീട്ടി സ്ക്രീനിൽ നിന്ന് മൈക്ക് ടീവീയുടെ ചെറിയ രൂപം പിടിച്ചെടുത്തു.

“യാായ്!” മിസ്റ്റർ വോങ്ക തുള്ളിച്ചാടി. “അവൻ മുഴുവനായുണ്ട്. കുഴപ്പമൊന്നും പറ്റിയിട്ടില്ല.”

“കുഴപ്പം പറ്റിയിട്ടില്ലെന്നോ?” മിസ്സിസ് ടീവീ തട്ടിക്കയറി. തന്റെ ഉള്ളം കൈയിൽ ഒരു കളിത്തോക്കും ചുഴറ്റി അങ്ങോട്ടുമിങ്ങോട്ടും ഓടിക്കൊണ്ടിരിക്കുന്ന ഇത്തിരിക്കുഞ്ഞൻ രൂപത്തെ അവർ തുറിച്ചു നോക്കി.

അവന്റെ പൊക്കം ഒരു ഇഞ്ചിൽ താഴെയായിരുന്നു.

“അവനാകെ ചുരുങ്ങിപ്പോയി!” മിസ്റ്റർ ടീവീ പറഞ്ഞു.

“അവൻ ചുരുങ്ങിപ്പോയെന്നത് സത്യമാണ്.” മിസ്റ്റർ വോങ്ക പറഞ്ഞു. “നിങ്ങൾ പിന്നെന്താണ് പ്രതീക്ഷിച്ചത്?”

“ഇത് വലിയ കഷ്ടമാണ്! നമ്മളിനിയെന്താണ് ചെയ്യുക?” മിസ്സിസ് ടീവീ കരയാൻ തുടങ്ങി.

മിസ്റ്റർ ടീവീ പറഞ്ഞു. “ഈ രൂപത്തിൽ നമുക്കിവനെ പഴയതു പോലെ സ്കൂളിലയക്കാൻ സാധിക്കില്ല. മറ്റുള്ളവരുടെ കാലിനിടയിൽ പെട്ട് ഇവൻ ചതഞ്ഞു പോകും. അവനെ മറ്റുള്ളവർ ചവിട്ടിയരയ്ക്കും.”

“അവന് ഇനിയൊന്നും ചെയ്യാൻ സാധിക്കുകയില്ല.” മിസ്സിസ് ടീവീ പറഞ്ഞു.

“അതൊക്കെ പറ്റും.” മൈക്ക് ടീവീയുടെ കുഞ്ഞു ശബ്ദം പുറത്തു വന്നു.

"എനിക്ക് ടെലിവിഷൻ കാണാൻ പറ്റും."

"ഒരിക്കലുമില്ല." മിസ്റ്റർ ടീവീ ഒച്ചവെച്ചു.

"നമ്മൾ വീട്ടിലെത്തുന്ന നിമിഷം ആ ടെലിവിഷൻ സെറ്റ് ഞാൻ ജനാലയിലൂടെ പുറത്തേക്കെറിയുകയാണ്. ടെലിവിഷൻ കൊണ്ടുള്ളതെല്ലാം മതിയായി."

ഇത് കേട്ടതോടെ മൈക്ക് ടീവീക്ക് വല്ലാതെ കലി കയറി. അവൻ അവന്റെ മമ്മിയുടെ കൈത്തലത്തിൽ കിടന്നു ചാടാനും അലറി വിളിക്കാനും കൈ വിരലുകൾ കടിക്കാനും തുടങ്ങി.

"എനിക്ക് ടെലിവിഷൻ കാണണം." അവൻ ചിണുങ്ങി. "എനിക്ക് ടെലിവിഷൻ കാണണം. എനിക്ക് ടെലിവിഷൻ കാണണം. എനിക്ക് ടെലിവിഷൻ കാണണം."

"അവനെ എനിക്കു തരൂ!" മിസ്റ്റർ ടീവീ പറഞ്ഞു. അയാൾ ആ ഇത്തിരിക്കുഞ്ഞനെ കീശയിലിട്ട് മുകളിലൊരു തൂവാല വെച്ചു നിറച്ചു. കീശയിൽ നിന്ന് നിലവിളികൾ വന്നു കൊണ്ടിരുന്നു. കോപിഷ്ഠനായ ആ കൊച്ചു തടവുപുള്ളി പുറത്തു കടക്കാൻ ശ്രമിക്കുന്നതിനനുസരിച്ച് കീശ കുലുങ്ങിക്കൊണ്ടിരുന്നു.

"മിസ്റ്റർ വോങ്ക..." മിസ്സിസ് ടീവീ വിതുമ്പിക്കൊണ്ട് ചോദിച്ചു. "അവന് വളർച്ച കിട്ടാൻ എന്താണ് ചെയ്യുക?"

"ശരി." ഊശാൻ താടി തടവിക്കൊണ്ട് മിസ്റ്റർ വോങ്ക ആലോചിച്ചു നിന്നു. "കുറച്ച് ബുദ്ധിമുട്ടുള്ള സംഗതിയാണ്. ചെറിയ കുട്ടികളെ വലുതാക്കാനും നീട്ടാനുമെല്ലാം എളുപ്പമാണെന്ന് അറിയാമല്ലോ. അവരെ എത്ര വേണമെങ്കിലും വലിച്ചു നീട്ടാം. നമുക്ക് ചെയ്യാവുന്നത് എന്താണെന്നു വെച്ചാൽ, ഇവിടെ ച്യൂയിങ് ഗമ്മിന്റെ വലിവ് പരീക്ഷിക്കാൻ വേണ്ടിയുള്ള യന്ത്രത്തിൽ നമുക്കവനെ വെക്കാം. ഒരുപക്ഷെ, അങ്ങനെ നമുക്കവനെ പഴയ പടിയാക്കാൻ പറ്റിയേക്കും."

"ഓഹ്, ഒരുപാട് നന്ദിയുണ്ട്." മിസ്സിസ് ടീവീ പറഞ്ഞു.

"അതിന്റെയൊന്നും ആവശ്യമില്ല, മാഡം."

"അവനെ എത്രത്തോളം വലിച്ചു നീട്ടാനാകുമെന്നാണ് നിങ്ങൾ വിചാരിക്കുന്നത്?" മിസ്റ്റർ ടീവീ ചോദിച്ചു.

"ഒരുപക്ഷെ, കുറേയേറെ മൈലുകൾ. ആർക്കറിയാം! പക്ഷെ, അവൻ നന്നേ നേർത്തുപോകും. വലിച്ചു നീട്ടിയാൽ എന്താണെങ്കിലും നേർത്തു പോകും."

"ച്യൂയിങ് ഗം പോലെയോ?" മിസ്റ്റർ ടീവീ ചോദിച്ചു.

"അതെ. തീർച്ചയായും."

"അവൻ എത്രത്തോളം മെലിയും?" മിസ്സിസ് ടീവീ പരിഭ്രാന്തയായി.

"അതിപ്പോൾ പറയാൻ പറ്റില്ല." മിസ്റ്റർ വോങ്ക പറഞ്ഞു. "അതിൽ വലിയ കാര്യമില്ല താനും. കാരണം അധികം വൈകാതെ നമ്മളവനെ പഴയ പടിയാക്കും. അതിന് ആദ്യമായി ചെയ്യേണ്ടത് ആ സൂപ്പർവൈറ്റമിൻ ചോക്ലേറ്റിന്റെ ഒരു ട്രിപ്പിൾ ഓവർ ഡോസ് അവനു നല്കുകയെന്നതാണ്. സൂപ്പർ വൈറ്റമിൻ ചോക്ലേറ്റിൽ വലിയ അളവിൽ വൈറ്റമിൻ എയും വൈറ്റമിൻ ബിയും അടങ്ങിയിട്ടുണ്ട്. കൂടാതെ വൈറ്റമിൻ സി, വൈറ്റമിൻ ഡി, വൈറ്റമിൻ ഇ, വൈറ്റമിൻ എഫ്, വൈറ്റമിൻ ജി, വൈറ്റമിൻ എച്ച്, വൈറ്റമിൻ ഐ, വൈറ്റമിൻ ജെ, വൈറ്റമിൻ എൽ, വൈറ്റമിൻ എം, വൈറ്റമിൻ എൻ, വൈറ്റമിൻ ഓ, വൈറ്റമിൻ പി, വൈറ്റമിൻ ക്യൂ, വൈറ്റമിൻ എസ്, വൈറ്റമിൻ

ടി, വൈറ്റമിൻ യൂ, വൈറ്റമിൻ വി, വൈറ്റമിൻ ഡബ്ല്യൂ, വൈറ്റമിൻ എക്സ്, വൈറ്റമിൻ വൈ, പിന്നെ വിശ്വസിച്ചാലും ഇല്ലെങ്കിലും വൈറ്റമിൻ സെഡ് കൂടിയുണ്ട്. ഇതിൽ ആകെയില്ലാത്തത്, വൈറ്റമിൻ ആറും വൈറ്റമിൻ കെയും ആണ്. കാരണം വൈറ്റമിൻ ആർ നിങ്ങളെ രോഗിയാക്കും. വൈറ്റമിൻ കെ അധികമായാൽ തലയിൽ കാളയെപ്പോലെ കൊമ്പ് വരും. എന്നാൽ, അതിൽ ഏറ്റവും അപൂർവ്വവും ഏറ്റവും മാന്ത്രികവുമായ മറ്റൊരു വൈറ്റമിൻ നേരിയ അളവിൽ ചേർത്തിട്ടുണ്ട് – വൈറ്റമിൻ വോങ്ക."

"അതുകൊണ്ടുള്ള ഉപകാരമെന്താണ്?" മിസ്റ്റർ ടീവീ ആകാംക്ഷയോടെ ചോദിച്ചു.

"അത് അകത്തു ചെന്നാൽ കാൽ വിരലുകൾ വളർന്ന് കൈവിരലുകളുടെ അത്രയാകും..."

"അയ്യോ..." മിസ്സിസ് ടീവീയുടെ ഉള്ളിൽ നിന്നൊരു നിലവിളി ഉയർന്നു.

"അതിനെന്താ!" മിസ്റ്റർ വോങ്ക പറഞ്ഞു.

"അതുകൊണ്ടാണ് ഏറ്റവും പ്രയോജനമുള്ളത്. അവന് കാലു കൊണ്ട് പിയാനോ വായിക്കാൻ പറ്റും."

"പക്ഷെ, മിസ്റ്റർ വോങ്ക..."

"ദയവു ചെയ്ത് വാദിക്കാൻ നിൽക്കരുത്." അതും പറഞ്ഞ് അദ്ദേഹം തിരിഞ്ഞു നിന്ന് മൂന്നു തവണ വിരൽ ഞൊടിച്ചു. പെട്ടെന്നൊരു ഊംപ-ലൂംപ വന്ന് അദ്ദേഹത്തിനരികിലായി നിന്നു.

"ഇതിലുള്ളതു പോലെ ചെയ്യൂ!" ചെയ്യേണ്ട കാര്യങ്ങൾ വിശദീകരിച്ചെഴുതിയ ഒരു കടലാസ് കൈമാറിക്കൊണ്ട് മിസ്റ്റർ വോങ്ക പറഞ്ഞു.

"ആ പയ്യൻ അവന്റെ അപ്പച്ചന്റെ കുപ്പായക്കീശയിലുണ്ട്. വേഗം പൊയ്ക്കോളൂ! ഗുഡ്ബൈ മിസ്റ്റർ ടീവീ, ഗുഡ്ബൈ മിസ്സിസ് ടീവീ. പിന്നെ, അധികം ആവലാതിപ്പെടേണ്ട കാര്യമില്ല. അവരെല്ലാവരും തിരിച്ചു വരും. എല്ലാവരും..."

മുറിയുടെ ഒരറ്റത്ത്, ക്യാമറയുടെ അടുത്ത് നിന്നിരുന്ന ഊംപ-ലൂംപകൾ ചെറിയ ചെണ്ടകൾ കൊട്ടി താളത്തിൽ തുള്ളാൻ തുടങ്ങിയിരുന്നു.

"ഇതാ അവർ പിന്നെയും തുടങ്ങിയിരിക്കുന്നു. എനിക്ക് തോന്നുന്നത് അവർ പാട്ടു പാടുന്നതു തടയാൻ ആരെക്കൊണ്ടും സാധിക്കില്ലെന്നാണ്." മിസ്റ്റർ വോങ്ക പറഞ്ഞു.

കൊച്ചു ചാർളി ജോ അപ്പാപ്പന്റെ കൈ പിടിച്ചു കൊണ്ട് ആ

വലിയ മുറിയുടെ നടുക്ക് മിസ്റ്റർ വോങ്കയുടെ തൊട്ടടുത്തായി നിന്നുകൊണ്ട് ഊംപ-ലൂംപകളുടെ പാട്ടു കേട്ടു. ഇതാണവർ പാടിയത്:

നാം മനസ്സിലാക്കിയതിലേറ്റവും
പ്രധാനപ്പെട്ടൊരു സംഗതിയെന്നാൽ
കൊച്ചു കുട്ടികളെയൊരിക്കലും
*ടിവി കാണിക്കാൻ **പാടില്ലെന്നാണ്.***
പറ്റുമെങ്കിലീ വിഡ്ഢിപ്പെട്ടി വീട്ടിൽ
കയറ്റാതിരിക്കുകയാണ് നല്ലതെന്നാണ്.
ഞങ്ങൾ കണ്ട വീടുകളിലധികവുമിങ്ങനെ
കുട്ടികളതിൽ മുഴുകിയിരിക്കുകയാണ്.
കിടന്നുമിരുന്നും ചാരിക്കിടന്നുമതു കാണും
കണ്ണു തള്ളി വരുംവരെയിതു തുടരും.
(കഴിഞ്ഞയാഴ്ച ഒരിടത്തു പോയപ്പോൾ
തറയിലൊത്തിരി കണ്ണുകൾ കാണാനായി.)
മുഴുനേരവും അവരതിൽ കണ്ണു നട്ടിരിക്കും
അങ്ങനെയവരുടെ ബോധം മറഞ്ഞിടും
ഉപകാരമില്ലാത്തയീ മാലിന്യങ്ങളെല്ലാം പേറി
അവരുടെ ബുദ്ധി പാടെ നശിച്ചിടും.
അതെ, ഇതവരെ വീട്ടിലൊതുക്കുമെന്നറിയാം.
അവരിനി മതിൽ ചാടി ഓടില്ലെന്നറിയാം.
അടിപിടി-കുസൃതികൾ കാട്ടില്ലെന്നറിയാം.
നിങ്ങളെ വെറുതെ വിടുമെന്നുമറിയാം.
പാചകം ചെയ്യാനും തുണിയലക്കാനുമായി
വേണ്ടുവോളം സമയം ലഭിക്കുമെന്നറിയാം.
എന്നാലിതു കൊണ്ട് നിങ്ങളുടെ പൊന്നോമനകൾക്ക്
എന്തു സംഭവിക്കുമെന്നോർത്തു നോക്കിയിട്ടുണ്ടോ?
ഇതവരുടെ ബോധ-ബോധ്യങ്ങൾ നശിപ്പിച്ചിടും
ഭാവനയെയീ പാഴ്പെട്ടി പാടെ കൊന്നിടും
മനസ്സിനെ ബന്ധിച്ചിടും കീഴ്മേൽ മറിച്ചിടും
കരുന്നിനെ മരമണ്ടനും അന്ധനുമാക്കിടും.
ഇതു കാരണമവന് തിരിച്ചറിവില്ലാതായിടും

ഭാവനയും മായാലോകവുമേതൊക്കെയാണെന്ന്.
മസ്തിഷ്കം വെണ്ണപോൽ മൃദുവായിട്ടും.
ചിന്തയും ഓർമ്മയും തുരുമ്പെടുത്തുപോയിട്ടും
വിഡ്ഢിയാമൊരു പ്രേക്ഷകനായവൻ മാറിട്ടും.
"ശരി... ശരി...!" നിങ്ങൾ പറയും. "ഇതില്ലെങ്കിൽ-
പ്പിന്നെ, ഞങ്ങളുടെ കുഞ്ഞുങ്ങളെ രസിപ്പിക്കാൻ
എന്താണ് ചെയ്യേണ്ടതെന്നു കൂടി പറഞ്ഞു തന്നാലും."
ഇതിനുള്ള ഉത്തരമൊരു മറുചോദ്യമാണ് കേൾക്ക,
"ഈ ദുരന്തത്തിന്റെ വരവിനു മുമ്പീയോമനകൾ
എന്തു ചെയ്താണ് ആനന്ദം കണ്ടെത്തിയിരുന്നത്?"
മറന്നു പോയോ? നിങ്ങൾക്കോർമ്മയില്ലെന്നോ?
സാവധാനത്തിൽ, ഉറക്കെ ഞങ്ങളതു പറഞ്ഞു തരാം.
വായിക്കുമായിരുന്നു... വായിച്ചു വളരുമായിരുന്നു.
വായിക്കുമായിരുന്നു... കൂടുതൽ വായിക്കുമായിരുന്നു.
ജീവിതത്തിൽ പകുതിയും വായിച്ചു തീർക്കുമായിരുന്നു.
നഴ്സറി ഷെൽഫുകളാകെ പുസ്തകങ്ങൾ നിറഞ്ഞിരുന്നു.
നിലത്താകെ പുസ്തകങ്ങൾ പരന്നു കിടന്നിരുന്നു.
കിടപ്പു മുറിയിൽ, കട്ടിലിനടുത്ത് പുസ്തകങ്ങളായിരുന്നു.
കൂടുതൽ പുസ്തകങ്ങൾ ഊഴം കാത്തിരുന്നിരുന്നു.
വ്യാളികളുടെയും നാടോടികളുടെയും രാജ്ഞിയുടെയും
നിധികളുടെയും തിമിംഗലത്തിന്റെയുമെല്ലാമായി
അത്ഭുതമുളവാക്കുന്ന അതിശയ കഥകളുണ്ടായിരുന്നു.
നിശബ്ദമായി തുഴഞ്ഞു പോകുന്ന കള്ളക്കടത്തുകാരും
കടൽക്കൊള്ളക്കാരും കപ്പലും ആനകളും പാത്രത്തിൽ
ചട്ടുകമിട്ടിളക്കുന്ന നരഭോജികളുമുള്ള കുട്ടിക്കഥകൾ.
(അതിൽ നിന്ന് നല്ല മണം വരുന്നു. അകത്തെന്താകും?
എന്റെ കർത്താവേ! ഇത് പെനെലോപ് ആണല്ലോ.)
കുഞ്ഞുങ്ങൾക്ക് ബീട്രിക്സ് പോട്ടറും മിസ്റ്റർ ടോഡും
നട്കിനണ്ണാനും പിഗ്ലിൻ ബ്ലാൻഡും ടിഗ്ഗി-വിങ്കിളും
പിന്നെ ഒട്ടകത്തിനെങ്ങനെ കൂനുണ്ടായെന്നും
കുട്ടിക്കുരങ്ങനെങ്ങനെ വാല് നഷ്ടമായെന്നും...
പിന്നെ മിസ്റ്റർ ടോഡും, എലിക്കുട്ടനും കെട്ട്യോളും...

ഓഹ്! പുസ്തകങ്ങൾ! പണ്ടത്തെ കുരുന്നുകൾക്ക്
വായിക്കാൻ എന്തെല്ലാം പുസ്തകങ്ങളായിരുന്നു.
ദയവു ചെയ്ത് – ഞങ്ങൾ അപേക്ഷിക്കുകയാണ് –
നിങ്ങളെല്ലാം ടെലിവിഷൻ ഉപേക്ഷിക്കേണ്ടതാണ്.
അതിന്റെ സ്ഥാനത്ത് പകരമായി നിങ്ങൾ
പുസ്തക അലമാരയൊന്ന് സ്ഥാപിക്കേണ്ടതാണ്.
എന്നിട്ട് അതിൽ നിറയെ പുസ്തകം നിറയ്ക്കണം.
എല്ലാ തുറിച്ചു നോട്ടങ്ങളും അവഗണിക്കേണം.
നിലവിളികളും കരച്ചിലും അടിയും തൊഴിയും
കുട്ടികൾ വടിയെടുത്തടിക്കുന്നതും മറക്കണം.
പേടിക്കേണ്ട, ഞങ്ങളൊരു കാര്യം ഉറപ്പു തരാം,
ഒന്നോ രണ്ടോ ആഴ്ച കഴിയുമ്പോൾ പിന്നെ
മറ്റൊന്നും ചെയ്യാനില്ലെന്ന് തിരിച്ചറിഞ്ഞവർ
നല്ല വായനയിലേക്കു തിരിച്ചു വന്നിട്ടും, തീർച്ച.
തുടങ്ങിക്കഴിഞ്ഞാൽ പിന്നെ, ഒന്നും പറയേണ്ട,
ക്രമേണ അവരുടെ ഉള്ളിൽ സന്തോഷം നിറയും
അവർക്കു വായന താത്പര്യമാകും പിന്നെയാ
വൃത്തികെട്ട നികൃഷ്ടമായ ടെലിവിഷൻ സ്ക്രീനിൽ
ഇത്രയും നാൾ കണ്ടതെന്തായിരുന്നുവെന്ന
ചിന്ത അവരെ തിരിച്ചറിവിലെത്തിക്കും.
നിങ്ങളിപ്പോഴീ ചെയ്ത കാര്യം മൂലം, പിന്നീട്
ഓരോ കുഞ്ഞും നിങ്ങളെ സ്നേഹിക്കും പതിന്മടങ്ങ്.
മൈക്ക് ടീവീയെ കുറിച്ചൊരു കാര്യം പറയാം.
അവനെ പഴയപടിയാക്കാൻ പറ്റുമോയെന്ന്
കാത്തിരുന്നു കാണണമെല്ലോ എന്നോർക്കുമ്പോൾ
ഞങ്ങൾക്കുള്ളിലുമൊരുപാട് സങ്കടമുണ്ടെങ്കിലും
അഥവാ അതു സംഭവിച്ചില്ലെങ്കിൽ തന്നെ അതവൻ
അർഹിച്ചതാണെന്ന് മാത്രമേ നമുക്ക് കരുതാൻ പറ്റൂ.

28

ചാർളി മാത്രം ബാക്കിയായി!

"അടുത്തതായി ഏതു മുറിയിലേക്കാണ് പോകേണ്ടത്?" തിരിഞ്ഞു നിന്ന് ലിഫ്റ്റിലേക്കു പായുന്നതിനിടയിൽ മിസ്റ്റർ വോങ്ക ചോദിച്ചു.

"വേഗം വരൂ. നമുക്ക് പെട്ടെന്ന് പോകണം. ഇനിയെത്ര കുട്ടികൾ ബാക്കിയുണ്ട്?"

കുഞ്ഞു ചാർളി അപ്പാപ്പനേയും ജോ അപ്പാപ്പൻ ചാർളിയെയും പരസ്പരം നോക്കി.

"മിസ്റ്റർ വോങ്ക..." ജോ അപ്പാപ്പൻ പറഞ്ഞു.

"ഇനിയാകെ... ഇനിയാകെ ചാർളി മാത്രമേ ബാക്കിയുള്ളൂ."

മിസ്റ്റർ വോങ്ക തിരിഞ്ഞു നിന്ന് ചാർളിയെ ഉറ്റു നോക്കി.

നിശബ്ദത. ജോ അപ്പാപ്പന്റെ കൈ മുറുകെ പിടിച്ച് ചാർളി അവിടെ നിന്നു.

"അതായത് നീ മാത്രമേ ഇനി ബാക്കിയുള്ളൂ എന്നോ?" ആശ്ചര്യപ്പെടുന്നതായി അഭിനയിച്ചു കൊണ്ട് മിസ്റ്റർ വോങ്ക ചോദിച്ചു.

"അതെ!" ചാർളി ശബ്ദം താഴ്ത്തി പറഞ്ഞു.

മിസ്റ്റർ വോങ്ക ആവേശത്തോടെ പൊട്ടിച്ചിരിച്ചു.

"എങ്കിൽ, മോനെ, അതിനർത്ഥം നീ വിജയിച്ചുവെന്നാണ്." അദ്ദേഹം ലിഫ്റ്റിൽ നിന്ന് ഇറങ്ങിയോടി ചാർളിയുടെ കൈ ശക്തിയിൽ പിടിച്ചു കുലുക്കാൻ തുടങ്ങി.

"അഭിനന്ദനങ്ങൾ കുഞ്ഞേ. എനിക്ക് വല്ലാത്ത സന്തോഷം തോന്നുന്നു. ഇതു വളരെ മനോഹരമാണ്. എന്ത് രസമാണിത്. എനിക്ക് തുടക്കത്തിലേ തോന്നിയിരുന്നു നീയാണിതിൽ വിജയിക്കാൻ പോകുന്നതെന്ന്. നന്നായി, ചാർളി. അടിപൊളിയായി. ഇനിയാണ് യഥാർത്ഥ രസം വരാൻ പോകുന്നത്. പക്ഷെ, നമ്മൾ

താമസിക്കാൻ പാടില്ല. ഇപ്പോൾ മുമ്പത്തേക്കാൾ കുറച്ചു സമയം മാത്രമേ നമ്മുടെ കയ്യിലുള്ളൂ. ഈ ദിനം അവസാനിക്കുന്നതിനു മുമ്പ് നമുക്ക് ഒരുപാട് കാര്യങ്ങൾ ചെയ്തു തീർക്കാനുണ്ട്. ഇവിടെ ഒരുക്കാനുള്ള സജ്ജീകരണങ്ങളെക്കുറിച്ച് ആലോചിച്ചു നോക്കൂ. കൊണ്ടുവരാനുള്ള ആളുകൾ. ഭാഗ്യത്തിന്, കാര്യങ്ങളെല്ലാം വേഗത്തിലാക്കാൻ നമ്മുടെ കൈയിൽ ഈ ലിഫ്റ്റുണ്ട്. അകത്തേക്കു കയറി വരൂ, ചാർളി. അതെ, നിങ്ങളും ജോ അപ്പാപ്പാ. വേണ്ട വേണ്ട, നിങ്ങൾ ആദ്യം കയറൂ. ഇതിലെ. അതെ. ഇപ്രാവശ്യം ഏത് ബട്ടൺ അമർത്തണമെന്ന് ഞാൻ തീരുമാനിക്കും." മിസ്റ്റർ വോങ്കയുടെ തിളങ്ങുന്ന നീലക്കണ്ണുകൾ കുറച്ചു നേരത്തേക്ക് ചാർളിയുടെ മുഖത്ത് ഉടക്കി നിന്നു.

വിചിത്രമായതെന്തോ സംഭവിക്കാൻ പോവുകയാണിപ്പോൾ എന്ന് ചാർളിക്ക് തോന്നി. അവന് പേടിയില്ലായിരുന്നു. ഉത്കണ്ഠ പോലും ഉള്ളതായി തോന്നിയില്ല. അവന്റെ ഉള്ളിലാകെ ആവേശം മാത്രമായിരുന്നു. ജോ അപ്പാപ്പനും അങ്ങനെ തന്നെ. മിസ്റ്റർ വോങ്കയുടെ ചലനങ്ങൾ വീക്ഷിച്ചു കൊണ്ടിരുന്നപ്പോൾ ആ വൃദ്ധന്റെ മുഖം ആവേശം കൊണ്ട് തിളങ്ങി. ലിഫ്റ്റിന്റെ മേൽഭാഗത്തുള്ള ഒരു ബട്ടണിലേക്കാണ് അദ്ദേഹം കൈ എത്തിച്ചത്. ബട്ടണു താഴെ എന്താണ് എഴുതിയിരിക്കുന്നത് എന്ന് വായിച്ചു നോക്കാനായി ചാർളിയും ജോ അപ്പാപ്പനും ഏന്തി വലിഞ്ഞു നോക്കി.

അതിൽ **'മുകളിലൂടെ പുറത്തേക്ക്'** എന്ന് എഴുതി വെച്ചിരുന്നു.

മിസ്റ്റർ വോങ്ക ബട്ടണിൽ വിരലമർത്തി.

വാതിലുകൾ അടഞ്ഞു.

"മുറുകെ പിടിച്ചു കൊള്ളൂ!" മിസ്റ്റർ വോങ്ക പറഞ്ഞു.

പിന്നെ, ടിഷ്യൂം...! ലിഫ്റ്റ് ഒരു റോക്കറ്റ് പോലെ മുകളിലേക്ക് കുതിച്ചു പൊന്തി.

"യിപ്പീീീ..." ജോ അപ്പാപ്പൻ ആവേശത്താൽ നിലവിളിച്ചു. ചാർളി ജോ അപ്പാപ്പന്റെ കാലുകളിൽ അള്ളിപ്പിടിച്ചു. മിസ്റ്റർ വോങ്ക ലിഫ്റ്റിന്റെ മുകൾ ഭാഗത്തു നിന്ന് തൂങ്ങിക്കിടക്കുന്ന വള്ളിയിൽ ബലമായി പിടിച്ചു. ഇത്തവണ ലിഫ്റ്റ് നേരെ മുകളിലേക്കാണ് പോയത്. വളവോ തിരിവോ ഇല്ലാതെ അത് നേരെ മുകളിലേക്ക് ഉയർന്നു പൊങ്ങിക്കൊണ്ടിരുന്നു. ലിഫ്റ്റിന്റെ വേഗത കൂടുന്നതിനനുസരിച്ച് പുറത്ത് കാറ്റിന്റെ മൂളൽ ഉച്ചത്തിലായിക്കൊണ്ടിരുന്നു. "യിപ്പീീീ" ജോ അപ്പാപ്പൻ വിളിച്ചു പറഞ്ഞു.

"വേഗം. വേഗം." ലിഫ്റ്റിന്റെ ചുവരിൽ ഇടിച്ചു കൊണ്ട് മിസ്റ്റർ വോങ്ക പറഞ്ഞു. "വേഗം വേഗം. ഈ വേഗത്തിൽ പോയാൽ നമ്മുക്കത് കടക്കാൻ പറ്റില്ല."

"എന്ത് കടക്കാൻ?" ജോ അപ്പാപ്പൻ ചോദിച്ചു. "നമുക്കെന്താണ് കടക്കാനുള്ളത്?"

"ആഹാ! അത് നിങ്ങൾ കാത്തിരുന്നു കാണുക തന്നെ വേണം. വർഷങ്ങളായി ഈ ബട്ടണൊന്നമർത്താൻ കൊതിച്ച് ഞാൻ കാത്തിരിക്കുകയായിരുന്നു. ഇതുവരെ ഞാനതു ചെയ്തിട്ടില്ല. പല തവണ എനിക്കത് ചെയ്യണമെന്ന് ആശ വന്നതാണ്. അതെ, പല തവണ. എന്നാൽ ഈ ഫാക്ടറിയുടെ മേൽക്കൂരയിൽ വലിയൊരു തുള വീഴുന്നതിനെക്കുറിച്ചുള്ള ചിന്ത എനിക്ക് താങ്ങാനായില്ല. ഇനി നമുക്കതു ചെയ്യാം, കൂട്ടുകാരെ. മുകളിലൂടെ പുറത്തേക്ക്."

“പക്ഷെ... നിങ്ങൾ... ഈ ലിഫ്റ്റ്... ഇത് ശരിക്കും... നിങ്ങളത് ഉദ്ദേശിച്ച് പറഞ്ഞതല്ല, അല്ലേ?” ജോ അപ്പാപ്പൻ ചോദിച്ചു.

“ഞാൻ അതു തന്നെയാണ് ഉദ്ദേശിച്ചത്. നിങ്ങൾ കാത്തിരുന്നു കാണുക.”

“പക്ഷെ... പക്ഷെയിത് ചില്ലു കൊണ്ടുണ്ടാക്കിയതാണ്.” ജോ അപ്പാപ്പൻ പറഞ്ഞു. “ഇതാകെ തകർന്ന് തരിപ്പണമായിപ്പോകും.”

“എനിക്കും ആ പേടിയുണ്ട്.” പ്രസന്ന ഭാവം കൈവിടാതെ മിസ്റ്റർ വോങ്ക പറഞ്ഞു.

“എന്നാലും ഇത് വളരെ കട്ടിയുള്ള ഇനം ചില്ലാണ്.”

ലിഫ്റ്റ് മുകളിലേക്ക് അതിവേഗം ഉയർന്നു പൊങ്ങിക്കൊണ്ടിരുന്നു.

പെട്ടെന്ന്, ക്രാഷ്! അവരുടെ തലയ്ക്കു മുകളിൽ ഒടിയുന്ന മരത്തിന്റെയും പൊട്ടുന്ന ടൈലിന്റെയും അതിഭീകരമായ ശബ്ദം മുഴങ്ങിക്കേട്ടു.

ഞെട്ടിത്തരിച്ച ജോ അപ്പാപ്പൻ ഒച്ച വെക്കാൻ തുടങ്ങി. “രക്ഷിക്കണേ! എല്ലാം നശിച്ചു! നമ്മുടെ കഥ തീർന്നു.”

“ഇല്ല കഴിഞ്ഞില്ല. നമ്മളതു കടന്നു. ഇപ്പോൾ നാം പുറത്തെത്തിയിരിക്കുന്നു.” മിസ്റ്റർ വോങ്ക പറഞ്ഞു. അതു ശരിയായിരുന്നു. ലിഫ്റ്റ് ഫാക്ടറിയുടെ മേൽക്കൂര പൊളിച്ച് ആകാശത്തേക്ക് ഒരു റോക്കറ്റ് പോലെ കുതിച്ചു പൊങ്ങുകയായിരുന്നു. അതിന്റെ ചില്ലു മേൽക്കൂരയിലൂടെ സൂര്യ പ്രകാശം അരിച്ചിറങ്ങി. അഞ്ചു നിമിഷത്തിനകം അവർ ആകാശത്ത് ഒരായിരം അടിയെങ്കിലും ഉയരത്തിലായി.

“ലിഫ്റ്റിന് ഭ്രാന്തു പിടിച്ചെന്നു തോന്നുന്നു.” ജോ അപ്പാപ്പൻ പറഞ്ഞു.

“പേടിക്കേണ്ട, പ്രിയപ്പെട്ട സർ.” മിസ്റ്റർ വോങ്ക തികഞ്ഞ സംയമനത്തോടെ മറ്റൊരു ബട്ടണിൽ വിരലമർത്തി. ലിഫ്റ്റ് നിന്നു. വായുവിൽ ഒരു ഹെലികോപ്റ്റർ പോലെ അതു തൂങ്ങി നിന്നു. ഫാക്ടറിക്കും ഒരു പിക്ചർ പോസ്റ്റ് കാർഡിലെ ചിത്രം പോലെ പരന്നു കിടന്ന ആ പട്ടണത്തിനും മുകളിലായി അതങ്ങനെ നിന്നു. താഴേക്കു നോക്കുമ്പോൾ ദൂരെയുള്ള വീടുകളും തെരുവുകളും സർവ്വതിനെയും മൂടിക്കിടക്കുന്ന മഞ്ഞുപാളികളും ചാർളിക്ക് കാണാമായിരുന്നു. ആകാശത്ത് ചില്ലു പ്രതലത്തിനു മുകളിൽ നിൽക്കുകയെന്നത് വളരെ ഭയാനകമായ ഒരു അവസ്ഥയായിരുന്നു. നിങ്ങൾ ഒന്നിന്റെയും മുകളിലല്ല, മറിച്ച് വായുവിലാണ് നിൽക്കുന്നത് എന്നു തോന്നും.

“ആർക്കും കുഴപ്പമൊന്നുമില്ലല്ലോ!” ജോ അപ്പാപ്പൻ ചോദിച്ചു. “ഈ സാധനം എങ്ങനെയാണ് ഇപ്പോൾ ആകാശത്ത് നിൽക്കുന്നത്.”

“ഷുഗർ പവർ! ഒരു മില്യൺ ഷുഗർ പവർ, അങ്ങോട്ടു നോക്കു, നോക്കു. മറ്റു കുട്ടികൾ പോകുന്നതു കണ്ടോ? അവർ വീട്ടിലേക്ക് തിരിച്ചു പോവുകയാണ്.”

29

മറ്റു കുട്ടികൾ വീട്ടിലേക്ക് തിരിച്ചു പോകുന്നു

"നമുക്കാദ്യം താഴോട്ടു പോയി നമ്മുടെയാ കൂട്ടുകാരെയൊരു നോക്കു കാണാം." മിസ്റ്റർ വോങ്ക പറഞ്ഞു. അദ്ദേഹം മറ്റൊരു ബട്ടണിൽ വിരലമർത്തി. ലിഫ്റ്റ് താണു വന്ന് ഫാക്ടറിയുടെ പ്രവേശന കവാടങ്ങൾക്ക് തൊട്ടു മുകളിലായി നിന്നു.

താഴേക്കു നോക്കിയപ്പോൾ അവിടെ കവാടത്തിനകത്തായി മറ്റു കുട്ടികളും അവരുടെ രക്ഷിതാക്കളും നിൽക്കുന്നത് ചാർളിക്ക് കാണാമായിരുന്നു.

"മൂന്നു പേരെ മാത്രമേ കാണാനുള്ളൂ!" അവൻ പറഞ്ഞു. "ആരാണ് കുറവ്?"

"മൈക്ക് ടീവീ ആയിരിക്കും." മിസ്റ്റർ വോങ്ക പറഞ്ഞു.

"പക്ഷെ, അവനും അധികം വൈകാതെ വരും. നീയാ ട്രക്കുകൾ കാണുന്നുണ്ടോ?" അദ്ദേഹം അവിടെയായി നിരത്തിയിട്ടിരിക്കുന്ന കൂറ്റൻ ട്രക്കുകളിലേക്ക് വിരൽ ചൂണ്ടി.

"അതെ! അതെന്തിനാണ്?" ചാർളി ചോദിച്ചു.

"സ്വർണ്ണ ടിക്കറ്റുകളിൽ പറഞ്ഞിരുന്ന സംഗതി ഓർമ്മയില്ലേ? എല്ലാവരും ജീവിത കാലം മുഴുവൻ കഴിക്കാനുള്ള മിഠായികളുമായാണ് തിരിച്ചു പോവുക. ഓരോരുത്തർക്കും ഒരു ട്രക്ക് നിറയെ സാധനങ്ങളുണ്ട്." മിസ്റ്റർ വോങ്ക തുടർന്നു.

"ഇതാ നമ്മുടെ ചങ്ങാതി അഗസ്റ്റസ് ഗ്ലൂപ്പ് പോകുന്നു. നീ കാണുന്നുണ്ടോ? മാതാപിതാക്കൾക്കൊപ്പം അവൻ ആദ്യത്തെ ട്രക്കിലേക്കു കയറുകയാണ്!"

“അതായത്, ആ കുഴലിലൂടെയൊക്കെ പോയിട്ടും അവന് കുഴപ്പമൊന്നും പറ്റിയില്ലെന്നാണോ?” ചാർളി ചോദിച്ചു.

“അവന് കുഴപ്പമൊന്നുമില്ല.”

“അവന് ചെറിയൊരു മാറ്റം വന്നിട്ടുണ്ട്.” ലിഫ്റ്റിന്റെ ചില്ലിലൂടെ താഴേക്കു നോക്കി ജോ അപ്പാപ്പൻ പറഞ്ഞു.

“അവന് നല്ല തടിയുണ്ടായിരുന്നു. ഇപ്പോൾ വല്ലാതെ മെലിഞ്ഞു പോയി.”

“തീർച്ചയായും. അവന് നല്ല മാറ്റം വന്നിട്ടുണ്ട്.” മിസ്റ്റർ വോങ്ക ചിരിച്ചു കൊണ്ടു പറഞ്ഞു.

“അവനെ ആ കുഴലിലിട്ട് ഞെരിച്ചത് ഓർമ്മയില്ലേ? ഇനി നോക്ക്. വയലറ്റ് ബ്യൂർഗാർഡ് പോകുന്നു. ചൂയിങ് ഗംകാരി. അവളെയും അവർ പിഴിഞ്ഞെടുത്തെന്നാണ് മനസ്സിലാകുന്നത്. എനിക്ക് സന്തോഷമായി. ഇപ്പോൾ അവളെ നോക്ക്. നല്ല ആരോഗ്യമുള്ളതു പോലെ തോന്നുന്നില്ലേ? മുമ്പത്തേക്കാളേറെ.”

"പക്ഷെ, അവളുടെ മുഖത്തെ നീല നിറം ഇപ്പോഴും മാഞ്ഞിട്ടില്ല." ജോ അപ്പാപ്പൻ പറഞ്ഞു.

"അതെയതെ. അത് പോയിട്ടില്ല. അതിൽ നമുക്കൊന്നും ചെയ്യാൻ സാധിക്കില്ല." വോങ്ക പറഞ്ഞു.

"എന്റെ കർത്താവേ! ആ പാവം വെറുക സോൾടിനെയും അവളുടെ മമ്മിയെയും ഡാഡിയെയും നോക്കൂ. അവരാകെ മാലിന്യത്തിൽ കുളിച്ച് നിൽക്കുകയാണല്ലോ." ചാർളി പറഞ്ഞു.

"ഇതാ മൈക്ക് ടീവീ വരുന്നു." ജോ അപ്പാപ്പൻ പറഞ്ഞു.

"അവർ അവനെയെന്താണ് ചെയ്തതാവോ! പത്തടി നീളവും നൂലു പോലെ വണ്ണവും."

"ചൂയിങ് ഗം വലിച്ചു നീട്ടുന്ന യന്ത്രത്തിലിട്ട് അവരവനെ ആവശ്യത്തിലധികം വലിച്ചു നീട്ടിയെന്ന് തോന്നുന്നു. എന്തൊരു അശ്രദ്ധയാണവർക്ക്." മിസ്റ്റർ വോങ്ക പറഞ്ഞു.

“പക്ഷെ, അവനെ സംബന്ധിച്ചിടത്തോളം എന്തൊരു വലിയ ദുരന്തമാണിത്.” ചാർളി പറഞ്ഞു.

“അസംബന്ധം!” മിസ്റ്റർ വോങ്ക തിരുത്തി.

“അവൻ ശരിക്കും ഭാഗ്യവാനാണ്. ഈ രാജ്യത്തെ എല്ലാ ബാസ്കറ്റ് ബോൾ ടീമുകളും ഇപ്പോൾ അവനെ കിട്ടാൻ വേണ്ടി വരി നിൽക്കും. ഏതായാലും ഇപ്പോൾ ഈ നാല് കുട്ടികളെ വിട്ടു പോരാൻ സമയമായി. എനിക്ക് നിന്നോട് വളരെ പ്രധാനപ്പെട്ടൊരു സംഗതി സംസാരിക്കാനുണ്ട്, ചാർളി.” അതും പറഞ്ഞ് മിസ്റ്റർ വോങ്ക ലിഫ്റ്റിന്റെ മറ്റൊരു ബട്ടണിൽ വിരലമർത്തി. ലിഫ്റ്റ് ആകാശത്തേക്ക് ഉയർന്നു പൊങ്ങി.

30

ചാർളിയുടെ ചോക്ലേറ്റ് ഫാക്ടറി!

ലിഫ്റ്റ് ഇപ്പോൾ പട്ടണത്തിനു മുകളിലായി നിൽക്കുകയാണ്. അതിനകത്ത് മിസ്റ്റർ വോങ്കയും ജോ അപ്പാപ്പനും കൊച്ചു ചാർളിയും.

"എനിക്കീ ചോക്ലേറ്റ് ഫാക്ടറി എന്തിഷ്ടമാണെന്നോ!" താഴോട്ടു നോക്കിക്കൊണ്ട് മിസ്റ്റർ വോങ്ക പറഞ്ഞു. ശേഷം ഒന്നു നിർത്തി ഗൗരവത്തോടെ അദ്ദേഹം ചാർളിയെ തിരിഞ്ഞു നോക്കി. "നിനക്കും ഇതിഷ്ടമാണോ, ചാർളി?" അദ്ദേഹം ചോദിച്ചു.

"തീർച്ചയായും!" ചാർളി പറഞ്ഞു. "ലോകത്തെ ഏറ്റവും മനോഹരമായ സ്ഥലമാണിതെന്നാണ് എനിക്ക് തോന്നുന്നത്."

"നിന്റെ വായിൽ നിന്നിതു കേട്ടതിൽ എനിക്ക് അതിയായ സന്തോഷമുണ്ട്." മുഖത്ത് മുൻപത്തേക്കാളേറെ ഗൗരവത്തോടെയാണ് അദ്ദേഹമതു പറഞ്ഞത്. ചാർളിയുടെ മുഖത്തേക്ക് തുറിച്ചു നോക്കിക്കൊണ്ടു തന്നെ അദ്ദേഹം തുടർന്നു.

"അതെ, നിന്റെ വായിൽ നിന്നിതു കേട്ടതിൽ എനിക്ക് അതിതായ സന്തോഷമുണ്ട്. ഇനി അതെന്തു കൊണ്ടാണെന്ന് പറയാം." മിസ്റ്റർ വോങ്ക ഒരു വശത്തേക്ക് തല തിരിച്ചു. പെട്ടെന്നു തന്നെ ആ കണ്ണുകളുടെ ഒരു കോണിൽ പുഞ്ചിരിയുടെ മിന്നിത്തിളക്കം തെളിഞ്ഞു. അദ്ദേഹം പറഞ്ഞു.

"നോക്കു, പ്രിയപ്പെട്ട കുട്ടീ, ഇത് മുഴുവൻ നിനക്ക് സമ്മാനമായി തരാൻ ഞാൻ തീരുമാനിച്ചിരിക്കുകയാണ്. ഇത് നോക്കി നടത്താൻ പ്രായമായിക്കഴിഞ്ഞാൽ ഈ ഫാക്ടറി മുഴുവൻ നിനക്ക് സ്വന്തമാകും."

ചാർളി വിശ്വാസം വരാതെ മിസ്റ്റർ വോങ്കയെ തുറിച്ചു നോക്കിക്കൊണ്ടു നിന്നു. ജോ അപ്പാപ്പൻ സംസാരിക്കാനായി

വായ തുറന്നെങ്കിലും അതിൽ നിന്ന് വാക്കുകളൊന്നും പുറത്തു വന്നില്ല.

"സത്യമാണ് ഞാൻ പറയുന്നത്." നിറപുഞ്ചിരിയോടെ മിസ്റ്റർ വോങ്ക പറഞ്ഞു.

"ഇത് ഞാൻ നിനക്കു തരികയാണ്. അതിൽ വിരോധമൊന്നുമില്ലല്ലോ, അല്ലേ?"

"ഇവന് നൽകുകയാണെന്നോ?" ജോ അപ്പാപ്പന് വിശ്വാസം വരുന്നില്ല. "നിങ്ങൾ തമാശ പറയുന്നതല്ലേ."

"അല്ലല്ല. തമാശയല്ല. ഞാൻ കാര്യമായി പറയുന്നതാണ്."

"പക്ഷെ... പക്ഷെ... എന്തിനാണ് നിങ്ങൾ ഈ ഫാക്ടറി കുഞ്ഞു ചാർളിക്ക് നൽകുന്നത്?"

"നോക്കൂ, ഞാൻ വളരെ പ്രായമായ ഒരാളാണ്. നിങ്ങൾ കരുതുന്നതിനേക്കാൾ പ്രായമുണ്ട് എനിക്ക്. ഞാൻ കാലാകാലം ജീവിച്ചിരിക്കാനൊന്നും പോകുന്നില്ല. എനിക്ക് സ്വന്തമായി കുടുംബമോ കുട്ടികളോ ഇല്ല. അപ്പോൾ എനിക്ക് ഇത് നടത്താൻ ആവതില്ലാത്തത്ര പ്രായമാകുമ്പോൾ ആരാണ് ഇത് നടത്തിക്കൊണ്ടു പോവുക? ആരെങ്കിലുമൊക്കെ ഇത് നടത്തണ്ടേ? ചുരുങ്ങിയത് ഊംപ-ലൂംപകൾക്കു വേണ്ടിയെങ്കിലും. ഒരു കാര്യം ഓർമ്മിപ്പിക്കട്ടെ, ഒരവസരം കിട്ടുകയാണെങ്കിൽ ഇങ്ങോട്ട് വന്ന് ഇത് ഏറ്റെടുത്തു നടത്താൻ എന്തും ചെയ്യാൻ മടിക്കാത്ത ആയിരക്കണക്കിന് തന്ത്രശാലികളായ ആളുകളുണ്ട്. പക്ഷെ, എനിക്ക് അത്തരക്കാരെ ആവശ്യമില്ല. എനിക്ക് മുതിർന്ന ആളുകളെ ആവശ്യമേയില്ല. മുതിർന്നവർ ഒരിക്കലും എന്നെ അനുസരിക്കാൻ പോകുന്നില്ല. അവരൊരിക്കലും ഒന്നും പുതിയതായി പഠിച്ചു മനസ്സിലാക്കുകയില്ല. അവർക്ക് കാര്യങ്ങൾ അവരുടേതായ വഴികളിലൂടെ ചെയ്യേണ്ടി വരും. ഞാൻ പറയുന്നതു പോലെ ചെയ്തു കൊള്ളണമെന്നില്ല. അതുകൊണ്ടാണ് ഒരു കുട്ടി തന്നെ വേണമെന്ന് ഞാൻ നിശ്ചയിച്ചത്. പക്വതയുള്ള, സ്നേഹമുള്ള ഒരു കുട്ടി. ഞാൻ ജീവിച്ചിരിക്കുമ്പോൾ തന്നെ എന്റെ വിലപ്പെട്ട എല്ലാ രഹസ്യങ്ങളും മനസ്സിലാക്കിയെടുക്കാൻ യോഗ്യനായ ഒരു കുട്ടി."

"അതുകൊണ്ടാണോ ഈ സ്വർണ്ണ ടിക്കറ്റുകൾ വിതരണം ചെയ്തത്?" ചാർളി ചോദിച്ചു.

"തീർച്ചയായും! അഞ്ച് കുട്ടികളെ ഫാക്ടറിയിലേക്കു ക്ഷണിക്കാനും അക്കൂട്ടത്തിൽ എനിക്ക് ഏറ്റവുമിഷ്ടപ്പെട്ട ഒരു കുട്ടിയെ വിജയിയായി പ്രഖ്യാപിക്കാനും ഞാൻ ആദ്യമേ തീരുമാനിച്ചിരുന്നു."

"പക്ഷെ, മിസ്റ്റർ വോങ്ക," ജോ അപ്പാപ്പൻ വിക്കി വിക്കി ചോദിച്ചു.

"ഈ പടുകൂറ്റൻ ഫാക്ടറി മുഴുവനായും കുഞ്ഞു ചാർളിക്ക് നൽകുമെന്ന് നിങ്ങൾ പറഞ്ഞത് ശരിക്കും സത്യമാണോ?"

"ഇപ്പോൾ വാദിച്ചു നിൽക്കാൻ നേരമില്ല. നമ്മൾ വേഗം പോയി വീട്ടിൽ ബാക്കിയുള്ളവരെ കൂടി ഇങ്ങോട്ടു കൊണ്ടു വരണം. ചാർളിയുടെ മാതാപിതാക്കളെയും പിന്നെ വീട്ടിൽ താമസിക്കുന്ന മറ്റു ബന്ധുക്കളെയും. ഇനി മുതൽ അവർക്കെല്ലാം ഈ ഫാക്ടറിക്കകത്ത് താമസിക്കാം. ചാർളി വളർന്ന് ഒറ്റയ്ക്ക് ഇതെല്ലാം നടത്തിക്കൊണ്ടു പോകാനുള്ള പ്രായമാകുന്നതു വരെ അവർക്കും അവനെ സഹായിക്കാം. നീയെവിടെയാണ് താമസം, ചാർളി?"

ചാർളി ലിഫ്റ്റിന്റെ ചില്ലിലൂടെ, താഴെ മഞ്ഞു മൂടിക്കിടക്കുന്ന വീടുകളിലേക്കു നോക്കി. "അതാ, അവിടെ." വിരൽ ചൂണ്ടിക്കൊണ്ട് അവൻ പറഞ്ഞു.

"പട്ടണത്തിന്റെ ഏറ്റവും അറ്റത്തായി കാണുന്ന ആ കൊച്ചു കുടില് കണ്ടില്ലേ. അത്."

"കണ്ടു, കണ്ടു." അതും പറഞ്ഞ് വോങ്ക ലിഫ്റ്റിന്റെ ഏതൊക്കെയോ ബട്ടണുകൾ പിടിച്ചമർത്തി. ലിഫ്റ്റ് ചാർളിയുടെ വീടിനടുത്തേക്കു നീങ്ങി,

"എന്റെ അമ്മച്ചി നമ്മുടെ കൂടെ വരില്ലെന്നാണ് എനിക്ക് തോന്നുന്നത്." ചാർളി ദുഃഖത്തോടെ പറഞ്ഞു.

"അതെന്താ അങ്ങനെ?"

"കാരണം അമ്മച്ചി ഒരിക്കലും ജോസഫീൻ അമ്മാമ്മയെയും ജോർജീന അമ്മാമ്മയെയും ജോർജ് അപ്പാപ്പനെയും തനിച്ചാക്കി എവിടെയും പോകാറില്ല."

"അവരും കൂടെ വരട്ടെ."

"അവർക്കു വരാൻ പറ്റില്ല. അവർക്ക് നല്ല പ്രായമുണ്ട്. കഴിഞ്ഞ ഇരുപത് വർഷമായി അവർ കട്ടിലിൽ നിന്ന് താഴെയിറങ്ങിയിട്ടില്ല."

"അങ്ങനെയാണെങ്കിൽ നമ്മൾ അവരെ കട്ടിലോടെ എടുത്തു കൊണ്ടു വരും. ഈ ലിഫ്റ്റിൽ കട്ടില് വെക്കാനുള്ള സ്ഥലമൊക്കെയുണ്ട്."

"ആ വീട്ടിൽ നിന്ന് കട്ടിൽ പുറത്തെടുക്കാൻ പറ്റില്ല." ജോ അപ്പാപ്പൻ പറഞ്ഞു.

"അത് വാതിലിലൂടെ പുറത്തു വരില്ല."

"അങ്ങനെ നിരാശപ്പെടാൻ വരട്ടെ. അസാദ്ധ്യമായതായി ഒന്നുമില്ല. നിങ്ങൾ നോക്കിക്കോ."

ലിഫ്റ്റ് അപ്പോഴേക്കും അവരുടെ വീടിന് മുകളിലെത്തിയിരുന്നു.

"നിങ്ങളെന്താണ് ചെയ്യാൻ പോകുന്നത്?" ചാർളിക്ക് അത്ഭുതമായി.

"ഞാൻ നേരെ അകത്തു കയറി അവരെ പുറത്തെടുക്കാൻ പോവുകയാണ്." മിസ്റ്റർ വോങ്ക പറഞ്ഞു.

"എങ്ങനെ?" ജോ അപ്പാപ്പൻ ചോദിച്ചു.

"മേൽക്കൂര വഴി." മിസ്റ്റർ വോങ്ക മറ്റൊരു ബട്ടൺ അമർത്തിക്കൊണ്ടു പറഞ്ഞു.

"വേണ്ടാ..." ചാർളി നിലവിളിച്ചു.

"നിർത്തൂ!" ജോ അപ്പാപ്പൻ അലറി.

ഠക്! ലിഫ്റ്റ് നേരെ വൃദ്ധൻമാർ കിടക്കുന്ന മുറിയുടെ മേൽക്കൂരയിലൂടെ താഴേക്ക് ഇടിച്ചിറങ്ങി. പൊടിയും പൊട്ടിയ ഓടും മരച്ചീളുകളും പാറ്റകളും എട്ടുകാലികളും ഇഷ്ടികയും സിമന്റു കഷണങ്ങളുമെല്ലാം കട്ടിലിൽ കിടക്കുകയായിരുന്ന മൂന്നു വൃദ്ധന്മാരുടെയും ദേഹത്തേക്ക് തകർന്നു വീണു. അവരെല്ലാം വിചാരിച്ചത് ഇത് ലോകാവസാനമാണെന്നാണ്. ജോർജീന അമ്മാമ്മയുടെ ബോധം പോയി. ജോസഫീൻ അമ്മാമ്മയുടെ വെപ്പു പല്ല് വീണു പോയി. ജോർജ് അപ്പാപ്പൻ തല പുതപ്പിനടിയിലൊളിപ്പിച്ചു. മിസ്റ്റർ ബക്കറ്റും മിസ്സിസ് ബക്കറ്റും അടുത്ത മുറിയിൽ നിന്ന് അങ്ങോട്ടോടിയെത്തി.

"രക്ഷിക്കണേ!" ജോസഫീൻ അമ്മാമ്മ കരഞ്ഞു നിലവിളിച്ചു.

"പ്രിയ പത്നീ, ശാന്തയാകൂ!" ജോ അപ്പാപ്പൻ ലിഫ്റ്റിൽ നിന്നിറങ്ങിക്കൊണ്ട് പറഞ്ഞു. "ഇതു ഞങ്ങളാണ്."

"അമ്മച്ചീ... അമ്മച്ചീ... " ചാർളി ഉറക്കെ വിളിച്ചു കൊണ്ട് മിസ്സിസ് ബക്കറ്റിനടുത്തേക്ക് ഓടിച്ചെന്നു.

"അമ്മച്ചീ... എന്താണ് സംഭവിച്ചതെന്നു കേൾക്കൂ! നമ്മളെല്ലാം മിസ്റ്റർ വോങ്കയുടെ ഫാക്ടറിയിലേക്കു താമസം മാറാൻ പോവുകയാണ്, പിന്നെ അത് നടത്താൻ നമ്മൾ അദ്ദേഹത്തെ സഹായിക്കും... പിന്നെ... പിന്നെ... അദ്ദേഹം അതു മുഴുവൻ എനിക്കു തന്നിരിക്കുകയാണ്... പിന്നെ... പിന്നെ..."

"നീയെന്താണീ പറയുന്നത്?" മിസ്സിസ് ബക്കറ്റ് ചോദിച്ചു.

"നമ്മുടെ വീട് നോക്കൂ! അതാകെ തകർന്നു തരിപ്പണമായിപ്പോയി." പാവം മിസ്റ്റർ ബക്കറ്റ് കരച്ചിലിന്റെ വക്കോളമെത്തി.

"പ്രിയപ്പെട്ട സർ..." മിസ്റ്റർ വോങ്ക മുമ്പോട്ടു വന്ന് മിസ്റ്റർ ബക്കറ്റിന്റെ കൈ പിടിച്ചു കുലുക്കിക്കൊണ്ട് പറഞ്ഞു.

"നിങ്ങളെ കണ്ടതിൽ വളരെ സന്തോഷം. ഈ വീടിനെക്കുറിച്ചോർത്ത് നിങ്ങൾ പേടിക്കേണ്ട കാര്യമില്ല. ഇന്നു മുതൽ നിങ്ങൾക്കിത് ആവശ്യം വരാനേ പോകുന്നില്ല."

"ഈ കിറുക്കൻ ഏതാണ്? ഞങ്ങളിപ്പോൾ ചത്തു പോയേനെ!" ജോസഫീൻ അമ്മാമ്മ ദേഷ്യപ്പെട്ടു.

"ഇതാണ് വില്ലി വോങ്ക." ജോ അപ്പാപ്പൻ പറഞ്ഞു.

അന്നു മുഴുവൻ സംഭവിച്ചതെന്താണെന്ന് ജോ അപ്പാപ്പനും ചാർളിയും ചേർന്ന് ഒരുപാട് സമയമെടുത്താണ് എല്ലാവർക്കുമായി വിശദീകരിച്ചു കൊടുത്തത്. എന്നിട്ടും ഈ ലിഫ്റ്റിൽ കയറി ഫാക്ടറിയിലേക്കു തിരിച്ചു പോകാൻ ആരും തയ്യാറായില്ല.

"അതിലും ഭേദം ഈ കട്ടിലിൽ തന്നെ കിടന്നു മരിക്കുന്നതാണ്." ജോസഫീൻ അമ്മാമ്മ പറഞ്ഞു.

"അതെ. ഞാൻ ഇതിൽ കിടന്നു മരിച്ചോളാം." ജോർജീന അമ്മാമ്മ പറഞ്ഞു.

"ഞാനും വരുന്നില്ല." ജോർജ് അപ്പാപ്പൻ പ്രഖ്യാപിച്ചു.

എന്നാൽ, ഇതിനൊന്നും ചെവി കൊടുക്കാതെ ജോ അപ്പാപ്പനും ചാർളിയും വില്ലി വോങ്കയും ചേർന്ന് അവരുടെ കട്ടിൽ ലിഫ്റ്റിലേക്ക് തള്ളിക്കയറ്റി. അതിനു പിന്നാലെ ചാർളിയുടെ മാതാപിതാക്കളെയും തള്ളിക്കയറ്റി. അവരും കയറി. മിസ്റ്റർ വോങ്ക ഒരു സ്വിച്ചിൽ വിരലമർത്തി. വാതിലടഞ്ഞു. ജോർജീന അമ്മാമ്മ അലറി വിളിച്ചു. ലിഫ്റ്റ് മേൽക്കൂരയിലെ ദ്വാരത്തിലൂടെ ആകാശത്തേക്ക് കുതിച്ചുയർന്നു.

ചാർളി കട്ടിലിലേക്കു കയറി അപ്പോഴും പേടിച്ചരണ്ടിരിക്കുകയായിരുന്ന മൂന്നു വൃദ്ധൻമാരെയും സമാധാനിപ്പിക്കാൻ ശ്രമിച്ചു.

"പേടിക്കേണ്ട കാര്യമില്ല. ഇത് തീർത്തും സുരക്ഷിതമാണ്. നമ്മൾ പോകുന്നത് ലോകത്തെ ഏറ്റവും മനോഹരമായൊരു സ്ഥലത്തേക്കാണ്."

"ചാർളി പറയുന്നത് സത്യമാണ്." ജോ അപ്പാപ്പനതു ശരിവെച്ചു.

"അവിടെയെത്തിയാൽ എന്തെങ്കിലും കഴിക്കാൻ കിട്ടുമോ?" ജോസഫീൻ അമ്മാമ്മ ചോദിച്ചു. "എനിക്ക് വിശന്ന് വയറു കത്തുന്നു. എല്ലാവർക്കും വിശക്കുന്നുണ്ട്."

"എന്തെങ്കിലും കിട്ടുമോയെന്നോ?" ചാർളി പൊട്ടിച്ചിരിച്ചു. "കാത്തിരുന്നു കാണൂ."